ಬಿ. ಮಂಜುನಾಥ ಕಾಮತ್, ಹಾಲಾಡಿ

"ಅನಾಥ ಪ್ರೀತಿಯ ಅನುಬಂಧ" ಕಾದಂಬರಿಯ ಲೇಖಕರು. ಉಡುಪಿ ಜಿಲ್ಲೆಯ ಕುಂದಾಪುರ ತಾಲೂಕಿನ ಹಾಲಾಡಿಯವರು. ಹಾಲಾಡಿ, ಶಂಕರನಾರಾಯಣದಲ್ಲಿ ಪ್ರಾಥಮಿಕ ಹಾಗೂ ಪ್ರೌಢ ಶಾಲಾ ಶಿಕ್ಷಣ. ಕುಂದಾಪುರದ ಭಂಡಾರ್ಕಾರ್ಸ್ ಕಾಲೇಜಿನಲ್ಲಿ ಬಿ.ಎಸ್ಸಿ. ಪದವಿ.

ಸಿಂಡಿಕೇಟ್ ಬ್ಯಾಂಕಿನ ಮಥುರಾ, ನವದೆಹಲಿ, ಮಂಗಳೂರು, ಬೆಳಗಾವಿ, ಶಂಕರನಾರಾಯಣ ಶಾಖೆ-ಕಚೇರಿಗಳಲ್ಲಿ ಮೂವತ್ತಾರು ವರ್ಷಗಳ ಕಾಲ ಸೇವೆ ಸಲ್ಲಿಸಿ, ನಿವೃತ್ತಿಯ ನಂತರ ಪ್ರಸ್ತುತ ಹಾಲಾಡಿಯ ಬೆಳಾರಮಕ್ಕಿಯಲ್ಲಿ ನೆಲೆಸಿದ್ದಾರೆ.

ಯಕ್ಷಗಾನ, ನಾಟಕ, ಸಾಹಿತ್ಯದಲ್ಲಿ ಬಾಲ್ಯದಿಂದಲೇ ಆಸಕ್ತಿ. ಕನ್ನಡ ನಾಡಿನ ಬಹುತೇಕ ಪತ್ರಿಕೆಗಳಲ್ಲಿ ಐವತ್ತು ವರ್ಷಗಳಿಂದ ಕಥೆ, ಕವನ, ಲೇಖನಗಳು ಪ್ರಕಟವಾಗಿವೆ. 'ಮತ್ತೊಂದು ದಿನ ಮತ್ತು ಇತರ ಕಥೆಗಳು' ಪ್ರಕಟಿತ ಕಥಾ ಸಂಕಲನ. ಇದೇ ಹೆಸರಿನ ಕಥೆಯಾಧರಿತ ಕಿರು ಚಿತ್ರ ಬೆಂಗಳೂರು ದೂರದರ್ಶನದಲ್ಲಿ ಪ್ರಸಾರವಾಗಿದೆ. 'ಕಣ್ತೆರೆದ ಕನಸು' ಕಾದಂಬರಿಯ ಮುದ್ರಣವೂ ಈಗಷ್ಟೇ ಮುಗಿದಿದೆ.

ಅನಾಥ ಪ್ರೀತಿಯ ಅನುಬಂಧ

ಕಿರು ಕಾದಂಬರಿ

ಬಿ. ಮಂಜುನಾಥ ಕಾಮತ್

ಹಾಲಾಡಿ

ವೀರಲೋಕ

ವೀರಲೋಕ ಬುಕ್ಸ್ ಪ್ರೈ.ಲಿ.

207, 2ನೇ ಮಹಡಿ, 3ನೇ ಮೇನ್, ಚಾಮರಾಜಪೇಟೆ

ಬೆಂಗಳೂರು–560018. ಮೊಬೈಲ್: 70221 22121

ಇಮೇಲ್: veeralokabooks@gmail.com

ವೆಬ್‌ಸೈಟ್: www.veeralokabooks.com

ANATHA PREETIYA ANUBANDHA

Short novel written by **B. Manjunatha Kamath**, Halady
Belaramakki, P.O.: 76, Halady-576222, Mob.: 9740940567

Published by:
VEERALOKA BOOKS PVT. LTD.
207, 2nd Floor, 3rd Main
Chamarajpet, Bengaluru - 560018

Mobile : +91 7022122121
E-mail : veeralokabooks@gmail.com
Website: www.veeralokabooks.com

Price : Rs. 140/-
Pages : 112
First Impression : 2023

Paper used : 70 GSM NS Maplitho
Book size : 1/8th Demy

ISBN : 978-93-94942-43-1

Cover page illustration by : Prashanth Vitla
Inner pages illustration by : Vijaya Vikram

ಅರ್ಪಣೆ

ಬಾಲ್ಯದ ಗೆಳೆತನದ ಬಿಸುಪನ್ನು ಇಂದಿಗೂ ಉಳಿಸಿಕೊಂಡು ವಿವಿಧ ಕಾಲಘಟ್ಟದಲ್ಲಿ ನನಗೆ ನೆರವಾದ ಮಿತ್ರರಾದ,

- **ಶಂ. ರಾಧಾಕೃಷ್ಣ ಜೋಯಿಸ್,**
- **ಎಚ್. ಮಹಮ್ಮದ್,**
- **ಎಚ್. ಪಾಂಡುರಂಗ ಶೆಣೈ**
- **ನಾಗರಾಜ ಎಚ್.ಎನ್.** (ಯು.ಎಸ್.ಎ.)

–ಇವರಿಗೆ.

ಪೂರ್ವ ನಿವೇದನೆ

ಎಂಬತ್ತರ ದಶಕದಲ್ಲಿ ಪತ್ರಿಕೆಯೊಂದಕ್ಕೆ ಕಳುಹಿಸಲು ಸಣ್ಣ ಕಥೆಯೊಂದನ್ನು ಬರೆದಿದ್ದೆ. ಅದನ್ನೋದಿದ ಸಾಹಿತ್ಯಾಸಕ್ತ ನನ್ನ ಸಹೋದ್ಯೋಗಿ ಮಿತ್ರ ಮೋಹನ್‌ರವರು, 'ಈ ಕಥೆಯನ್ನು ಒಂದು ಕಿರು ಕಾದಂಬರಿಯಾಗಿ ಬರೆಯುವುದೇ ಸೂಕ್ತ. ಸಣ್ಣ ಕಥೆಯಾಗಿಸಲು ಉದ್ದೇಶ ಪೂರ್ವಕ ಇದನ್ನು ಕುಗ್ಗಿಸಿ ಬರೆದಂತೆ ಕಾಣುತ್ತದೆ. ಕಿರು ಕಾದಂಬರಿಯಾಗಿಯೇ ನೀವಿದನ್ನು ಯಾಕೆ ಬರೆಯಬಾರದು?' ಎನ್ನುವ ಅಭಿಪ್ರಾಯ/ಸಲಹೆ ನೀಡಿದರು.

ನನಗದು 'ನಿಜ' ಅನ್ನಿಸಿ ಕಥೆಯನ್ನು ಪತ್ರಿಕೆಗೆ ಕಳುಹಿಸದೆ ನನ್ನಲ್ಲೇ ಉಳಿಸಿಕೊಂಡೆ.

ತದನಂತರ, ಈ ಕಥೆಯನ್ನು ಕಿರುಕಾದಂಬರಿಯಾಗಿ ಪುನಃ ಬರೆದು ಮುಗಿಸುವಾಗ ಕೆಲವು ವರುಷಗಳೇ ಕಳೆದು ಹೋದವು!

ಬರೆದಾದ ನಂತರ ಹಸ್ತಪ್ರತಿಯನ್ನು ಆತ್ಮೀಯ ವೈದ್ಯಮಿತ್ರ; ಕಥೆಗಾರ, ಸಾಹಿತ್ಯಾಭಿಮಾನಿಗಳಾದ ಡಾ. ಹರಿಚರಣ್ ಶೆಣೈಯವರಿಗೆ ಅದನ್ನು ಓದಲು ಕೊಟ್ಟೆ. ಓದಿದ ಅವರು, ತಮಗನಿಸಿದ ಕೆಲವು ಅಗತ್ಯದ ಮಾರ್ಪಾಡುಗಳನ್ನು ನನಗೆ ಸೂಚಿಸಿದರು.

ಅಂತೆಯೇ, 'ಮಂಗಳ' ವಾರ ಪತ್ರಿಕೆಯ ಗೌರವಾನ್ವಿತ ಸಂಪಾದಕರಾದ ಮಾನ್ಯ 'ವಿನ್ನೇಬಿ' ಮೊಗ್ರಾಲ್ ಪುತ್ತೂರು, ಇವರ ಕೈಗೂ ಹಸ್ತಪ್ರತಿ ತಲುಪಿಸಿದೆ. ತಮ್ಮ ಕಾರ್ಯಬಾಹುಳ್ಯದ ನಡುವಲ್ಲೂ ನನಗೆ ದೂರವಾಣಿ ಕರೆ ಮಾಡಿದ ಅವರು, ಕಿರು ಕಾದಂಬರಿ ಬರವಣಿಗೆಯಲ್ಲಾದ ಲೋಪದೋಷಗಳನ್ನು ನನಗೆ ತಿಳಿಸುವ ಸಹೃದಯತೆ ತೋರಿದರು.

ಇವರೆಲ್ಲರ ಸಲಹೆಗಳನ್ನು ಕ್ರೋಡೀಕರಿಸಿ ಈ ಪರಿಷ್ಕೃತ ಕಿರುಕಾದಂಬರಿಯನ್ನು ಬರೆದು ಮುಗಿಸಿದ್ದೇನೆ.

ಯೌವನಕ್ಕೆ ಕಾಲಿರಿಸುವ ಪ್ರತಿಯೊಂದು ಎಳೆಯ ಮಾನವ ಜೀವಿಯೂ ತೀವ್ರವಾಗಿ ಹಂಬಲಿಸುವ ಮತ್ತು ಸೆಳೆತಕ್ಕೆ ಒಳಗಾಗುವ ಒಂದು ಭಾವವೆಂದರೆ ಪ್ರೀತಿ!

ವಿಭಿನ್ನ ಧರ್ಮದ ಎರಡು ಎಳೆಯ ಪ್ರೇಮಿಗಳು ತಮ್ಮ ಕಾಲೇಜು ವ್ಯಾಸಂಗದ ಕಿರು ಅವಧಿಯಲ್ಲಿ ಅಂತಹದೊಂದು ಸೆಳೆತಕ್ಕೆ ಒಳಗಾಗಿ, ಮೂಕವಾಗಿಯೇ ಅನುಭವಿಸಿದ ತೊಳಲಾಟಗಳು; ಅನಿರೀಕ್ಷಿತವಾಗಿ ಅದು ಕೊನೆಗೊಂಡಾಗ, ಅನಾಥವಾಗಿ ಹೋದ ಪ್ರೀತಿಗಾಗಿ ಪಟ್ಟ ಮಾನಸಿಕ ತುಮುಲಗಳು; ಕೊನೆಗೊಮ್ಮೆ ಊಹಿಸಿಯೂ ಇರದ ರೀತಿಯಲ್ಲಿ ಉಂಟಾದ ಅವರ ಸಮಾಗಮ; ಅದಕ್ಕೂ ಎದುರಾದ ಆಘಾತ, ಇವೆಲ್ಲವನ್ನು ಬಿಂಬಿಸುವುದೇ ಈ ಕಿರುಕಾದಂಬರಿಯ ತಿರುಳು. ಮುಕ್ತ ಮನಸ್ಸಿನಿಂದ ಓದಿದರೆ–"ಪ್ರೀತಿಯು ಕೆಲವೊಮ್ಮೆ ಎಂತೆಂಥಹ ಅಗ್ನಿ ಪರೀಕ್ಷೆಯನ್ನೂ ದಾಟ ಬಲ್ಲದು" ಎನ್ನುವುದನ್ನಷ್ಟೇ ಇದರಲ್ಲಿ ಕಾಣಬಹುದು. ಅದೇ ನನ್ನ ಆಶಯ ಕೂಡ.

ಈ ಸಂದರ್ಭದಲ್ಲಿ ಈ ಎಲ್ಲಾ ಮಹನೀಯರನ್ನು ಸ್ಮರಿಸುತ್ತಿದ್ದೇನೆ.

ಬೆರಳಚ್ಚು ಮಾಡಿಕೊಟ್ಟ ಶ್ರೀಮತಿ ಲತಾ ಬಾಯರಿಯವರಿಗೂ ನನ್ನ ಅಭಾರ ಸಲ್ಲುತ್ತದೆ.

ಅನಿರೀಕ್ಷಿತವಾಗಿ ಪರಿಚಯವಾದರೂ ಪ್ರಕಟಣೆ ಮತ್ತು ಪ್ರಕಾಶನಕ್ಕೆ ಕೃತಿ ಸ್ವೀಕರಿಸಿದ ವೀರಲೋಕ ಬುಕ್ಸ್‌ನ ಮಾನ್ಯ ಶ್ರೀ ವೀರಕಪುತ್ರ ಶ್ರೀನಿವಾಸರು ಹಾಗೂ ಅವರ ಆತ್ಮೀಯ ಬಳಗಕ್ಕೆ ಆಭಾರಿಯಾಗಿದ್ದೇನೆ.

ಮುಖಪುಟ ವಿನ್ಯಾಸಗೊಳಿಸಿದ ಶ್ರೀ ಪ್ರಶಾಂತ ವಿಟ್ಲ; ಪುಟ ಸಂಯೋಜನೆ ಮಾಡಿದ ಶ್ರೀ ವಿಜಯ ವಿಕ್ರಮ್ ಹಾಗೂ ಸೊಗಸಾಗಿ ಮುದ್ರಿಸಿದ ಮೆ. ರೀಗಲ್ ಪ್ರಿಂಟ್ ಸರ್ವೀಸ್–ಇವರೆಲ್ಲರಿಗೂ ಕೃತಜ್ಞತೆಗಳು.

–ಬಿ. ಮಂಜುನಾಥ ಕಾಮತ್

ಹಾಲಾಡಿ

ಪ್ರಕಾಶಕರ ಮಾತು

ಅಕ್ಷರದ ಬೆಳದಿಂಗಳ ಮುಂದೆ ಕೂತು ಬೆರಗುಗೊಂಡಿದ್ದೇನೆ. ನನ್ನಿಂದ ಇದು ಸಾಧ್ಯವಾ ಎಂದು ಪ್ರಕಾಶನ ಲೋಕಕ್ಕೆ ಬಂದವನಿಗೆ, ಇದು ಸಾಧ್ಯ ಎಂದು ಬೆನ್ನುತಟ್ಟಿದ ತಮಗೆಲ್ಲ ಮೊದಲಿಗೆ ಧನ್ಯವಾದಗಳು.

ಕನಸುಗಳು ಬರೀ ಕನವರಿಕೆಗಳಾಗಬಾರದು, ಕಸುವು ಆಗಬೇಕು ಎನ್ನುವುದರ ಮೇಲೆ ನಂಬಿಕೆ ಇಟ್ಟವನು ನಾನು. ಹಾಗಾಗಿ ಕೇವಲ ಸಾಹಿತ್ಯ ಓದುಗನಾಗಿದ್ದವನು, ಇದೀಗ ಅದೇ ಕ್ಷೇತ್ರದ ಹಲವು ಹೊಸತನಗಳಿಗೆ ಮುಖಾಮುಖಿ ಆಗುತ್ತಿದ್ದೇನೆ. ನನ್ನ ಕನಸುಗಳು ನಿಮ್ಮವೂ ಆಗಿದ್ದರಿಂದ ಕಡಿಮೆ ಅವಧಿಯಲ್ಲೇ 'ವೀರಲೋಕ ಬುಕ್ಸ್' ಮನೆಮಾತಾಗಿದೆ.

ಓದುಗ ಇರುವ ಕಡೆಯೇ ಕನ್ನಡ ಪುಸ್ತಕಗಳು ಸಿಗುವಂತಾಗಬೇಕೆಂಬ ಮಹತ್ವಾಕಾಂಕ್ಷೆಯಿಂದ ಶುರುವಾದ ವೀರಲೋಕ ಪ್ರಕಾಶನ ಕೇವಲ ಒಂದೇ ವರ್ಷದಲ್ಲಿ ಹಲವು ಹೊಸತನಗಳ ಮೂಲಕ ಕನ್ನಡಿಗರ ಮೆಚ್ಚಿನ ಸಂಸ್ಥೆಯಾಗಿ ರೂಪುಗೊಂಡಿದೆ. ಮೆಡಿಕಲ್ ಶಾಪ್, ದಿನಸಿ ಅಂಗಡಿ, ಹೋಟೆಲ್, ಮಾಲ್, ಥಿಯೇಟರ್ ಹೀಗೆ ಎಲ್ಲೆಲ್ಲಿ ಸಾಧ್ಯವೋ ಅಲ್ಲೆಲ್ಲಾ ಪುಸ್ತಕದ ಸ್ಟ್ಯಾಂಡ್‌ಗಳನ್ನಿಟ್ಟು ಕಟ್ಟ ಕಡೆಯ ಓದುಗನಿಗೂ ಪುಸ್ತಕಗಳು ಸುಲಭವಾಗಿ ಸಿಗುವಂತೆ ಮಾಡಲಾಗುತ್ತಿದೆ. ಜೊತೆಗೆ ಕನ್ನಡ ಪುಸ್ತಕಗಳಿಗಾಗಿ ಕಾಲ್ ಸೆಂಟರ್, ಮಧ್ಯರಾತ್ರಿಯಲ್ಲಿ ಪುಸ್ತಕ ಬಿಡುಗಡೆ ರೀತಿಯ ಕಾರ್ಯಕ್ರಮಗಳ ಮೂಲಕ ಓದಿನ ಕಡೆ ಯುವ ಸಮೂಹವನ್ನು ಸೆಳೆಯುವ ಪ್ರಯತ್ನ ಜಾರಿಯಲ್ಲಿಟ್ಟಿದ್ದೇವೆ. ಇವುಗಳ ಜೊತೆ ವೀರಲೋಕ ಸಂಸ್ಥೆಯು ಮುಂದಿನ ಹೆಜ್ಜೆಯಾಗಿ 'ದೇಸೀ ಜಗುಲಿ' ಎಂಬ ಅರ್ಥಪೂರ್ಣ ಸಾಹಸಕ್ಕೆ ಕೈಹಾಕಿದೆ. ಈ ಯೋಜನೆ ಮೂಲಕ ನಾಡಿನ ಪ್ರತಿ ಜಿಲ್ಲೆ, ತಾಲೂಕಿನಲ್ಲಿ ಕಥಾಕಮ್ಮಟ, ಕಾವ್ಯ ಕಮ್ಮಟಗಳನ್ನು ಏರ್ಪಡಿಸುವ ಗುರಿ ಹೊಂದಿದ್ದೇವೆ. ಯಾರಿಗೆ ಗೊತ್ತು? ಅಲ್ಲೂ ಒಬ್ಬ ಬೇಂದ್ರೆ, ಕುವೆಂಪು, ತೇಜಸ್ವಿ, ಸಿದ್ದಲಿಂಗಯ್ಯನವರಂತಹ ಪ್ರತಿಭೆಗಳು ಒಂದು ಅವಕಾಶಕ್ಕಾಗಿ ಕಾದು ಕೂತಿರಬಹುದು.

ದೇಸೀ ಜಗುಲಿ ಕೇವಲ ಕಮ್ಮಟಗಳನ್ನು ಮಾಡಿ ಸುಮ್ಮನೆ ಕೂರುವುದಿಲ್ಲ. ಈ ಕಮ್ಮಟಗಳಲ್ಲಿ ಪ್ರತಿಭಾವಂತ ಬರಹಗಾರರು ಸಿಕ್ಕರೆ ಅವರ ಪುಸ್ತಕಗಳನ್ನು

ವೀರಲೋಕ ಪ್ರಕಟಿಸಲಿದೆ ಮತ್ತು ಅವರನ್ನು ಮುಖ್ಯವಾಹಿನಿ ಜೊತೆ ಮುಖಾಮುಖಿಯಾಗಿಸಲಿದೆ. ಈ ದೇಸೀ ಜಗುಲಿ ಜೊತೆಗೆ ವೀರಲೋಕದ ಮತ್ತೊಂದು ಮಹತ್ತರ ಕೆಲಸವೆಂದರೆ 'ಬುಕ್ಸ್ ಬರ್ಗರ್ ಕಾಫಿ' (BBC). ಯಾವುದು ಹೆಚ್ಚಾಗಿ ಕಣ್ಣಿಗೆ ಕಾಣುವುದೋ ಅದೇ ಹೆಚ್ಚು ಚಾಲ್ತಿಯಲ್ಲಿರುತ್ತದೆ ಎಂಬ ಕಾರಣಕ್ಕೆ ಬರ್ಗರ್ ಮತ್ತು ಕಾಫಿ ಜೊತೆಗೆ ಪುಸ್ತಕಗಳನ್ನು ಇರಿಸಿದ್ದೇವೆ. ಈ ಪ್ರಯತ್ನವನ್ನು ಕನ್ನಡ ಸಾರಸ್ವತಲೋಕ ತುಂಬು ಮನಸಿನಿಂದ ಒಪ್ಪಿ, ಅಪ್ಪಿರುವುದು ನಮ್ಮನ್ನು ಮತ್ತಷ್ಟು ಉತ್ಸಾಹಿಗಳನ್ನಾಗಿಸಿದೆ. ಅದೇ ಉತ್ಸಾಹದಲ್ಲಿ ಈ ಜೂನ್ ತಿಂಗಳಿನಿಂದ ಸ್ವಿಗ್ಗಿ, ಜೊಮಾಟೋದ ಫುಡ್ ಡೆಲಿವರಿಯ ಮಾದರಿಯಲ್ಲೇ, ವೀರಲೋಕದಿಂದ ಪುಸ್ತಕ ಡೆಲಿವರಿಯನ್ನೂ ಮಾಡಲಾರಂಭಿಸಿದ್ದೇವೆ ಎಂಬುದು ಹೆಮ್ಮೆಯ ಸಂಗತಿ. ಎಲ್ಲಾ ಕನ್ನಡ ಪುಸ್ತಕಗಳು ಒಂದೇ ಸೂರಿನಡಿ ಸಿಗುವಂತಾಗಬೇಕೆಂಬ ಕಾರಣಕ್ಕೆ ವೀರಲೋಕ.ಕಾಮ್ ಎಂಬ ವೆಬ್‌ಸೈಟ್ ಮಾಡಿದ್ದೇವೆ. ಈ ಮೂಲಕ ಒಂದು ಲಕ್ಷ ಪುಸ್ತಕಗಳನ್ನು ಕನ್ನಡಿಗರಿಗೆ ಒಂದೇ ಕಡೆ ದೊರಕುವಂತೆ ಮಾಡುವ ಯೋಜನೆ ನಮ್ಮದು. ಈಗಾಗಲೇ ಹಲವಾರು ಪ್ರಕಾಶನಗಳ ಎರಡು ಸಾವಿರ ಪುಸ್ತಕಗಳನ್ನು ವೆಬ್‌ಸೈಟ್‌ಗೆ ಸೇರಿಸಿದ್ದೇವೆ. ಇದು ಖಂಡಿತವಾಗಿಯೂ ಕನ್ನಡ ಪುಸ್ತಕಗಳ ಪಾಲಿನ ಫ್ಲಿಪ್‌ಕಾರ್ಟ್, ಅಮೇಜಾನ್ ಆಗಲಿದೆ ಎಂಬ ನಂಬಿಕೆ ನಮ್ಮದು.

ವೀರಲೋಕದ ಇಷ್ಟೆಲ್ಲಾ ಪ್ರಯತ್ನಗಳನ್ನು ಮಾಡುತ್ತಿರುವಾಗ ಓದುಗ ದೊರೆಗಳ ಜೊತೆ ಅದನ್ನು ಹಂಚಿಕೊಳ್ಳದೆ ಇರುವುದಾದರೂ ಹೇಗೆ? ಹಾಗಾಗಿ ವಿವರಿಸಬೇಕಾಯಿತು. ಇಲ್ಲಿಂದಾಚೆ, ಮಂಜುನಾಥ ಕಾಮತ್ ಅವರ 'ಈ ಅನಾಥ ಪ್ರೀತಿಯ ಅನುಬಂಧ' ಕೃತಿಯು 'ವೀರಲೋಕದ ಮೊದಲನೇ ವಾರ್ಷಿಕೋತ್ಸವ'ದಲ್ಲಿ ಬಿಡುಗಡೆ ಗೊಳ್ಳುತ್ತಿರುವುದು ಸಂತಸದ ಸಂಗತಿಯಾಗಿದೆ. ಎರಡು ವಿಭಿನ್ನ ಧರ್ಮದ ಎಳೆಯ ಪ್ರೇಮಿಗಳ ಕಾಲೇಜು ವ್ಯಾಸಂಗದ ಕಿರು ಅವಧಿಯಲ್ಲಿ ಅಂಕುರಿಸಿದ ಪ್ರೀತಿಯು ವಿವಿಧ ಆಕಸ್ಮಿಕ ತಿರುವುಗಳನ್ನು ಪಡೆಯುವ ಮತ್ತು ಜಾತಿ, ಮತ, ಕುಲ ಗೋತ್ರದ ಎಲ್ಲೆಕಟ್ಟನ್ನು ಮೀರಿದ ಪ್ರೀತಿಯ ಶಕ್ತಿಯನ್ನು ಪ್ರತಿಬಿಂಬಿಸುವ ರೋಚಕ ಕಥಾನಕವಾಗಿದೆ.

ಓದುಗ ಯಜಮಾನರಿಗೆ ಋಣಿ.

ನಿಮ್ಮ
–ವೀರಕಪುತ್ರ ಶ್ರೀನಿವಾಸ

ಅನಾಥ ಪ್ರೀತಿಯ ಅನುಬಂಧ

ಪ್ರಥಮಾರ್ಧ

■

ಒಂದು

ತನ್ನ ಹೃದಯ ಪ್ರೇಮವಶವಾಗಿರುವುದು ಹೇಮಂತನ ಮನಸ್ಸಿಗೇ ನಿಚ್ಚಳವಾಗಿ ಹೋಗಿತ್ತು...

ಆದರೆ ಇದೊಂದು 'ವಿಷಮ ಪ್ರೇಮದ ಬೀಜಾಂಕುರ' ಎನ್ನುವುದು ಮಾತ್ರ ಆತನಿಗಂದು ಹೊಳೆದಿರಲಿಲ್ಲ.

ಸಕೀನಾಳನ್ನು ಮೊದಲ ಬಾರಿಗೆ ಕಂಡ ದಿನದಿಂದ, 'ಮತ್ತೆ ಮತ್ತೆ ಅವಳನ್ನು ಕಾಣಬೇಕು; ಆಕೆಯ ಪರಿಚಯ ಮಾಡಿಕೊಂಡು ಸ್ನೇಹ ಸಂಪಾದಿಸಬೇಕು' ಎಂದು ಗುಟ್ಟಾಗಿ ಹಂಬಲಿಸುತ್ತಿದ್ದ ಆತನಿಗಿಂದು ಅವಳ ಮುಖಾಮುಖಿಯಾಗಿ ಪರಿಚಯವಾಗಿತ್ತು. ಲೈಬ್ರೇರಿಯನ್ ಶಾನುಭಾಗರು ಆತನಿಗೆಂದೇ ಒದಗಿಸಿದ್ದ ಪುಸ್ತಕವೊಂದನ್ನು ಹಿಂದಿರುಗಿಸಲೆಂದು ಅಂದು ಸಂಜೆ ಅಕಸ್ಮಾತ್ತಾಗಿ ಆತ ಲೈಬ್ರರಿಗೆ ಬಂದಿದ್ದ. ಅದಾಗಲೇ ಅಲ್ಲಿಗೆ ಬಂದಿದ್ದ ಸಕೀನಾಳನ್ನು ಶಾನುಭಾಗರು ಆತನಿಗೆ ಆಗ ಪರಿಚಯಿಸಿದ್ದರು. ಹಾಗೆ ಪರಿಚಯಿಸುವಾಗ, ಆತ್ಮೀಯವಾಗಿ ನಸುನಕ್ಕು ವಂದಿಸಿದ ಸಕೀನಾಳ ಅಪ್ಯಾಯಮಾನವಾದ ನಿಲುವು ಮತ್ತು ಆಕೆಯ ಸ್ನಿಗ್ಧ ಚೆಲುವು ಆತನನ್ನು ಮಂತ್ರಮುಗ್ಧನನ್ನಾಗಿ ಮಾಡಿತ್ತು. ಆ ಕ್ಷಣದಿಂದಲೇ ಹಿಂದೆಂದೂ ಅನುಭವಿಸದ

ವಿಲಕ್ಷಣ ಉಲ್ಲಾಸದ ಲಹರಿಯೊಂದು ಆತನ ಹೃದಯವನ್ನಾಕ್ರಮಿಸಿಕೊಂಡು ಬಿಟ್ಟಿತು.

ಲೈಬ್ರರಿಯಿಂದ ಮರಳಿ ರೂಮಿನತ್ತ ಹೊರಟ ಆತ, ಮುಂಚಿನ ಹೇಮಂತನಾಗಿ ಉಳಿದಿರಲಿಲ್ಲ...

*

ಹಾಗೆ ನೋಡಿದರೆ ಸಕೀನಾಳಿಗೆ ಆತ ಮನಸೋತುದು ಇಂದು ಹೀಗೆ ಆಕಸ್ಮಿಕವಾಗಿ ಆದ ಪರಿಚಯದಿಂದೇನೂ ಅಲ್ಲ. ತಿಂಗಳಷ್ಟು ಹಿಂದೆ ಪ್ರಥಮ ಬಾರಿಗೆ ಆಕೆಯನ್ನು ಕಾಲೇಜಿನ ಕಾರಿಡಾರಿನಲ್ಲಿ ಕಂಡ ಗಳಿಗೆಯಿಂದಲೇ ಅವಳ ಕುರಿತು ಕನಸು ಕಾಣುವ ಪರಿಪಾಠ ಆತನಲ್ಲಿ ಬೆಳೆದು ಬರಲಾರಂಭಿಸಿತ್ತು. ಅವಳ ಅಪೂರ್ವ ಚೆಲುವಿಗೆ ಅಂದೇ ಆತ ಮಾರುಹೋಗಿದ್ದ...ಹೊಸದಾಗಿ ಕಾಲೇಜಿಗೆ ಸೇರಿದ್ದ ಅವಳನ್ನು ಮೊದಲಬಾರಿಗೆ ಎದುರಾದ ಕ್ಷಣದಿಂದ ಈವರೆಗಿನ ಪ್ರತಿಕ್ಷಣವೂ ಆತನ ಹೃದಯದಲ್ಲಿನ್ನೂ ಹಸಿಯಾಗಿ ಉಳಿದುಕೊಂಡಿತ್ತು.

ಆಗಾತ ಪದವಿ ಪರೀಕ್ಷೆಯ ಅಂತಿಮ ವರ್ಷಕ್ಕೆ ಕಾಲಿಟ್ಟಿದ್ದನಷ್ಟೆ.

ಆಗ ಕಾಲೇಜಿಗೆ ರಜಾಕಾಲವಾಗಿದ್ದು ತರಗತಿಗಳಲ್ಲಿ ವಿದ್ಯಾರ್ಥಿಗಳಿಲ್ಲದೆ ಕಾಲೇಜು ಬಣಗುಡುತ್ತಿತ್ತು. ಮುಂದಿನ ವರ್ಷದ ಫೀಸು ತುಂಬಲು ಮತ್ತು ಲೈಬ್ರರಿಯಿಂದ ಪುಸ್ತಕ ಪಡೆಯಲು ಅಪರೂಪಕ್ಕೆ ಕೆಲ ವಿದ್ಯಾರ್ಥಿಗಳು ಮಾತ್ರ ಕಾಲೇಜಿನತ್ತ ಬರುತ್ತಿದ್ದರು.

ಅಂದು ಹೇಮಂತನೂ, ಮುಂದಿನ ಅಂತಿಮ ಶೈಕ್ಷಣಿಕ ವರ್ಷದ ಪ್ರಥಮ ಅವಧಿಯ ಫೀಸು ಕಟ್ಟಿ ಲೈಬ್ರರಿಯತ್ತ ಯಾವುದೋ ಗುಂಗಿನಲ್ಲಿ ನಡೆದು ಬರುತ್ತಿದ್ದ. ಅದಾಗಲೇ, ಎದುರಿನ ಖಾಲಿಯಾಗಿದ್ದ ಉದ್ದನೆಯ ಕಾರಿಡಾರಿನಲ್ಲಿ ಏಕಾಂಗಿಯಾಗಿ ತನ್ನತ್ತ ಬರುತ್ತಿದ್ದ ಆಕೆಯನ್ನಾತ ನೋಡಿದುದು. ಈ ಹಿಂದೆ ಕಾಲೇಜಿನಲ್ಲಿ ಕಂಡಿರದ ಆಕೆಯನ್ನು ನೋಡಿದ ಹೇಮಂತನಿಗೊಮ್ಮೆಲೆ ಅಚ್ಚರಿಯಾಯಿತು! ತುಂಬ ವಿನಯಶೀಲಳಂತೆ ಸಾವಧಾನದಿಂದ ನಡೆದು ಬರುತ್ತಿದ್ದ ಆಕೆಯನ್ನು ನೋಡುತ್ತಾ ಆತ ತನ್ನ ಹೆಜ್ಜೆಗಳ ವೇಗ ತಗ್ಗಿಸಿದ್ದ... ಚಿಕ್ಕ ಚಿಕ್ಕ ಕೆಂಪು ಹೂಗಳಿದ್ದ ಕಪ್ಪು ಸೀರೆ; ಅದಕ್ಕೊಪ್ಪುವ ಉದ್ದ ತೋಳಿನ ರವಿಕೆ; ಅದಕ್ಕೆ ಹೊಂದಿಕೆಯಾಗುವ ಬಣ್ಣದ ಬಳೆಗಳು; ದುಂಡು ಮೊಗದಲ್ಲಿ ಎದ್ದು ಕಾಣುವ ವಿಶಾಲ ಕಪ್ಪು ಕಣ್ಣುಗಳು; ಹಣೆಯಲ್ಲಿ ಕಂಡೂ ಕಾಣದಂತಹ ಚಿಕ್ಕದೊಂದು ತಿಲಕ; ನಿರಾಭರಣ ಕೊರಳು; ಗಾಂಭೀರ್ಯದ ಮೆಲುನಡಿಗೆ– ಇದೆಲ್ಲವನ್ನೂ ಒಂದೊಂದಾಗಿ ತನ್ಮಯತೆಯಿಂದ ಗಮನಿಸುತ್ತಾ ಹೇಮಂತ ಅವಳನ್ನು ಸಮೀಪಿಸಿದ್ದ...ಆಕೆ ತೀರಾ ಸನಿಹವಾಗುವ ತನಕ ಕಣ್ಣುಗಳನ್ನು ಅವಳಿಂದ ಕದಲಿಸಲು ಆತನಿಗೆ ಸಾಧ್ಯವಾಗಲಿಲ್ಲ. ಅವಳು ಹತ್ತಿರದಿಂದ ಹಾದು ಹೋಗುವಾಗಲಂತೂ ಪಸರಿಸಿದ ಯಾವುದೋ ಆಹ್ಲಾದಕರ ಸುಗಂಧಕ್ಕೆ ಆತನ ನಡಿಗೆ ಮೋಡಿಗೊಳಗಾದಂತೆ ಸ್ತಬ್ಧವಾಗಿ ಹೋಗಿತ್ತು...

ಆಕೆ ಕಾರಿಡಾರು ದಾಟಿ, ಕಾಲೇಜಿನ ಮುಖ್ಯದ್ವಾರ ತಲುಪುವ ತನಕವೂ ಹೇಮಂತ, ಬೆನ್ನು ಹಾಕಿ ಹೋಗುತ್ತಿರುವ ಅವಳತ್ತ ತಿರುತಿರುಗಿ ನೋಡುತ್ತಲೇ ಇದ್ದ. ಅವಳನ್ನು ಹಿಂಬಾಲಿಸಿ ತುಸು ದೂರ ಹೋಗಲೇ? ಅಂದುಕೊಂಡನಾದರೂ ಆ ಬಯಕೆಯನ್ನು ಹತ್ತಿಕ್ಕಿಕೊಂಡು ಲೈಬ್ರರಿ ಬಾಗಿಲು ಹಾಕಿಬಿಡುತ್ತಾರೇನೋ ಎಂದು ಗಡಿಬಿಡಿಯಿಂದ ಹೆಜ್ಜೆ ಹಾಕಿದ. ಆದರೆ ಈಗ ತಾನೇ ಕಂಡಿದ್ದ ಆ ಅನಾಮಿಕ ರೂಪಸಿಯ ಚಿತ್ರ ಮಾತ್ರ ಆತನ ಕಣ್ಣಲ್ಲಿ ಅಚಲವಾಗಿ ನಿಂತಿತ್ತು...

'ಬಹುಶಃ ಈ ವರುಷವೇ ಕಾಲೇಜಿಗೆ ಸೇರಿದವಳಿರಬೇಕು. ಪಿ.ಯು.ಸಿ.ಗೊ, ಡಿಗ್ರಿಗೊ? ಎಂದು ಕ್ಲಾಸುಗಳು ಪ್ರಾರಂಭವಾಗುತ್ತಲೇ ಪತ್ತೆ ಹಚ್ಚಬೇಕು. ಹೇಗಾದರೂ ಅವಳ ಹೆಸರು, ಕ್ಲಾಸು, ವಿಭಾಗದ ವಿವರಗಳನ್ನೂ ತಿಳಿದುಕೊಳ್ಳಬೇಕು. ಈಕೆಯ ಸ್ನೇಹ ಸಂಪಾದಿಸುವಂತಾದರೆ ಆಗಲೇ ಕಾಲೇಜು ಜೀವನಕ್ಕೊಂದು ಸಾರ್ಥಕ್ಯ. ಈ ಎರಡು ವರ್ಷಗಳಲ್ಲಿ ಹೀಗೆ ಹೃದಯ ಸೂರೆಗೊಳ್ಳುವಂತಹ ರೂಪದ ಒಂದೇ ಒಂದು ವಿದ್ಯಾರ್ಥಿನಿ ಎದುರಾಗಿಲ್ಲ. ಓಹ್, ಎಂಥಹ ಪಾವನ ಸೌಂದರ್ಯ!' ಹೀಗೆ, ಕಾಲೇಜಿಗೆ ಸೇರಿದಾರಭ್ಯ ಸುಳಿಯದ ವಿನೂತನ ನವಿರು ಯೋಚನೆಗಳು ಹೇಮಂತನ ಮನಸ್ಸಲ್ಲಿ ಚಿಗುರೊಡೆಯಲಾರಂಭಿಸಿದ್ದವು. ಆತ ಈ ಗುಂಗಿನಲ್ಲೇ ಕಾಲೇಜಿನ ಕೆಲಸ ಮುಗಿಸಿ ಹೊರಗಿನ ಆವರಣಕ್ಕೆ ಕಾಲಿಟ್ಟ. ಅಲ್ಲಿ ಒಂದು ಕೊಂಬೆಯನ್ನೂ ಬಿಡದೆ, ಮೈಯೆಲ್ಲ ಗೊಂಚಲು ಗೊಂಚಲು ಹೂವನ್ನು ತುಂಬಿಕೊಂಡು ಹೂವಿನ ತೇರಿನಂತೆ ನಿಂತ ಮೇ ಫ್ಲವರ್ ಮರಗಳು ಆತನ ಹೃದಯದಲ್ಲಿ ಇದೇ ಮೊದಲ ಬಾರಿಗೆ ಸಂತಸದ ಚಿಲುಮೆ ಚಿಮ್ಮುವಂತೆ ಮಾಡಿದವು...

*

ಕೆಲ ದಿನಗಳಲ್ಲೇ ಕಾಲೇಜು ಮತ್ತೆ ತೆರೆದು ತರಗತಿಗಳು ಪ್ರಾರಂಭವಾಗಿದ್ದವು.

ಅಂದು ಕಾರಿಡಾರಿನಲ್ಲಿ ಎದುರಾಗಿ ಹೃದಯದಲ್ಲಿ ನವಿರು ಭಾವನೆಗಳೇಳಲು ಕಾರಣಳಾಗಿದ್ದ ಆ ಅಪೂರ್ವ ರೂಪಸಿಯ ಹೆಸರು, ತರಗತಿ, ವಿಭಾಗ ಇವುಗಳನ್ನೆಲ್ಲ ಪತ್ತೆ ಹಚ್ಚುವ ಹೇಮಂತನ ಪ್ರಯತ್ನವಿನ್ನೂ ಪ್ರಾರಂಭವಾಗಿರಲಿಲ್ಲ. ಕೆಲದಿನಗಳಿಂದ ವಾಸ್ತವ್ಯವಿಲ್ಲದೆ ಅಸ್ತವ್ಯಸ್ತವಾಗಿದ್ದ ರೂಮನ್ನು ಸ್ವಚ್ಛಗೊಳಿಸಿ ಒಪ್ಪವಾಗಿಸುವುದು; ಪುಸ್ತಕಗಳನ್ನು ಕಲೆ ಹಾಕುವುದು; ಇದೇ ಕೆಲಸದಲ್ಲಿ ತತ್ಪರನಾದ ಗೆಳೆಯ ನಾಗರಾಜನಿಗೆ ನೆರವಾಗುವುದು; ಇದರಲ್ಲೇ ಆತ ಕೆಲದಿನ ಬಿಡುವಿಲ್ಲದೆ ತೊಡಗಿಕೊಂಡಿದ್ದ...

ಕಾಲೇಜು ಈ ವರ್ಷವೂ ನೂರಾರು ತಾರುಣ್ಯ ಚಿಮ್ಮುವ ಹೊಸ ಮುಖಗಳನ್ನು ತನ್ನ ಆಸರೆಗೆ ಸೇರಿಸಿಕೊಂಡು ಹೂವುಬಿಟ್ಟು ಪಕ್ಷಿ ಸಂಕುಲಗಳಿಂದ ತುಂಬಿ ಗಿಜಿಗುಡುವ ಮರದಂತಾಗಿತ್ತು.

ಹೇಮಂತ, ಅದೇನೋ ಹೊಸ ಉತ್ಸಾಹದಿಂದಲೇ ಪದವಿಯ ಅಂತಿಮ ವರ್ಷದ ತರಗತಿಗೆ ಕಾಲಿರಿಸಿದ್ದ. ಮೊದಲ ದಿನದಿಂದಲೇ, ಮನವ ಸೆಳೆದ ಆ ಅಪೂರ್ವ ರೂಪಸಿಗಾಗಿ ಕಣ್ಣುಗಳು ಹುಡುಕಲಾರಂಭಿಸಿದ್ದವು! ಅವಳನ್ನೊಮ್ಮೆ ಕಾಲೇಜಿನಲ್ಲಿ ಕಂಡ ನಂತರ ಆ ಬಗ್ಗೆ ಗೆಳೆಯ ನಾಗರಾಜನಲ್ಲಿ ಪ್ರಸ್ತಾಪಿಸಬೇಕು, ಅವಳನ್ನು ಕಾರಿಡಾರಿನಲ್ಲಿ ಮೊದಲ ಬಾರಿಗೆ ಕಂಡ ಸಂದರ್ಭವನ್ನು ಆತನಿಗೆ ಹೇಳಬೇಕು ಎಂದುಕೊಂಡಿದ್ದ ಹೇಮಂತ. ಆದರೆ ಕಾಲೇಜು ಆರಂಭವಾಗಿ ನಾಲ್ಕನೇ ದಿವಸವೇ ಆಕೆಯ ಕುರಿತಾದ ವಿವರವನ್ನೆಲ್ಲ ನಾಗರಾಜನ ಬಾಯಿಯಿಂದಲೇ ಕೇಳಿಸಿಕೊಳ್ಳುವ ಪ್ರಮೇಯ ಆತನಿಗೆ ಒದಗಿ ಬಂದಿತ್ತು.

ಅಂದು ಬೆಳಿಗ್ಗೆ ಆತ ನಾಗರಾಜನೊಂದಿಗೆ ಕಾಲೇಜಿನತ್ತ ನಡೆದು ಬರುತ್ತಿದ್ದಾಗ, ಅವರಿಂದ ತುಸು ದೂರದಲ್ಲಿ ಇತಿಹಾಸ ವಿಭಾಗದ ಮುಖ್ಯಸ್ಥರಾದ ಪ್ರೊಫೆಸರ್ ಶಕೀಲ್ ಅವರೊಂದಿಗೆ ಹೆಜ್ಜೆ ಹಾಕುತ್ತಿದ್ದ ಆಕೆ ಆತನ ಕಣ್ಣಿಗೆ ಬಿದ್ದಳು. ಕೆಂಬಣ್ಣದ ಸೀರೆಯಲ್ಲಿ ಕಂಗೊಳಿಸುತ್ತಿರುವ ಮನಸೆಳೆವ ಅದೇ ಸುಂದರ ರೂಪು; ಅದೇ ಗಾಂಭೀರ್ಯದ ಮೇಲುನಡೆ...! ಶಕೀಲ್ ಅಹಮದ್ ರವರು ತಮ್ಮ ಎಂದಿನ 'ಸಂಗಾತಿ'ಯಾದ ರ‍್ಯಾಲಿ ಸೈಕಲ್ಲನ್ನು ತಳ್ಳಿಕೊಂಡು ಅದೇನೋ ಅವಳೊಡನೆ ಮಾತಾಡುತ್ತಾ ಹೆಜ್ಜೆ ಹಾಕುತ್ತಿದ್ದರು...

ತಮ್ಮಿಂದ ತುಸು ದೂರದಲ್ಲೇ ಶಕೀಲರೊಂದಿಗೆ ನಡೆಯುತ್ತಿದ್ದ ಆಕೆಯನ್ನು ಕಂಡಾಕ್ಷಣ ಹೇಮಂತನಲ್ಲಿ ಒಮ್ಮೆಲೇ ಎಲ್ಲಿಲ್ಲದ ಉತ್ಸಾಹ ಮೂಡಿತು. ಆತ ತಕ್ಷಣವೇ, 'ನಾಗ್ರಾಜ ಅಲ್ಲಿ ನೋಡು!' ಎಂದು ಜತೆಯಲ್ಲಿ ನಡೆಯುತ್ತಿದ್ದ ಆತನನ್ನು ತಿವಿದ.

ಎಂದಿನಂತೆ ಮೌನವಾಗಿ ಕತ್ತು ತಗ್ಗಿಸಿ ನಡೆಯುತ್ತಿದ್ದ ನಾಗರಾಜ್, 'ಎಂಥದು ಮಾರಾಯ?' ಎನ್ನುತ್ತಾ ಹೇಮಂತ ದೃಷ್ಟಿ ನೆಟ್ಟತ್ತ ಕಣ್ಣು ಹಾಯಿಸಿದ.

'ಎಂಥಹ ಚೆಂದ ಇದ್ದಾಳೇ ಅಲ್ಲವಾ ನಾಗ್ರಾಜ್? ರಿಯಲೀ ಬ್ಯೂಟಿಫುಲ್, ಏನನ್ನುತ್ತಿ? ನಮ್ಮ ಕಾಲೇಜಿನಲ್ಲಿ ಇಷ್ಟು ಚೆಂದದ ಇನ್ನೊಬ್ಬಳೇ ಒಬ್ಬಳು ಹುಡುಗಿ ಇದ್ದರೆ ತೋರಿಸು. ರಾಣಿ, ಅಮೃತಾ, ರೇವತಿ, ಪ್ರೇಮಲತಾ, ಲಲಿತಾ ಇವರೆಲ್ಲ ರಾಶಿಗಟ್ಟಲೆ ಮೇಕಪ್ ಮಾಡಿಕೊಂಡು ತಮ್ಮಷ್ಟಕ್ಕೆ ತಾವೇ 'ಮಿಸ್ ಇಂಡಿಯಾ' ಎಂದು ಮಿಡುಕಬೇಕು ಅಷ್ಟೆ. ನೀನು ಸಮೀಪದಿಂದ ಈಕೆಯನ್ನೊಮ್ಮೆ ನೋಡಬೇಕು. ಆಗ ನಾನು ಹೇಳುತ್ತಿರುವುದು ಸರಿ ಎಂದು ನಿನಗೇ ಗೊತ್ತಾಗುತ್ತದೆ. ನಿರಾಡಂಬರ, ನಿರಾಭರಣ ಸುಂದರಿ!... ಬಹುಶಃ ಪಿ.ಯು. ಕ್ಲಾಸಿಗೆ ಸೇರಿರಬೇಕು ಹೊಸದಾಗಿ! ರಜೆಯಲ್ಲಿ ಕಾಲೇಜಿನ ಫೀಸು ಕಟ್ಟಿ ನಾನು ಲೈಬ್ರರಿಗೆ ಹೋಗುವಾಗ ಒಬ್ಬಳೇ ಎದುರಿಗೆ ಸಿಕ್ಕಿದ್ದಳು. ಅವಳ ಕ್ಲಾಸನ್ನು ಹುಡುಕಿ ತೆಗೆಯಬೇಕು... ಸಾಧ್ಯವಾದರೆ ಮಾತನಾಡಿಸಬೇಕು...'–ಹೀಗೆ ಇನ್ನೂ ಆತ ಏನೇನೋ ಹೇಳುತ್ತಾ ತನ್ನ ಕನಸನ್ನು ತೋಡಿಕೊಳ್ಳುವವನಿದ್ದ. ಆದರೆ ಹೇಮಂತನ ಈ ಪ್ರವರ ಕೇಳುತ್ತಾ ಮೌನವಾಗಿ ನಡೆಯುತ್ತಿದ್ದ ನಾಗರಾಜ್

ಆತನ ಮಾತು ತಡೆಯುತ್ತಾ "ಸಾಕು ಮಾರಾಯ ಕೈದು ಮಾಡು. ಅವಳಿಗೆ ಲೈನು ಹೊಡೆಯುವ ಅಥವಾ ಲವ್ ಮಾಡುವ ಅಂದಾಜಿನಲ್ಲಿದ್ದೀಯಾ ಹೇಗೆ? ಇದು ಫೈನಲ್ ಈಯರ್ ಎನ್ನುವುದು ನೆನಪುಂಟಲ್ಲ? ಹಾಗೇನಾದರೂ ಶುರು ಮಾಡಿದಿಯಾದರೆ ನಿನ್ನ ಮುಂಡಾ ಮೋಚಿ ಹೋದೀತು!" ಎಂದು ಗದರಿದ, ಸ್ನೇಹದ ಸಲುಗೆಯಲ್ಲಿ. ತನ್ನ ಉತ್ಸಾಹಕ್ಕೆ ತಣ್ಣೀರೆರಚುವಂತೆ ಮಾತನಾಡಿದ ಮಿತ್ರನತ್ತ ತುಸು ಮುಜುಗರದಿಂದ ಹೇಮಂತ ದಿಟ್ಟಿಸಿದಾಗ ನಾಗರಾಜನೇ ಮುಂದುವರಿಸಿದ:

"ನೋಡು ಹೇಮಂತ್, ನಾನು ಇನ್ನೊಮ್ಮೆ ಅವಳನ್ನು ಹತ್ತಿರದಿಂದ ನೋಡುವ ಅಗತ್ಯವೇನಿಲ್ಲ" ಎಂದ. "ಯಾಕೆ? ನಿನಗವಳ ಗುರುತಿದೆಯಾ? ಯಾರೆಂದು ಗೊತ್ತುಂಟ?"–ಹೇಮಂತ ಅಚ್ಚರಿಯಿಂದಲೇ ನಾಗರಾಜನಲ್ಲಿ ಕೇಳಿದ.

"ಹಾಗೇನಿಲ್ಲ ಹೇಮಂತ್, ಮೊನ್ನೆಯೇ ಕಾಲೇಜಿನ ಆಫೀಸಿನಲ್ಲಿ ನಾನವಳನ್ನು ಸಮೀಪದಿಂದ ಕಂಡಿದ್ದೇನೆ. ನೀನಂದಂತೆ ಅವಳು ತುಂಬ ಚೆಂದವಿರುವುದೂ ಸತ್ಯ. ಈ ವರ್ಷವೇ ಪಿ.ಯು.ಸಿ.ಗೆ ಸೇರಿರುವುದೂ ನಿಜ. ಆದರೆ ಆರ್ಟ್ಸ್‌ಗಲ್ಲ; ಕಾಮರ್ಸ್ ಸೆಕ್ಷನ್‌ಗೆ. ಮತ್ತೆ ಮುಖ್ಯ ವಿಚಾರವೆಂದರೆ ಅವಳು ಪ್ರೊ. ಶಕೀಲ್ ಅಹಮದ್‌ರವರ ಖಾಸಾ ಮಗಳು. ಆದ್ದರಿಂದ ಅವರೊಟ್ಟಿಗೇ ಕಾಲೇಜಿಗೆ ಬರುತ್ತಿದ್ದಾಳೆ. ಗೊತ್ತಾಯಿತಾ? ಹೆಸರು ಸಕೀನಾ ಅಂತೆ. ತುಮಕೂರಿನಲ್ಲಿ ಶಕೀಲರಿದ್ದಾಗ ಅಲ್ಲಿಯೇ ಅವಳ ಎಸ್.ಎಸ್.ಎಲ್.ಸಿ. ಆಗಿದೆಯಂತೆ. ಸಾಕಾ? ಇನ್ನೂ ವಿವರ ಬೇಕಾ?" ನಾಗರಾಜ್ ನಗುತ್ತಾ ಹೇಮಂತನನ್ನು ಕೇಳಿದ.

"ಅರೆ! ನಿನಗಿದೆಲ್ಲ ಹೇಗೆ ಗೊತ್ತಾಯಿತು ಮಾರಾಯ?" ಅನಾಯಾಸವಾಗಿ ತನಗೆ ಬೇಕಾದ ವಿವರವೆಲ್ಲ ದೊರೆತ ಸಂತಸ ಮತ್ತು ಅಚ್ಚರಿಯಲ್ಲಿ ಕೇಳಿದ ಹೇಮಂತ!

"ಅವಳ ಕ್ಲಾಸಿನ ಆ ಕಿಲಾಡಿ, ಕೋಟಿಪುರ ಚಂದ್ರಶೇಖರ ಶೆಟ್ಟಿ, ಹೇಳಿದ, ಮೊನ್ನೆ ಆಫೀಸಿನಲ್ಲಿ ಆಕೆಯನ್ನು ಕಂಡ ದಿನ ಆತನೂ ಅಲ್ಲೇ ಇದ್ದ. ನನ್ನನ್ನು ಪಕ್ಕಕ್ಕೆ ಕರೆದು ಇಷ್ಟೆಲ್ಲ ವಿವರ ಹೇಳಿದ. "ಈ ಸಾಬರ ಹುಡುಗಿಯರು ತುಂಬಾ ಚೆಂದವಿರುತ್ತಾರೆ; ಅಲ್ವ ನಾಗ್ರಾಜ್? ಪುಣ್ಯಕ್ಕೆ ಈಕೆ ಬುರುಕಾ ಹಾಕಿಕೊಂಡು ಕಾಲೇಜಿಗೆ ಬರುತ್ತಿಲ್ಲ! ಹಾಗೇನಾದರೂ ಬರುತ್ತಿದ್ದರೆ ನಮ್ಮ ಕಣ್ಣಿಗೆ ಈ ಸೌಂದರ್ಯ ನೋಡಲು ಸಿಗುತ್ತಿತ್ತಾ?" ಎಂದು ನಗುತ್ತಾ ಹೊರಟುಹೋದ." ಹೀಗೆ ಹೇಳಿ ಹೇಮಂತನ ಮುಖವನ್ನೊಮ್ಮೆ ದಿಟ್ಟಿಸಿದ ನಾಗರಾಜ್, 'ಹೊತ್ತಾಗುತ್ತದೆ ಬೇಗ ನಡಿ' ಎಂದು ಕಾಲೇಜಿನತ್ತ ಸಟಸಟ ಹೆಜ್ಜೆ ಹಾಕಿದ.

ಯಾಕೋ ನಾಗರಾಜನ ಮಾತಿನ ಧಾಟಿಯಿಂದ ಹೇಮಂತನಿಗೆ ತುಸು ಪಿಚ್ಚೆನಿಸಿತು. ಆದರೂ ಆತನಿಂದ ಇಷ್ಟೆಲ್ಲ ವಿವರ ಗೊರಕಿದುದಕ್ಕೆ

ಖುಷಿಯೂ ಆಯಿತು. ಬುರುಕಾ ಹಾಕಿಕೊಂಡು ಕಾಲೇಜಿಗೆ ಬಂದರೂ ಅವಳ ಇಡೀ ವ್ಯಕ್ತಿತ್ವದ ಸೌಂದರ್ಯ ಹೊರ ಸೂಸಲು ಆ ವಿಶಾಲ ಕಂಗಳ ದುಂಡು ಮೊಗವೊಂದೇ ಸಾಕು ಎಂದು ತನ್ನಲ್ಲೆ ಅಂದಕೊಂಡ ಹೇಮಂತ, ಬುರುಕಾದಲ್ಲಿ ಅವಳನ್ನು ಕಲ್ಪಿಸಿಕೊಂಡು ಮನದಲ್ಲಿಯೇ ನಕ್ಕ. ಅದರೊಂದಿಗೇ, ಹೇಮಂತನಿಂದ ಇದನ್ನೆಲ್ಲ ಕೇಳಿಸಿಕೊಂಡ ಮೇಲೆ ತನ್ನೊಳಗೇಕೋ ಕ್ಷೀಣ ನಿರಾಶಾಭಾವವೊಂದು ಮೂಡುತ್ತಿದೆ ಅನಿಸಿ, 'ಯಾಕೆ ಹಾಗಾಗುತ್ತಿದೆ?' ಎಂದು ಅರ್ಥೈಸಿಕೊಳ್ಳಲಾಗದೇ ಒಳಗೊಳಗೇ ವಿಚಲಿತನಾಗುತ್ತಾ ನಾಗರಾಜನೊಡನೆ ಕ್ಲಾಸ್ ರೂಮಿನತ್ತ ಹೆಜ್ಜೆ ಹಾಕಿದ.

ಸಕೀನಾಳ ಕುರಿತು ತನ್ನಲ್ಲೇಳುತ್ತಿರುವ ಭಾವನೆಗಳ ಸುಳಿವು ನಾಗರಾಜನಿಗೆ ಸಿಗದಿರುವುದೇ ಸೂಕ್ತ ಎಂದೇಕೋ ಆತನಿಗನಿಸಿಬಿಟ್ಟಿತ್ತು!

*

'ಇದು ಫೈನಲ್ ಈಯರ್, ಲವ್ ಅಫೇರ್ ಶುರು ಮಾಡುವ ಸಮಯವಲ್ಲ. ಹಾಗೇನಾದರೂ ಮಾಡಿದರೆ 'ಮುಂಡಾ ಮೋಚಿ' ಹೋಗುತ್ತದೆ' ಎಂದು ನಾಗರಾಜ ಗಾಂಭೀರ್ಯದೊಂದಿಗೆ ತಮಾಷೆಯನ್ನೂ ಬೆರೆಸಿ ಎಚ್ಚರಿಸಿದ್ದೇನೋ ನಿಜ, ಆದರೆ ಹೇಮಂತನಿಗೇಕೋ ಅವಳನ್ನು ಸದಾ ನೋಡಬೇಕೆಂಬ ತವಕ ಮಾತ್ರ ಒಳಗೊಳಗೇ ತೀವ್ರವಾಗುತ್ತಾ ಹೋಗುತ್ತಿತ್ತು.

ಮೊದಮೊದಲಿಗೆ ನಾಲ್ಕಾರು ಬಾರಿ ದಾರಿಯಲ್ಲಿ ಕಾದು ನಿಂತು ಅವಳನ್ನು ಕಂಡು ಖುಷಿ ಪಡುತ್ತಿದ್ದ. ಆದರೆ ಮುಂದೆ ಅದೇ ಒಂದು ಗೀಳಾಗಬಹುದೆಂದು ಆತ ಅಂದುಕೊಂಡಿರಲೇ ಇಲ್ಲ. ಕಾಲೇಜಿನ ಯಾವುದಾದರೂ ಒಂದು ಮೂಲೆಯಲ್ಲಿ ಅನಿರೀಕ್ಷಿತವಾಗಿ ಆಕೆ ಕಾಣಸಿಕ್ಕಾಗ ಆತ ಅನಿಮಿಷನೇತ್ರನಾಗಿ ಅವಳನ್ನು ನೋಡುತ್ತಾ ನಿಲ್ಲುತ್ತಿದ್ದ; ಪ್ರೀತಿ ತುಂಬಿದ ನೋಟವನ್ನು ಅವಳತ್ತ ಬೀರುತ್ತಿದ್ದ...

ಆದರೆ ಕ್ರಮೇಣ ದಿನಕ್ಕೊಂದು ಬಾರಿಯಾದರೂ ಅವಳನ್ನು ಕಾಣದೆ ಹೋದರೆ ಆತನ ಮನಸ್ಸು ಉದಾಸವಾಗತೊಡಗಿತ್ತು. ಮತ್ತೆ ಮತ್ತೆ ಅವಳನ್ನು ನೋಡಬೇಕೆಂದು ಮನಸ್ಸು ತವಕಿಸುತ್ತಿತ್ತು. ಹಾಗಾಗಿ, ಹೆಚ್ಚಾಗಿ ಒಟ್ಟಿಗೇ ಇರುತ್ತಿದ್ದ ಮಿತ್ರ ನಾಗರಾಜನಿಗೇನಾದರೂ ಒಂದು ಕುಂಟು ನೆಪ ಹೇಳಿ ಆತನಿಂದ ತಪ್ಪಿಸಿಕೊಂಡು ಪಿ.ಯು.ಸಿ. ಕಾಮರ್ಸ್ ತರಗತಿ ನಡೆಯುತ್ತಿರುವಲ್ಲಿಗೆ ಏನೋ ಕೆಲಸವಿರುವವನಂತೆ ಎಡತಾಕಲು ಆತ ಮೊದಲು ಮಾಡಿದ್ದ. ಅಲ್ಲಿ ಅತ್ತಿತ್ತ ಸುಳಿದಾಡಿ ಹೇಗಾದರೂ ಮಾಡಿ ಅವಳನ್ನೊಮ್ಮೆ ನೋಡಿಕೊಂಡು ಬರುತ್ತಿದ್ದ. ಅಪರೂಪಕ್ಕೆಲ್ಲಿಯಾದರೂ ಸಕೀನಾಳು ನೇರ ಎದುರಾದರೆ ಆಕೆಯನ್ನೊಮ್ಮೆ ಪ್ರೀತಿ ತುಂಬಿದ ಕಣ್ಣುಗಳಿಂದ ದಿಟ್ಟಿಸಿ ಆಕೆಯ ಕಂಗಳಲ್ಲಿ ಅದರ ಪ್ರತಿಬಿಂಬವೇನಾದರೂ ಗೋಚರಿಸೀತೇ? ಎಂದು ತವಕಿಸುತ್ತಿದ್ದ...

ಇತ್ತ ಹೇಮಂತ ಹೀಗೆ ತವಕಿಸುತ್ತಿದ್ದರೆ ಸಕೀನಾಳಿಗೆ ಮಾತ್ರ ಆತನ ಈ ಗುಪ್ತ ಅನುರಾಗದ ಸುಳಿವೇ ಸಿಕ್ಕಿದಂತಿರಲಿಲ್ಲ. ಆತನ ಪ್ರೇಮ ತುಂಬಿದ ಕಣ್ಣೋಟಕ್ಕೆ ಆಕೆಯದೊಂದು ತಣ್ಣನೆಯ ಪ್ರತಿನೋಟವೇ ಉತ್ತರವಾಗುತ್ತಿತ್ತು. ತನ್ನನ್ನು ಆಶೆ ತುಂಬಿದ ಕಣ್ಣುಗಳಿಂದ, ಅಭಿಮಾನದಿಂದ; ಪ್ರಶಂಸಾಭಾವದಿಂದ ದಿಟ್ಟಿಸುವ ಬಹುಮಂದಿ ಹುಡುಗರಲ್ಲಿ ಹೇಮಂತನೂ ಒಬ್ಬನೆನ್ನುವಂತೆ ಆಕೆ ತನ್ನ ಪಾಡಿಗೆ ತಾನಿರುತ್ತಿದ್ದಳು. ಸದ್ಯದ ಸಂದರ್ಭದಲ್ಲಿ ಹೇಮಂತನೂ ಇದರಿಂದ ತೀವ್ರತರ ನಿರಾಶೆಯನ್ನೇನೂ ಅನುಭವಿಸಿರಲಿಲ್ಲ. ಅವಳ ಸಾಮಿಪ್ಯಕ್ಕಾಗಿ, ಸ್ನೇಹಕ್ಕಾಗಿ ಪ್ರೀತಿ ತುಂಬಿದ ಒಂದು ನೋಟಕ್ಕಾಗಿ ಮನಸ್ಸಿನಾಳದಲ್ಲಿ ತೀವ್ರವಾದ ತುಡಿತವಿದ್ದರೂ ಅದರ ನಿರೀಕ್ಷೆಯಲ್ಲೇ ಆತನಿಗದೇನೋ ಹಿತವಿತ್ತು. ತನ್ನ ಪ್ರೀತಿಯ ಸುಂದರ ಸಾಕಾರರೂಪವನ್ನು ಸಕೀನಾಳಲ್ಲಿ ಕಂಡುಕೊಳ್ಳುತ್ತ ದೂರದಿಂದ ಅವಳನ್ನು ನೋಡುವುದರಲ್ಲೇ ಸದ್ಯಕ್ಕಾತ ಸಂತುಷ್ಟನಾಗಿದ್ದ...

ಇದನ್ನು ಮೀರಿ ಅವಳ ಸ್ನೇಹಕ್ಕಾಗಿ, ಪ್ರೀತಿಗಾಗಿ ಮುಂದಡಿಯಿಡುವ ಪ್ರಯತ್ನವನ್ನು ಆತ ಬುದ್ಧಿಪೂರ್ವಕ ಹತ್ತಿಕ್ಕಿಕೊಂಡಿದ್ದ...

ಇದಕ್ಕೆ ಗೆಳೆಯ ನಾಗರಾಜನ ಎಚ್ಚರಿಕೆಯ ಮಾತುಗಳಲ್ಲದೆ ಇನ್ನೊಂದು ಪ್ರಬಲವಾದ ಕಾರಣವೂ ಇತ್ತು:

ಯಾವುದೇ ವಿಚಾರದಲ್ಲಿ ತೀರಾ ಉತ್ಸಾಹದಿಂದ ಮುಂದುವರಿಯುವ ತಾರುಣ್ಯದ ಹೊಸ್ತಿಲಲ್ಲಿ ಹೇಮಂತನಿದ್ದನಾದರೂ ಹಾಗೆ ನಿರ್ಭಿಡೆಯಿಂದ ಮುಂದುವರಿಯದಂತೆ ಆತನ ಬದುಕಿನ ಸುತ್ತ ಒಂದು ಆವರಣವೇ ನಿರ್ಮಿತವಾಗಿತ್ತು. ಆತನ ವರ್ತಮಾನ ಜೀವನದ ಪರಾಧೀನತೆಗಾಗಿ ಆತ ಪರಿತಪಿಸುತ್ತಿರಲಿಲ್ಲವಾದರೂ ಆತನ ಎಲ್ಲಾ ತಾರುಣ್ಯ ಸಹಜ ಉತ್ಸಾಹಕ್ಕೆ ಅದೊಂದು ಮೂಗುದಾರದಂತಿತ್ತು. 'ಭವಿಷ್ಯ ನಿರ್ಮಾಣದ ಒಂದು ನಿರ್ಣಾಯಕ ಹಂತದಲ್ಲಿ ತಾನೀಗ ನಿಂತಿದ್ದೇನೆ' ಎಂಬ ಅರಿವೂ ಆತನಲ್ಲಿತ್ತು. ತನ್ನ ದುರದೃಷ್ಟ ತಬ್ಬಲಿತನದ ಬದುಕಿನ ಬಗ್ಗೆ ಚಿಂತಿಸುವಾಗೆಲ್ಲ ಆತನಿಗೆ ತಾನಿಷ್ಟು ದೂರ, ಈ ಸ್ಥಿತಿಗೆ ಸಾಗಿ ಬಂದುದೇ ಒಂದು ಅಚ್ಚರಿಯ ವಿಚಾರವಾಗಿ ತೋರುತ್ತಿತ್ತು... ಮನಸ್ಸಿನ ತುಂಬ ಗತ ಜೀವನದ ನೆನಪು ವ್ಯಾಪಿಸುತ್ತಿತ್ತು...

ಎರಡು

ಹೇಮಂತ ಮೂರು ವರ್ಷದ ಹಸುಳೆಯಾಗಿದ್ದಾಗಲೇ ದುರಂತವೆಂದು ಹೇಳಲಾಗುತ್ತಿರುವ ಘಟನೆಯೊಂದರಲ್ಲಿ ಆತನ ತಂದೆ ತೀರಿಕೊಂಡಿದ್ದರು. ಮರಮುಟ್ಟುಗಳ ವ್ಯಾಪಾರ ಮಾಡುತ್ತಿದ್ದ ಅವರು ಆ ವ್ಯವಹಾರದಲ್ಲಿ ಬಹಳ ಸೋಲುಂಡು ತುಂಬಾ ಸಾಲಗಾರರನ್ನು ಹೊಂದಿದ್ದರಂತೆ. ಸಾಲ ವಸೂಲಿಗಾಗಿ

ಬ್ಯಾಂಕಿನವರು ಮನೆ, ಜಮೀನು ಮುಟ್ಟುಗೋಲು ಹಾಕಿಕೊಂಡಾಗ ಇತರ ಸಾಲಗಾರರ ಒತ್ತಡದಿಂದ ಬಿಡುಗಡೆ ಹೊಂದಲು ಅವರು ಆತ್ಮಹತ್ಯೆ ಮಾಡಿಕೊಂಡರೆಂಬುದು ಆತ ಮನೆಯ ಇತರ ಹಿರಿಯರಿಂದ ತಿಳಿದುಕೊಂಡ ಸುದ್ದಿಯಾಗಿತ್ತು. ಆದರೆ ಸಾಲಕೊಟ್ಟಿದ್ದ ಯಾರೋ ಬಲಾಢ್ಯರು ಅವರನ್ನು ಕೊಲೆಗೈದರೆಂಬ ಗುಮಾನಿಯ ಮಾತನ್ನೂ ಅವರಿವರು ಹೇಳುವುದನ್ನು ಆತ ಕೇಳಿಸಿಕೊಂಡಿದ್ದ.

ಅಂತೂ ಅದರಲ್ಲಿ ಯಾವುದು ನಿಜ ಎನ್ನುವುದು ಮಾತ್ರ ಆತನಿಗೆ ನಿಚ್ಚಳವಾಗಲೇ ಇಲ್ಲ. ನಿಚ್ಚಳವಾಗುವ ಸಾಧ್ಯತೆಯೂ ತಾಯಿಯ ದುರ್ಮರಣದೊಂದಿಗೆ ಶಾಶ್ವತವಾಗಿ ಮುಚ್ಚಿಹೋಗಿತ್ತು... ತಂದೆ ತೀರಿಕೊಂಡು ವಾರ ಕಳೆಯುವುದರಲ್ಲೇ ಆತನ ತಾಯಿ ಮತಿಭ್ರಮಣೆಗೊಳಗಾದವರಂತೆ– ಗಂಡು ಮಗು ಎಂಬ ಕಾರಣಕ್ಕೋ ಏನೋ,–ಹಸುಳೆ ಹೇಮಂತನನ್ನೊಬ್ಬನನ್ನು ಬಿಟ್ಟು ಉಳಿದ ಚಿಕ್ಕ ಅವಳಿ ಹೆಣ್ಣು ಮಕ್ಕಳಿಬ್ಬರನ್ನು ಕಂಕುಳಲ್ಲಿ ಕವಚಿಕೊಂಡೇ ಬಾವಿಗೆ ಹಾರಿ ಇಹಲೋಕದ ಜಂಜಾಟಕ್ಕೆ ಆ ಮಕ್ಕಳೊಂದಿಗೆ ವಿದಾಯ ಹೇಳಿಬಿಟ್ಟಿದ್ದರು...

ಹೀಗೆ ಹೇಮಂತ ಅನಾಥರಲ್ಲಿ ಅನಾಥನಾಗಿ ಬಿಟ್ಟಿದ್ದ.

ತಂದೆ, ತಾಯಿ, ಒಡಹುಟ್ಟಿದವರನ್ನು ಕಳೆದುಕೊಳ್ಳುವಾಗ ಹೇಮಂತ ಕೇವಲ ಮೂರು ವರ್ಷದ ಹಸುಳೆಯಾಗಿದ್ದ. ಆ ಸಮಯದಲ್ಲಿ ಆತನ ಪಾಲನೆ ಪೋಷಣೆಯ ಜವಾಬ್ದಾರಿ ಹೊರಲು ಯಾರೂ ಮುಂದಾಗದೆ ಆತ ಅನಾಥಾಶ್ರಮ ಸೇರುವುದು ಬಹುತೇಕ ಖಚಿತವಾಗಿತ್ತು. ಆದರೆ ಆತನ ಸೋದರ ಮಾವ–ತಾಯಿಯ ಹಿರಿಯ ಸಹೋದರ–ಆತನನ್ನು ತನ್ನ ತೆಕ್ಕೆಗೆ ತೆಗೆದುಕೊಂಡು ಸಾಕಿ ಸಲಹಿದ್ದರು; ಇಷ್ಟು ದೂರಕ್ಕೆ ಆತನನ್ನು ತಂದು ನಿಲ್ಲಿಸಿದ್ದರು. ಈಗಲೂ ಆತನ ಏಕಮಾತ್ರ ಆಸರೆ ಎಂದರೆ ಅವರೇ ಆಗಿದ್ದರು.

ದಯಾಳುವಾಗಿದ್ದ ಮಾವನ ಆಶ್ರಯ, ನೆರವು ಇಲ್ಲದೆ ಹೋಗಿದ್ದರೆ ಯಾವುದೋ ಅನಾಥಾಲಯದ ಪಾಲಾಗಿಯೋ ಇಲ್ಲ ಯಾವುದಾದರೊಂದು ಹೋಟೆಲಿನಲ್ಲಿ ಲೋಟ ತೊಳೆಯುವ ಕಾಯಕದಲ್ಲೋ; ಮತ್ತೇನೋ ಚಾಕರಿಯಲ್ಲೋ ಈಗ ತಾನು ಬದುಕು ಸವೆಸಬೇಕಾಗಿತ್ತೆಂದು ಹೇಮಂತನಿಗೆ ಗೊತ್ತಿತ್ತು. ಸಿಡುಕು ನಡವಳಿಕೆಯ ತನ್ನ ಹೆಂಡತಿಯ ಪ್ರತಿರೋಧ, ಪದೆಪದೆ ಕಿರಿಕಿರಿಯ ಹೊರತಾಗಿಯೂ ಮಾವ ಆತನಿಗೆ ತಂದೆ ತಾಯಿ ಎರಡೂ ಆಗಿ ಪೋಷಿಸಿದ್ದರು; ತನ್ನ ಮಕ್ಕಳಲ್ಲಿ ಆತನೂ ಒಬ್ಬನೆನ್ನುವಂತೆ ನೋಡಿಕೊಂಡಿದ್ದರು. ಆದರೆ ವಯಸ್ಸಲ್ಲಿ ಹೇಮಂತನಿಗಿಂತ ತುಸು ಹಿರಿಯರಾಗಿದ್ದ ಅವರ ಎರಡು ಗಂಡು ಮಕ್ಕಳು ಮಾತ್ರ ಮೊದಲಿನಿಂದಲೂ ಆತನನ್ನು ಅನ್ಯನಂತೆಯೇ ನಡೆಸಿಕೊಂಡಿದ್ದರು. ಹೇಮಂತನ ಕುರಿತು ಅಸಡ್ಡೆ ತಾಳಿರುವ ತಾಯಿಯ

ಪ್ರೇರಣೆಯಿಂದಲೋ, ತಂದೆಯ ಪ್ರೀತಿ ಹಂಚಿಹೋಗುತ್ತಿದೆ ಎಂಬ ಮತ್ಸರದಿಂದಲೋ ಅವರೊಂದಿಗೆ ಅನ್ಯೋನ್ಯತೆ ಬೆಳೆಸಲು ಆತನಿಗೆ ಆಸ್ಪದವೇ ಸಿಗದಂತೆ ಅವರು ವರ್ತಿಸುತ್ತಿದ್ದರು. ಬೆಳೆಯುತ್ತಿದ್ದ ಹೇಮಂತನಿಗೆ ಇದು ಸ್ಪಷ್ಟವಾಗಿ ಅರ್ಥವಾಗುತ್ತಿತ್ತು. ಆತನ ಮಾವನಿಗೂ ಇದು ಬೇಸರ ಮತ್ತು ನೋವುಂಟು ಮಾಡುತ್ತಿತ್ತು. ಮಕ್ಕಳ ಮಧ್ಯದ ಈ ಕಂದಕ ಮುಚ್ಚಲು ಇನ್ನಿಲ್ಲದಷ್ಟು ಯತ್ನಿಸಿದ ಅವರು ಅದು ಸಾಧ್ಯವಾಗದಿದ್ದಾಗ 'ಆದುದಾಗಲಿ' ಎಂದು ಕೈಚೆಲ್ಲಿದ್ದರು.

ಹೇಮಂತ ಮತ್ತು ತನ್ನ ಮಕ್ಕಳ ಹಾಗೂ ಮಡದಿಯ ನಡುವೆ ಸಾಮರಸ್ಯವಿಲ್ಲದಿದ್ದರೂ ಆತನ ಮಾವ ಮಾತ್ರ ಹೇಮಂತನಿಗೆ ಯಾವುದರಲ್ಲೂ ಕುಂದುಕೊರತೆ ಬಾರದಂತೆ ನೋಡಿಕೊಳ್ಳುತ್ತಿದ್ದರು. ಆತ ಪದವಿಪೂರ್ವ ತರಗತಿಯಲ್ಲಿ ಪಾಸಾಗಿ ಮುಂದೇನು? ಎನ್ನುವ ಚಿಂತೆಯಲ್ಲಿದ್ದಾಗ ಅವರೇ ಆತನನ್ನು ಈ ಕಾಲೇಜಿಗೆ ಸೇರಿಸಿದ್ದರು. ಕಾಲೇಜಿಗೆ ಸೇರ್ಪಡೆಗೊಳಿಸುವಾಗ ಈ ಎಚ್ಚರಿಕೆಯ ಮಾತುಗಳನ್ನೂ ಆತನಿಗೆ ಹೇಳಿದ್ದರು:

'ಹೇಮಂತಾ, ನಿನಗೀಗ ಎಲ್ಲವನ್ನೂ ತಿಳಿದುಕೊಳ್ಳುವಷ್ಟು ವಯಸ್ಸಾಗಿದೆ. ಡಿಗ್ರಿಯಾದೊಡನೆ ನಿನ್ನ ಕಾಲ ಮೇಲೆ ನೀನು ನಿಲ್ಲುವ ಪ್ರಯತ್ನ ಮಾಡಬೇಕು. ಚೆನ್ನಾಗಿ ಓದಿ ಒಳ್ಳೆಯ ಮಾರ್ಕುಗಳನ್ನು ಪಡಿ. ನನಗೆ ಸಾಧ್ಯವಿರುವಾಗಲೇ ಯಾರಾದರೂ ಮಹನೀಯರಲ್ಲಿ ಬೇಡಿಕೊಂಡು ನಿನಗೆಲ್ಲಾದರೂ ಒಂದು ಉದ್ಯೋಗ ಕೊಡಿಸುತ್ತೇನೆ. ಒಳ್ಳೇ ಮಾರ್ಕ್ಸ್ ಪಡೆಯದಿದ್ದರೆ ಈಗ ಕೇಳುವವರೇ ಇಲ್ಲ. ರ್‍ಯಾಂಕು ಬಂದವರಿಗೂ ಈಗ ಉದ್ಯೋಗ ಸಿಗುವುದು ಕಷ್ಟವಿರುವಾಗ ಮಾರ್ಕ್ಸ್ ಕಮ್ಮಿ ಇದ್ದರೆ ಯಾರು ಕೇಳುತ್ತಾರೆ ಹೇಳು? ಕಾಲೇಜಿಗೆ ಮಜಾ ಮಾಡಲೆಂದೇ ಬರುವವರು ಹಾಗೇ ಮಾಡಲಿ. ನಿನಗೆ ನಿನ್ನ ಇತಿಮಿತಿಗಳ ನೆನಪಿರಲಿ. ಗೊತ್ತಾಯಿತಾ?' ಎಂದು ಎಚ್ಚರಿಸಿದ್ದರು.

ಹೇಮಂತ, ಮಾವನ ಈ ಬುದ್ಧಿಮಾತುಗಳನ್ನು ಅಕ್ಷರಶಃ ಪಾಲಿಸಲು ಪಣ ತೊಟ್ಟಿದ್ದ. ಕಾಲೇಜಿಗೆ ಸೇರಿದಂದಿನಿಂದ ಪ್ರತಿದಿವಸ ಮೂವತ್ತು ಮೈಲು ದೂರದ ಕಾಲೇಜಿಗೆ ಮನೆಯಿಂದಲೇ ಹೋಗಿ ಬರಲಾರಂಭಿಸಿದ್ದ. ರಿಯಾಯಿತಿ ದರದ ಬಸ್ ಪ್ರಯಾಣಕ್ಕಾಗಿ ಆತ ಬೆಳಗ್ಗೆ ಬೇಗನೆ ಹೊರಡಬೇಕಾಗುತ್ತಿತ್ತು. ಕೆಲವೊಮ್ಮೆ ಈ ಕಾರಣಕ್ಕಾಗಿ ಖಾಲಿ ಹೊಟ್ಟೆಯಲ್ಲೇ ಆತ ಹೊರಟು ಬಿಡುತ್ತಿದ್ದ. ಆತ ಪಡುತ್ತಿರುವ ಈ ಪಾಡು ಮತ್ತು ಮನೆಯಲ್ಲಾಗುತ್ತಿರುವ ಕಿರಿಕಿರಿ ಗಮನಿಸಿದ ಆತನ ಮಾವ ಈ ರಗಳೆಯಿಂದಲೂ ಆತನನ್ನು ಪಾರು ಮಾಡಿದ್ದರು.

'ಹೇಮಂತಾ, ದಿನಾ ಓಡಾಡುವ ತೊಂದ್ರೆ ಬೇಡವೆಂದು ಕಾಲೇಜಿರುವಲ್ಲಿಯೇ ನಿನ್ನ ವಾಸಕ್ಕೆ ರೂಮೊಂದನ್ನು ಗೊತ್ತು ಮಾಡಿದ್ದೇನೆ. ನಾರಾಯಣ ನಾವಡರು ಅವರ ಮಗನ ರೂಮಿನ ಹತ್ತಿರದಲ್ಲೇ ಇರುವ

ರೂಮನ್ನು ನಿನಗೆ ಕೊಡುತ್ತೇನೆ ಎಂದಿದ್ದಾರೆ. ಪುಣ್ಯಾತ್ಮ, ಬಾಡಿಗೆಯೇ ಬೇಡ ಎಂದಿದ್ದಾರೆ. ನೀನು ಅಲ್ಲಿಯೇ ಉಳಿದು ಕಾಲೇಜಿಗೆ ಹೋಗು. ನಿನ್ನ ಗೆಳೆಯ ಅವರ ಮಗನೂ ಅಲ್ಲಿಯೇ ಇರುವುದರಿಂದ ನಿನಗೂ ಸಹಾಯವಾದೀತು. ಮನೆಯ ರಗಳೆ ಬೇಡ. ಊಟ ತಿಂಡಿಗೆ ಬೇಕಾಗುವಷ್ಟು ನಾನು ಕೊಡುತ್ತಿರುತ್ತೇನೆ. ಚೆನ್ನಾಗಿ ಅಭ್ಯಾಸಮಾಡು. ಇನ್ನು ನಿನ್ನ ಬೆನ್ನ ಹಿಂದೆ ಕಾಯುವ ಕಣ್ಣುಗಳಿಲ್ಲ. ನೀನೇ ಹಿಂದೆ–ಮುಂದೆ ಯೋಚಿಸಿ ಜೀವನ ರೂಪಿಸಿಕೊಳ್ಳಬೇಕು ನೆನಪಿರಲಿ' ಎಂದು ಕಾಲೇಜಿರುವಲ್ಲಿಯೇ ಆತ ವಾಸ್ತವ್ಯ ಮಾಡಲು ಅನುವು ಮಾಡಿಕೊಟ್ಟಿದ್ದರು.

ಗೆಳೆಯ ನಾಗರಾಜನ ರೂಮಿನ ಹತ್ತಿರದಲ್ಲೇ ತನಗೆ ಕೋಣೆ ಸಿಕ್ಕಿದುದು ಹೇಮಂತನಿಗೆ ತುಂಬ ಸಂತಸ ತಂದಿತ್ತು. ಅಲ್ಲಿ ಠಿಕಾಣಿ ಮಾಡಿ ದಿನಾ ಕಾಲೇಜಿಗೆ ಹೋಗಲಾರಂಭಿಸಿದ ಆತನಿಗೆ ಮಾವನ ಹಿತವಚನದ ಮಾತುಗಳು ಸದಾಕಾಲ ಎಚ್ಚರಿಸುತ್ತಲೇ ಇದ್ದವು. ಹಾಗಾಗಿ ಕಳೆದ ಎರಡು ವರ್ಷಗಳಲ್ಲಿ ಆತ ವಿದ್ಯಾಭ್ಯಾಸದತ್ತಲೇ ತನ್ನ ಮನಸ್ಸನ್ನು ಪೂರ್ಣ ಕೇಂದ್ರೀಕರಿಸಿ ಆ ಎರಡು ವರ್ಷಗಳಲ್ಲೂ ಉತ್ತಮ ಅಂಕಗಳಿಂದ ಪಾಸಾಗಿದ್ದ. ಪದವಿ ಪರೀಕ್ಷೆಯ ಅಂತಿಮ ವರ್ಷದಲ್ಲೂ ಉತ್ತಮ ಅಂಕಗಳೊಂದಿಗೆ ಉತ್ತೀರ್ಣನಾಗಿ ಮಾವ ಆಶಿಸಿದಂತೆ ತನ್ನ ಬದುಕಿಗೆ ತಾನೇ ಒಂದು ನೆಲೆ ಕಂಡುಕೊಳ್ಳಬೇಕು ಎಂಬುದು ಆತನ ದೃಢ ಸಂಕಲ್ಪವೂ ಆಗಿದ್ದಿತು.

ತಾನು ಸಾಗಿ ಬಂದ ಜೀವನದ ಈ ಹಿನ್ನೆಲೆಯ ಅರಿವಿದ್ದ ಹೇಮಂತ ಅದೇ ಕಾರಣಕ್ಕಾಗಿ ತನ್ನ ತಾರುಣ್ಯ ಸಹಜವಾದ ಹಲವು ಆಶೆ, ಆಕಾಂಕ್ಷೆಗಳಿಗೆ, ಕೆಲವೊಮ್ಮೆ ಅನಿವಾರ್ಯವಾಗಿ ಮತ್ತು ಕೆಲವೊಮ್ಮೆ ಬುದ್ಧಿಪೂರ್ವಕ ಕಡಿವಾಣ ಹಾಕಿ ಅವುಗಳಿಗೆ ವಿಮುಖವಾಗಿ ಬದುಕು ಸಾಗಿಸಿದ್ದ. ತನ್ನ ಅನೇಕ ಸಹಪಾಠಿಗಳಂತೆ ತಾನೂ ಉತ್ತಮ ಬಟ್ಟೆಬರೆ ತೊಡಬೇಕು, ಯಾವುದಾದರೊಬ್ಬ ಹುಡುಗಿಯ ಸ್ನೇಹ ಸಂಪಾದಿಸಬೇಕು, ಅವರೆಲ್ಲ ಹೋಗುವಂತೆ ತಾನೂ ಕಡಲ ತಡಿಗೆ ಹೋಗಿ ಸ್ನೇಹದ ಆ ಸಂತಸ ಅನುಭವಿಸಬೇಕು, ಕಾಲೇಜಿನ ಲಲಿತಾಕಲಾ ಸಂಘಟನೆಯಲ್ಲೂ ತನ್ನನ್ನು ತೊಡಗಿಸಿಕೊಂಡು ಸಹಪಾಠಿಗಳ ಮೆಚ್ಚುಗೆ ಗಳಿಸಬೇಕು ಎಂದೆಲ್ಲ ಆತನ ಮನಸ್ಸು ಕೆಲವೊಮ್ಮೆ ತುಡಿಯುವುದಿತ್ತು. ಪ್ರತಿಭೆ ಮತ್ತು ರೂಪ ಇರುವ ತಾನು ಹಣಬಲದಿಂದಲೇ ಮೆರೆಯುವ ಕೆಲಸಹಪಾಠಿಗಳಿಗಿಂತ ಹೆಚ್ಚು ಮೆಚ್ಚುಗೆ ಗಳಿಸಬಲ್ಲೆ ಎನ್ನುವ ಆತ್ಮವಿಶ್ವಾಸ ಆತನಲ್ಲಿತ್ತು. ಆದರೆ ಆ ದಿಕ್ಕಿನಲ್ಲಿ ಯೋಚಿಸಿದ ಮರುಕ್ಷಣವೇ ಎಲ್ಲದಕ್ಕೂ ಮಾವನನ್ನೇ ಅವಲಂಬಿಸಬೇಕಾಗಿರುವ ಅನಿವಾರ್ಯತೆ ಮತ್ತು ಅವರ ಹಿತವಚನ ನೆನಪಾಗಿ ಆ ತುಡಿತಗಳನ್ನೆಲ್ಲ ಪ್ರಜ್ಞಾಪೂರ್ವಕವಾಗಿ ಆತ ಮನಸ್ಸಿನಿಂದ ದೂರ ಮಾಡಿ ಬಿಡುತ್ತಿದ್ದ.

ಯೋಗಾಯೋಗವೋ ಎನ್ನುವಂತೆ ಆತನ ವಾಸದ ಕೋಣೆಯ ಹತ್ತಿರದಲ್ಲೇ ವಾಸವಿದ್ದು ಕಾಲೇಜಿಗೆ ಬರುತ್ತಿರುವ ನಾರಾಯಣ ನಾವಡರ ಮಗ ನಾಗರಾಜನಿಗೆ ಮೆರೆದಾಡುವ, ಮಜ ಮಾಡುವ ಎಲ್ಲ ಅನುಕೂಲತೆಗಳಿದ್ದರೂ ಆತ ಯೋಗಿಯಂತೆ ಸದಾ ಅಧ್ಯಯನದಲ್ಲೇ ತನ್ಮಯನಾಗಿರುತ್ತಿದ್ದ. ಹಾಗಾಗಿ ಹೇಮಂತನಿಗೂ ಆ ದಿಕ್ಕಿನತ್ತಲೇ ಪ್ರಚೋದನೆ, ಸ್ಫೂರ್ತಿ ಸಿಗುತ್ತಿತ್ತು. ಅಮೇರಿಕಾಗೆ ಹೋಗಿ ಉನ್ನತ ವ್ಯಾಸಂಗ ಮಾಡಲು ಡಿಗ್ರಿ ಪರೀಕ್ಷೆಯಲ್ಲೇ ರ್‍ಯಾಂಕಿನ ಅಡಿಪಾಯ ಹಾಕಬೇಕೆಂಬ ನಿಶ್ಚಿತ ಗುರಿಯೊಂದಿಗೆ ನಾಗರಾಜ ಅಭ್ಯಾಸ ಮಾಡುತ್ತಿದ್ದ. ಒಂದೇ ಕ್ಲಾಸಾದರೂ ಬೇರೆ ವಿಭಾಗದಲ್ಲಿದ್ದ ನಾಗರಾಜ, ಹೇಮಂತನಿಗೆ ಉತ್ತಮ ಒಡನಾಡಿಯೂ, ಸ್ನೇಹಿತನೂ ಆಗಿದ್ದ. ಹೇಮಂತನ ಕಷ್ಟದ ಸಮಯದಲ್ಲಿ ನೆರವಾಗಲು ಎಂದೂ ಆತ ಹಿಂಜರಿಯುತ್ತಿರಲಿಲ್ಲ. ಹೇಮಂತನಂತೆಯೇ ಸಾಹಿತ್ಯದಲ್ಲಿ ಒಲವುಳ್ಳ ಆತ, ಹೇಮಂತ ಆಗೀಗ ಬರೆಯುವ ಕವನ-ಕಥೆಗಳನ್ನು ಓದಿ ಮೆಚ್ಚುಗೆ ಸೂಚಿಸುತ್ತಾ ಆತನ ಬರವಣಿಗೆಯ ಆಸಕ್ತಿ ಕುಂದದಂತೆ ಉತ್ತೇಜಿಸುತ್ತಿದ್ದ. ಆದರೆ ಅಧ್ಯಯನ ಕಡೆಗಣಿಸದಂತೆ ಎಚ್ಚರಿಸುವುದನ್ನೂ ಮರೆಯುತ್ತಿರಲಿಲ್ಲ.

*

ಇಂತಹ ಆಪ್ತಮಿತ್ರ ನಾಗರಾಜನೊಂದಿಗೆ ಹೇಮಂತ ಮೊದಮೊದಲಿಗೆ ತಾನು ಸಕೀನಾಳನ್ನು ಕಾಲೇಜಿನ ಯಾವುದೋ ಭಾಗದಲ್ಲಿ ಎದುರುಗೊಂಡುದು; ಅವಳ ಉದ್ದದ ಜಡೆ ಕಿಟಕಿಗೆ ಸಿಕ್ಕಿಕೊಂಡಾಗ ತಾನು ಬಿಡಿಸಲು ಮುಂದಾದುದು; ಅಷ್ಟರಲ್ಲೇ ಅವಳದನ್ನು ಬಿಡಿಸಿಕೊಂಡು ಹೊರಟು ಹೋದುದು; ಲೈಬ್ರರಿಯಿಂದ ಶಾನುಭಾಗರ ಕೊಠಡಿಗೆ ಪುಸ್ತಕ ಕೇಳಲು ಅವಳು ಹೋದಾಗ ತಾನೂ ಹಿಂಬಾಲಿಸಿದುದು; ಅವಳಲ್ಲಿ ಹೆಚ್ಚುಹೊತ್ತು ನಿಲ್ಲದೆ ಕಣ್ಮರೆಯಾದುದು; ಅವಳೊಡನೆ ಮಾತನಾಡಬೇಕೆಂಬ ಹಂಬಲ ಫಲಿಸದೆ ಹೋದುದು ಇತ್ಯಾದಿ ಸಂಗತಿಗಳನ್ನೆಲ್ಲ ಉತ್ಸಾಹದಿಂದ ಹೇಳಿಕೊಳ್ಳುತ್ತಿದ್ದ. ಅವಳ ಕುರಿತಾದ ಭಾವನೆಗಳನ್ನು ಯಾರೊಂದಿಗಾದರೂ ಹೇಳಿಕೊಳ್ಳಬೇಕೆಂಬ ತವಕವೂ ಅದರಲ್ಲಿ ಸೇರಿಕೊಂಡಿರುತ್ತಿತ್ತು.

ಆದರೆ ಹೇಮಂತನ ಈ ಅತೀವ ಉತ್ಸಾಹಕ್ಕೆ ವ್ಯತಿರಿಕ್ತವಾಗಿ ಯಾವ ಕಾರಣಕ್ಕೋ ನಾಗರಾಜ ಮಾತ್ರ ಆ ಬಗ್ಗೆ ತೀರಾ ನಿರ್ಲಕ್ಷ್ಯ ಮತ್ತು ನಿರಾಸಕ್ತಿ ತೋರುತ್ತಿದ್ದ. ಆಗೆಲ್ಲ ಹೇಮಂತನಿಗೆ ತುಂಬ ನಿರಾಶೆಯಾಗುತ್ತಿತ್ತು. ಹಾಗಾಗಿ ಆತ ಇಂತಹ ವರದಿ ಒಪ್ಪಿಸುವುದನ್ನು ಕ್ರಮೇಣ ನಿಲ್ಲಿಸಿಬಿಟ್ಟಿದ್ದ. ನಾಗರಾಜನ ಈ ಧೋರಣೆಯಿಂದ ಆತನಿಗೆ ಬೇಸರವೂ ಆಯಿತು. ಪ್ರಾಯಶಃ ತಾನು ಸಕೀನಾಳನ್ನು ಅತಿಯಾಗಿ ಮನಸ್ಸಿಗೆ ಹಚ್ಚಿಕೊಳ್ಳಬಹುದೆಂದು ನಾಗರಾಜ ಹೀಗೆ

ಉದಾಸೀನ, ನಿರ್ಲಕ್ಷ್ಯ ತೋರಿದನೇನೋ ಎಂದು ಹೇಮಂತ ತನಗೆ ತಾನೇ ಸಮಾಧಾನ ತಂದುಕೊಳ್ಳುತ್ತಿದ್ದ.

ದಿವಸಗಳು ಸರಿದಂತೆ, ತಾನೆಂದಿಗೂ ತನ್ನ ಮನಸ್ಸನ್ನು ಎಲ್ಲೆ ಮೀರಿ ಹರಿಯ ಬಿಡುವವನಲ್ಲ ಎಂದು ಹೇಮಂತ ತನ್ನಲ್ಲೇ ಅಂದುಕೊಳ್ಳುತ್ತಿದ್ದನಾದರೂ ದಿನದಿನಕ್ಕೂ ಸಕೀನಾಳೀಗೆ ಹತ್ತಿರವಾಗಲು ತನ್ನ ಹತೋಟಿ ಮೀರಿ ಮನಸ್ಸು ಹಾತೊರೆಯುತ್ತಿದೆ ಎನ್ನುವ ಸತ್ಯ ನಿಧಾನಕ್ಕೆ ಆತನ ಅರಿವಿಗೆ ಬರತೊಡಗಿತ್ತು. ಈ ಭಾವನೆ ಜಾಗ್ರತವಾದ ಮೇಲಂತೂ ನಾಗರಾಜನೊಂದಿಗೆ ತಪ್ಪಿಯೂ ಸಕೀನಾಳ ಕುರಿತು ಮಾತನಾಡುವುದನ್ನು ಆತ ನಿಲ್ಲಿಸಿ ಬಿಟ್ಟಿದ್ದ. ತನ್ನ ದೌರ್ಬಲ್ಯ ಗೊತ್ತಾಗಿ ನಾಗರಾಜ ಯಾವ ಗಳಿಗೆಯಲ್ಲಿ ಸಿಟ್ಟಾಗಿ ಬಿಡುತ್ತಾನೋ? ಏನು ತೀಕ್ಷ್ಣ ಮಾತು ಹೇಳುವನೋ? ಎಂದು ಹೇಮಂತನ ಮನಸ್ಸೀಗ ಅಳುಕಲಾರಂಭಿಸಿತ್ತು...

ಸಕೀನಾಳ ಕುರಿತು ತನ್ನ ಮನಸ್ಸಿನ ತುಡಿತ, ಹಂಬಲ ಒಂದು ಗಂಭೀರ ಸಂಗತಿಯೇ ಅಲ್ಲ; ಅದರಿಂದ ತಾನು ಯಾವ ಕ್ಷಣಕ್ಕೂ ಹಿಂದೆ ಸರಿಯಬಲ್ಲೆ ಎಂದುಕೊಂಡಿದ್ದ ಹೇಮಂತನ ಭಾವನೆ ಈಗ ಸಂಪೂರ್ಣ ತಲೆಕೆಳಗಾಗಿತ್ತು! ಅವನಿಗರಿವಿಲ್ಲದೆಯೇ ಹಿಂದೆ ಬರಲಾರದಷ್ಟು ಆಕೆಯನ್ನಾತ ಮನಸ್ಸಿಗೆ ಹಚ್ಚಿಕೊಂಡು ಬಿಟ್ಟಿದ್ದ. ಅವಳನ್ನು ನೋಡಲೆಂದು ಹೆಚ್ಚು ಹೆಚ್ಚಾಗಿ ಲೈಬ್ರರಿಗೆ ಮತ್ತು ಅವಳ ತರಗತಿಗಳು ನಡೆಯುತ್ತಿರುವಲ್ಲಿಗೆ ಎಡತಾಕಲಾರಂಭಿಸಿದ್ದ. ಕೆಲವೊಮ್ಮೆ ಕ್ಲಾಸಿಗೂ ಚಕ್ಕರ್ ಕೊಟ್ಟು ಅವಳು ಲೈಬ್ರರಿಗೆ ಬರುವ ಹೊತ್ತನ್ನೇ ಕಾದಿದ್ದು, ಆ ಸಮಯಕ್ಕೇ ಅಲ್ಲಿ ಹಾಜರಾಗುತ್ತಿದ್ದ. ಅಲ್ಲಿಗವಳು ಬಂದ ಮೇಲಂತೂ ಆಕೆಯ ಒಂದೊಂದು ಚಲನವಲನಗಳನ್ನೂ ಕದ್ದು ಗಮನಿಸುತ್ತಾ, ತನ್ನ ಚಡಪಡಿಕೆಯ ಸುಳಿವು ಬೇರಾರಿಗೂ ಸಿಗದಂತೆ, ಸಾಧ್ಯವಾದಷ್ಟು ಸ್ವಾಭಾವಿಕವಾಗಿರಲು ಯತ್ನಿಸುತ್ತಿದ್ದ. ಅವಳು ತನ್ನತ್ತ ಗಮನಿಸಲೆಂದು ಪುಸ್ತಕಗಳನ್ನು ಅತ್ತಿತ್ತ ಎತ್ತಿಡುತ್ತಾ ಅವಳ ಸನಿಹದಲ್ಲೇ ಏನೇನೋ ಕಸರತ್ತು ನಡೆಸುತ್ತಿದ್ದ...! ಅಕಸ್ಮಾತ್ ಆಕೆಯೊಮ್ಮೆ ಅವನನ್ನು ತಿರುಗಿ ನೋಡಿದಳೋ ಆರಾಧ್ಯಭಾವದಿಂದೊಮ್ಮೆ ಅವಳನ್ನು ದಿಟ್ಟಿಸಿ ಏನೋ ಸಾಧಿಸಿದಂತೆ ಪುಳಕಗೊಳ್ಳುತ್ತಿದ್ದ. ಅವಳ ಭೇಟಿಯಾಗದ ದಿನಗಳಲ್ಲಿ ಏನೋ ಸಂಕಟ ಅನುಭವಿಸುವವನಂತೆ ಅಸ್ವಸ್ಥನಾಗುತ್ತಿದ್ದ. ಆಗೆಲ್ಲ ಉದಾಸನಾಗಿ ರೂಮಿಗೆ ತೆರಳಿದವನು ರೂಮಿನ ಸೂರು ದಿಟ್ಟಿಸುತ್ತಾ ಮಲಗಿ ಬಿಡುತ್ತಿದ್ದ. ಕೆಲವೊಮ್ಮೆ ಮನಸ್ಸಿಗನಿಸಿದುದನ್ನೆಲ್ಲ ಕಾಗದದಲ್ಲಿ ಗೀಚುತ್ತಾ ಕುಳಿತುಕೊಳ್ಳುತ್ತಿದ್ದ...

*

ಹೀಗೆ ದಿನಗಳೆದಂತೆ ಸಕೀನಾಳ ಕುರಿತು ಹೇಮಂತನ ಮನಸ್ಸಿನ ಹುಚ್ಚು ಹಂಬಲ ಹೆಚ್ಚಾಗುತ್ತಾ ಹೋಗುತ್ತಿತ್ತು. ಆದರೆ ಅವಳ ಸ್ನೇಹ ಸಂಪಾದಿಸುವ ಮತ್ತು ತನ್ನ ಮನದ ಭಾವನೆಗಳನ್ನು ಅವಳಿಗೆ ವ್ಯಕ್ತಪಡಿಸುವ ಆತನ ಯಾವ

ಪ್ರಯತ್ನವೂ ಫಲಕಾರಿಯಾದಂತಿರಲಿಲ್ಲ. ಅವಳೊಡನೆ ಮಾತನಾಡುವ ಅವಕಾಶಕ್ಕಾಗಿ ಆತ ಎಷ್ಟು ಹಾತೊರೆದು ಪ್ರಯತ್ನ, ಪ್ರತೀಕ್ಷೆ ಮಾಡಿದರೂ ತಣ್ಣನೆಯ ಒಂದು ಕಣ್ನೋಟ ಮತ್ತು ಅಪೂರ್ವದ ಒಂದು ನಸುನಗೆಯನ್ನು ಬಿಟ್ಟರೆ ಒಂದು ತೆರನ ದಿವ್ಯನಿರ್ಲಿಪ್ತತೆಯಿಂದಲೇ ಅವಳು ತನ್ನ ಪಾಡಿಗೆ ತಾನಿದ್ದು ಬಿಡುತ್ತಿದ್ದಳು. ಅವಳ ಈ ವರ್ತನೆ ಆತನಲ್ಲಿ ಕೆಲವೊಮ್ಮೆ ತೀವ್ರ ನಿರಾಶೆ ಮೂಡಿಸುತ್ತಿತ್ತು...

ಕಾಲೇಜಿಗೆ ಕಾಲಿಡುವುದೇ, ದಿನಕ್ಕೊಂದು ತೆರನ ಉಡುಗೆ, ವೇಷಭೂಷಣ ಮಾಡುತ್ತ ಗೆಳೆಯರನ್ನು ಸಂಪಾದಿಸಿ ಸಂತೋಷಿಸಲೆಂದು ಬಹುತೇಕ ತರುಣಿಯರು ಅಂದುಕೊಂಡಿದ್ದರೆ ಸಕೀನಾ ಮಾತ್ರ ಅವರೆಲ್ಲರಿಗಿಂತ ಭಿನ್ನವಾಗಿ ನಿಲ್ಲುತ್ತಿದ್ದಳು; ಬೆಳೆದು ನಿಂತ ನಂತರ, ದೇಹ ಮುಚ್ಚುವ ಕಪ್ಪು ಪರದೆಯ ಕವಚವಿಲ್ಲದೆ ಎಂದೂ ಹೊರಗಡಿ ಇಡದ–ಕಾಲೇಜು ಶಿಕ್ಷಣದಿಂದಂತೂ ಬಹುತೇಕ ಬಹುದೂರವೇ ಉಳಿದುಬಿಟ್ಟಿರುವ ಅವಳ ಸಮಾಜದ ಹೆಣ್ಮಕ್ಕಳಲ್ಲಿ ಅವಳೊಂದು ಅಪೂರ್ವದ ಅಪವಾದದಂತಿದ್ದಳು! ಆ ಕಾರಣಕ್ಕಾಗಿಯೋ ಏನೋ ಆಕೆಯ ಮೊಗದಲ್ಲಿ, ಎಳೆಯ ಮಗುವೊಂದು ಹೊರ ಪ್ರಪಂಚಕ್ಕೆ ಹೊಸದಾಗಿ ಕಾಲಿರಿಸಿದಾಗ ತೋರುವ ಬೆರಗುಗಣ್ಣಿನ ಸ್ನಿಗ್ಧ ಚೆಲುವು ಸದಾ ನೆಲೆಗೊಂಡಿರುತ್ತಿತ್ತು. ಅವಳ ತಂದೆ ಪ್ರೊಫೆಸರ್ ಶಕೀಲ್ ಅಹಮದರ ಮೇಲಿನ ಗೌರವದಿಂದಲೋ, ಆಕೆಯ ಅಕಳಂಕ ಗಾಂಭೀರ್ಯದ ನಿಲುವಿನಿಂದಲೋ, ಅಂತೂ ಆಕೆಯ ಸ್ನೇಹಕ್ಕೆ ಹಾತೊರೆಯುವ ಯಾವೊಬ್ಬ ವಿದ್ಯಾರ್ಥಿಗೂ ಆಕೆಯ ಸ್ನೇಹದ ಆಪ್ತ ಪರಿಧಿಯೊಳಗೆ ಸೇರಲು ಸಾಧ್ಯವಾದಂತಿರಲಿಲ್ಲ.

ಸಕೀನಾ ಎಲ್ಲರಿಂದಲೂ ದೂರದಲ್ಲೇ ಇದ್ದಾಳೆ ಎನ್ನುವ ಭಾವವೊಂದೇ ಹೇಮಂತನಿಗೆ ತಕ್ಕಮಟ್ಟಿಗೆ ಸಮಾಧಾನ ತರುವ ಅಂಶವಾಗಿತ್ತು.

ಹೇಮಂತ ಈಗೀಗ ಅವಳು ಎಲ್ಲಿಯೇ ಎದುರಾಗಲಿ ತುಸು ಧೈರ್ಯವಹಿಸಿ ಅವಳ ಕಂಗಳಲ್ಲಿ ಸ್ನೇಹಾಕಾಂಕ್ಷೆಯ ಒಂದು ಚಿಕ್ಕ ಹೊಳಹಾದರೂ ವ್ಯಕ್ತವಾಗುವುದೇನೋ ಎಂದು ಕಣ್ಣಲ್ಲಿ ಕಣ್ಣಿಟ್ಟು ನೋಡುತ್ತಿದ್ದ. ಕೆಲವೊಮ್ಮೆ ಅವಳಲ್ಲಿ, ಆತನ ಕಣ್ಣಿನಲ್ಲಿ ತುಂಬಿ ವ್ಯಕ್ತವಾಗುವ ಅಪಾರ ಪ್ರೀತಿಯನ್ನು ಗುರುತಿಸಿದ ಭಾವನೆ ವ್ಯಕ್ತವಾದಂತೆನಿಸುತಿತ್ತು. ಆದರೆ ಅಲ್ಲಿ ಅದಾವುದೋ ಒಂದು ವಿಷಾದಭಾವ ನೆಲೆಯಾಗಿರುವಂತೆಯೂ ಆತನಿಗೆ ಭಾಸವಾಗುತ್ತಿತ್ತು. ಆಗೆಲ್ಲ ಆತನ ಮನಸ್ಸು ತೀವ್ರವಾಗಿ ಅವಳತ್ತ ತುಡಿದು ಆಕೆಯೊಂದಿಗೆ ಮಾತನಾಡಬೇಕೆನ್ನುವ ಉತ್ಕಟೇಚ್ಛೆ ಉಂಟಾಗುತ್ತಿತ್ತು. ಆದರೆ ಅದಾವುದೋ ಅನೂಹ್ಯ ಭಯ; ಸಂಕೋಚ; ಸ್ನೇಹ ತಿರಸ್ಕೃತವಾಗಬಹುದೇನೋ ಎನ್ನುವ ಆತಂಕ ಆತನನ್ನು ಮುಂದುವರಿಯದಂತೆ ತಡೆಯುತ್ತಿತ್ತು...

ಹೀಗಿರುತ್ತಾ,

ಆ ದಿವಸ ಸಂಜೆ ಅವಳನ್ನು ಅಯಾಚಿತವಾಗಿ ಸಂಧಿಸುವ; ಮಾತನಾಡಿಸುವ ಅವಕಾಶ ಆತನಿಗೆ ಒದಗಿ ಬಂದಿತ್ತು.

ಆ ಸಾಯಂಕಾಲ, ಹೊತ್ತಲ್ಲದ ಹೊತ್ತಿನಲ್ಲಿ ಆತ ಲೈಬ್ರರಿಗೆ ಪುಸ್ತಕ ಮರಳಿಸಲೆಂದು ಬಂದಿರದಿರುತ್ತಿದ್ದರೆ ಆ ದಿನವೂ ಇತರ ದಿನಗಳಂತೆ ಆತನ ಪಾಲಿಗೆ ಸರಿದು ಹೋಗುತ್ತಿತ್ತು.

ಅಂದು ಮಧ್ಯಾಹ್ನ ಸಕೀನಾಳನ್ನೊಮ್ಮೆ ಅವಳ ತರಗತಿಯ ಹೊರಗೆ ನೋಡಿ ಬಂದಿದ್ದ ಹೇಮಂತ ಆ ದಿವಸದ ಮಟ್ಟಿಗೆ ಸಂತುಷ್ಟನಾಗಿದ್ದ. ಸಕೀನಾ ಕ್ಲಾಸಿನೊಳಗೆ ತೆರಳುವ ಮುನ್ನ ಎದುರಿನಿಂದ ಬರುತ್ತಿದ್ದ ಆತನನ್ನು ಕ್ಷಣಹೊತ್ತು ಕಣ್ಣಲ್ಲಿ ಕಣ್ಣಿಟ್ಟು ದಿಟ್ಟಿಸಿದ್ದಳು. ಆತನಿಗೆ ಅಷ್ಟು ಮಾತ್ರ ಸಾಕಾಗಿತ್ತು. ಹಾಗಾಗಿ ಸಂಜೆ ಆಕೆಯನ್ನು ಹುಡುಕಿ ಹೋಗುವುದನ್ನು ಬಿಟ್ಟು ಆತ ರೂಮಿಗೆ ಬಂದು ತಲುಪಿದ್ದ. ಆದರೆ ರೂಮೊಳಗೆ ಕಾಲಿಡುತ್ತಲೇ, 'ಇಂದೇ ಖಂಡಿತಾ ಮರಳಿಸುತ್ತೇನೆಂದು' ಹೇಳಿ ಲೈಬ್ರೇರಿಯನ್ ಶಾನುಭಾಗರಿಂದ ಪಡೆದಿದ್ದ ಪುಸ್ತಕವೊಂದು ರೂಮಲ್ಲಿಯೇ ಉಳಿದು ಹೋದುದು ಆತನ ಕಣ್ಣಿಗೆ ಬಿತ್ತು. ಮಾತುಕೊಟ್ಟಂತೆ ಇಂದೇ ಪುಸ್ತಕ ಮರಳಿಸದಿದ್ದರೆ ಶಾನುಭಾಗರು ತಪ್ಪು ತಿಳಿದಾರು, ಹೇಗಿದ್ದರೂ ಸಂಜೆ ಏಳರ ತನಕ ಅವರು ಲೈಬ್ರರಿಯಲ್ಲೇ ಇರುತ್ತಾರೆ. ಈಗಲೇ ಪುಸ್ತಕ ಮರಳಿಸಿ ಬರುತ್ತೇನೆ ಎಂದುಕೊಂಡ ಆತ ರೂಮಿಗೆ ಬೀಗ ಜಡಿದು ಹೊರಬಂದವನೆ ಬಾಡಿಗೆ ಸೈಕಲ್ ಹಿಡಿದು ಕಾಲೇಜಿನ ಲೈಬ್ರರಿಯತ್ತ ಧಾವಿಸಿದ.

ಆತ ಅಲ್ಲಿ ತಲುಪುವಾಗ ಕಾಲೇಜಿನ ಆವರಣ ವಿದ್ಯಾರ್ಥಿಗಳೆಲ್ಲ ಹೊರಟು ಹೋಗಿ ಬಿಕೋ ಅನಿಸುತ್ತಿತ್ತು. ಆಟದ ಬಯಲಿನಲ್ಲಿ ಮಾತ್ರ ಕೆಲ ಹುಡುಗರು ಕ್ರಿಕೆಟ್ ಆಟ ನಿಲ್ಲಿಸಿ ಹೊರಡುವ ತಯಾರಿಯಲ್ಲಿದ್ದರು. ಕಾಲೇಜಿನೊಳಗೆ ಆಯಾ ವಿಭಾಗದ ಅಧ್ಯಾಪಕರ ಕೊಠಡಿಗಳಲ್ಲಿ ಮಾತ್ರ ವಿರಳ, ಅಸ್ಪಷ್ಟ ಮಾತುಕತೆ ಕೇಳಿಬರುತ್ತಿತ್ತು. ಕಾಲೇಜಿನೊಳಗಡಿಯಿಟ್ಟ ಹೇಮಂತ ಶಾನುಭಾಗರು ಬಾಗಿಲೆಳೆದುಕೊಂಡು ಹೊರಟಾರೇನೋ ಎಂದುಕೊಂಡು ಗಡಿಬಿಡಿಯಿಂದ ನೇರ ಲೈಬ್ರರಿಯತ್ತ ಹೆಜ್ಜೆ ಹಾಕಿದ.

ಲೈಬ್ರರಿ ಪಕ್ಕದ ವರಾಂಡದಲ್ಲಿ ಕಾಮರ್ಸ್ ಲೆಕ್ಚರರ್ ಶಂಭುನಾಥ ಹಾಗೂ ಪ್ರೊ. ಶಕೀಲ್ ಅಹಮದ್‌ರವರು ಅದೇನೋ ಚರ್ಚಿಸುತ್ತಾ ನಿಂತಿರುವುದು ಆತನಿಗೆ ಕಂಡಿತು. ಶಕೀಲ್‌ರನ್ನು ನೋಡುತ್ತಲೇ ಸಕೀನಾ ಲೈಬ್ರರಿಯಲ್ಲಿರಬಹುದೇನೋ ಎನ್ನುವ ನಿರೀಕ್ಷೆ ಗರಿಗೆದರಿ ಆತ ಆ ಗುಂಗಿನಲ್ಲೇ ಲೈಬ್ರರಿ ಹಾಲ್ ಹೊಕ್ಕ. ಆದರೆ ಅಲ್ಲಿ ಅಟೆಂಡರ್ ವಿಠಲ ಮಾತ್ರ ಮೇಜಿನ ಮೇಲೆಲ್ಲ ಹರಡಿದ್ದ ಪುಸ್ತಕಗಳನ್ನು ಜೋಡಿಸಿಡುವುದರಲ್ಲಿ ಮಗ್ನನಾಗಿರುವುದು ತೋರಿತು. ಶಾನುಭಾಗರ ಕೊಠಡಿಯ ಬಾಗಿಲು ತೆರೆದೇ ಇದ್ದುದರಿಂದ ಅವರು ಒಳಗಿರುವುದು ಖಂಡಿತವಿತ್ತು. ಆದರೂ–'ವಿಠಲಣ್ಣಾ, ಶಾನುಭಾಗರು

ಇದ್ದಾರಲ್ವಾ?' ಎಂದಾತನನ್ನು ಕೇಳಿದವನು ಆತನ ಉತ್ತರಕ್ಕೂ ಕಾಯದೆ ನೇರ ಅವರ ರೂಮೊಳಗೆ ಕಾಲಿಸಿರಿದ. ಅಚಾನಕ್ಕಾಗಿ ಲೈಬ್ರೇರಿಯನ್ ಶಾನುಭಾಗರ ಕೊಠಡಿ ಹೊಕ್ಕ ಹೇಮಂತನಿಗೆ ಆ ಕ್ಷಣ ತನ್ನ ಪಾಲಿಗೆ ಮಧುರಕ್ಷಣವಾಗಿ ಪರಿಣಮಿಸುತ್ತದೆ ಎನ್ನುವ ಲವಲೇಶ ಊಹೆಯೂ ಇದ್ದಿರಲಿಲ್ಲ! ರ್‍ಯಾಕಿನಲ್ಲಿದ್ದ ಪುಸ್ತಕವೊಂದನ್ನು ಹುಡುಕುವುದರಲ್ಲಿ ತಲ್ಲೀನರಾಗಿದ್ದ ಶಾನುಭಾಗರನ್ನು ದಿಟ್ಟಿಸುತ್ತಾ ಅಲ್ಲಿ ನಿಂತಿದ್ದ ಸಕೀನಾ, ಅವರನ್ನು ಕೇಳುತ್ತಾ ಒಳಹೊಕ್ಕ ಹೇಮಂತನತ್ತ ಥಕ್ಕನೆ ದೃಷ್ಟಿ ಹೊರಳಿಸಿದಳು! ಇದೇ ಮೊದಲ ಬಾರಿಗೆ ಅವರ ಕಂಗಳು ಸನಿಹದಿಂದ ಸಂದಿಸಿದ್ದವು...! ಹೇಮಂತ ಕ್ಷಣಕಾಲ ತನ್ನನ್ನು ತಾನು ಮರೆತಂತೆ ಹಾಗೆಯೇ ನಿಂತು ಬಿಟ್ಟ. ಎಂದಿಗಿಂತ ಹೆಚ್ಚು ಸುಂದರಳಾಗಿ ತೋರುತ್ತಿದ್ದ ಆಕೆಯ ಎದುರು ನಿಂತಿರುತ್ತಾ ಯಾಕೋ ತನ್ನಲ್ಲಿ ಸಣ್ಣಗೆ ಕಂಪನ ಉಂಟಾಗುತ್ತಿರುವಂತೆ ಆತನಿಗೆ ಅನಿಸಲಾರಂಭಿಸಿತು. ಅರ್ಥವಾಗದ ಆ ಕಂಪನವನ್ನು ತಹಬಂದಿಗೆ ತರಲು ಯತ್ನಿಸುತ್ತ ಆತ ಆಕೆಯ ಮೊಗದಿಂದ ದೃಷ್ಟಿ ಹೊರಳಿಸಿದ.

'ಸರ್' ಎಂದು ಶಾನುಭಾಗರನ್ನು ಕರೆದ ಆತನ ಧ್ವನಿಯಲ್ಲಿನ್ನೂ ಸಣ್ಣ ಕಂಪನವಿತ್ತು...!

ಕುಕ್ಕರಗಾಲಿನಲ್ಲಿ ಕುಳಿತು ಪುಸ್ತಕ ಹುಡುಕಿ ತೆಗೆಯುವುದರಲ್ಲಿ ಮಗ್ನರಾಗಿದ್ದ ಶಾನುಭಾಗರು ಕುಳಿತಲ್ಲಿಂದಲೇ ಕತ್ತೆತ್ತಿ ಆತನತ್ತ ತಿರುಗಿ ನೋಡಿದರು.

"ಅರೆ, ಹೇಮಂತ! ನೀನೇನು ಈಗ ಇಲ್ಲಿ?" ಎಂದರು.

ಸಕೀನಾಳಿಗಾಗಿಯೇ ಆತ ಈ ಹೊತ್ತಲ್ಲಿ ಅಲ್ಲಿ ಬಂದಿರುವಂತೆ ಭಾವಿಸಿ, ಶಾನುಭಾಗರು ಪ್ರಶ್ನಿಸಿದಂತೆ ಆತನಿಗನಿಸಿ ಮುಜುಗರವಾಯಿತು.

"ಏನಿಲ್ಲ ಸರ್, ಇವತ್ತು ಹಿಂದಿರುಗಿಸುತ್ತೇನೆಂದು ಮೊನ್ನೆ ನಿಮ್ಮಿಂದ ಪಡೆದ 'ಮಂದಾರ' ಕೊಟ್ಟು ಹೋಗೋಣವೆಂದು ಬಂದೆ. ಕಾಲೇಜಿಗೆ ಬರುವಾಗ ತರಲು ಮರೆತಿದ್ದೆ. ಈಗ ಸಂಜೆ ರೂಮಿಗೆ ಹೋದೊಡನೆ ಪುಸ್ತಕ ಅಲ್ಲೇ ಉಳಿದುಹೋಗಿರುವುದು ಗಮನಕ್ಕೆ ಬಂತು. ಹೇಗಿದ್ದರೂ ನೀವು ಲೈಬ್ರರಿಯಲ್ಲಿ ಏಳರತನಕ ಇರುತ್ತೀರಿ ಎಂದು ಗೊತ್ತಿತ್ತು. ಹಾಗಾಗಿ ಬಾಡಿಗೆ ಸೈಕಲಲ್ಲಿ ಬಂದೆ" ಎಂದ. ಇಷ್ಟು ಹೇಳುವಾಗ ಎರಡೆರಡು ಬಾರಿ ಸಕೀನಾಳತ್ತ ನೋಡುತ್ತ ಉಗುಳು ನುಂಗಿದ. "ಗುಡ್, ವೆರಿಗುಡ್, ಇಲ್ಲಿ ತಾ... ಇವರಿಗೂ 'ಬೆಳ್ಳಿಬೆಡಗು' ಪುಸ್ತಕ ಬೇಕಾಗಿತ್ತಂತೆ ನೋಡು. ಎಷ್ಟು ಹುಡುಕಿದರೂ ಸಿಗುತ್ತಿಲ್ಲ. ಬಹುಶಃ ನಿನಗೆ ಕೊಟ್ಟಂತೆ ಎಂಟ್ರಿ ಮಾಡದೆ ಬೇರಾರಿಗೋ ಕೊಟ್ಟಿರಬೇಕು ನಾನು. ನೆನಪಾಗುತ್ತಿಲ್ಲ..." ಎನ್ನುತಾ ರ್‍ಯಾಕಿನ ಪುಸ್ತಕಗಳನ್ನು ಇನ್ನೊಮ್ಮೆ ಮಗುಚತೊಡಗಿದರು.

"ಪರವಾಗಿಲ್ಲ ಸರ್, ಸಿಗದಿದ್ದರೆ ಬೇಡ. ನಾಳೆ ನೋಡೋಣ"–ಸಕೀನಾ ಶಾನುಭಾಗರ ಕಾಳಜಿ ನೋಡಿ ಕರಗಿದವಳಂತೆ ನುಡಿದಳು. "ಸರಿ, ಹಾಗಾದ್ರೆ,

ನಾನು ಹುಡುಕಿಡುತ್ತೇನೆ. ಅರ್ಜೆಂಟಿಲ್ಲವಲ್ಲ?" ಎಂದು ಶಾನುಭಾಗರು ಎದ್ದು ನಿಂತರು. ಕೈಕಟ್ಟಿಕೊಂಡು ಸಕೀನಾಳನ್ನು ನೋಡುತ್ತಾ ನಿಂತಿದ್ದ ಹೇಮಂತನತ್ತ ತಿರುಗಿ, "ಇದು ಯಾರಂತ ಗೊತ್ತುಂಟಾ ಹೇಮಂತ...? ನಮ್ಮ ಹಿಸ್ಟರಿ ಪ್ರೊಫೆಸರ್ ಶಕೀಲ್ ಅಹಮದ್ ಸಾಹೇಬರಿದ್ದಾರಲ್ಲ ಅವರ ಮಗಳು ಸಕೀನಾ. ಪಿ.ಯು.ಸಿ. ಸ್ಟೂಡೆಂಟ್. ಎ ವೆರಿ ನೈಸ್, ಪ್ರೆಟಿ ಗರ್ಲ್. ಇಂಟರೆಸ್ಟೆಡ್ ಇನ್ ಲಿಟರೇಚರ್" ಎನ್ನುತ್ತಾ ಅವಳತ್ತ ಪ್ರಶಂಸೆಯ ನೋಟ ಬೀರಿದರು.

ಈ ಹೊಗಳಿಕೆಯಿಂದ ಅವಳ ಮೊಗ ಕೆಂಪಡರುವುದರೊಂದಿಗೆ ತುಟಿಗಳು ಸಂಕೋಚದಿಂದ ಅರೆ ಬಿರಿದವು.

ಅವಳನ್ನು ಆತನಿಗೆ ಪರಿಚಯಿಸಿದ ಮರುಕ್ಷಣವೇ, ಅವನತ್ತ ತಿರುಗಿ–

"ಮೀಟ್ ಮಿಸ್ಟರ್ ಹೇಮಂತ ಕುಮಾರ್! ನಾಟ್ ಸಿಂಗರ್ ಹೇಮಂತ ಕುಮಾರ್. ಬಟ್ ಫೈನಲ್ ಬಿ.ಎಸ್‌ಸಿ. ಸ್ಟೂಡೆಂಟ್. ಎ ಬಡ್ಡಿಂಗ್ ಪೋಯೆಟ್ ಆ್ಯಂಡ್ ಸ್ಟೋರಿ ರೈಟರ್. ಮೈ ಫೇವರಿಟ್ ಬಾಯ್..." ಎಂದು ನಗುತ್ತಾ ಆತನನ್ನು ಅವಳಿಗೆ ಪರಿಚಯಿಸಿದರು.

"ಹ್ಯಾವ್ ಯು ಮೆಟ್ ಅರ್ಲಿಯರ್?" ಎಂದು ಕೇಳಿದಾಗ ಸಕೀನಾ ಹೇಮಂತ ಇಬ್ಬರೂ ಒಬ್ಬರ ಮುಖವನ್ನೊಬ್ಬರು ನೋಡುತ್ತ ತಲೆಯಾಡಿಸಿದರು.

ಹೇಮಂತ ಕ್ಷಣಕಾಲ ಶಾನುಭಾಗರು ತನ್ನ ಕುರಿತು ಹೇಳಿದ ವಿಶೇಷಣಗಳಿಂದ ಮುಜುಗರಗೊಂಡ ಮತ್ತು ಸಂತಸದ ಆಘಾತಕ್ಕೊಳಗಾದವನಂತೆ ಏನೂ ಪ್ರತಿಕ್ರಿಯಿಸಲಾಗದೆ ಮೂಕನಾಗಿ ಉಳಿದ. ಸಕೀನಾಳನ್ನು ಹೀಗೆ ಒಬ್ಬಳೇ ಇರುವಾಗ ಸಂಧಿಸಿ ಅವಳೊಡನೆ ಮಾತನಾಡಬೇಕೆಂಬ ಆತನ ಬಹುಕಾಲದ ಕನಸೇನೋ ನನಸಾಗಿತ್ತು. ಹೀಗೆ ಸಂಧಿಸಿದಾಗ ತಮ್ಮ ಸ್ನೇಹಕ್ಕೊಂದು ಗಟ್ಟಿ ಬುನಾದಿ ಹಾಕಲು ಏನೇನು ಮಾತುಗಳನ್ನು ಹೇಳಬೇಕೆಂದು ಮನಸ್ಸಲ್ಲಿ ಮಥಿಸಿದ್ದನೋ ಅವೆಲ್ಲ ನೆನಪಿಗೆ ಬಾರದೆ ಕೈಕೊಟ್ಟುಬಿಟ್ಟಿದ್ದವು. ಕೊನೆಗೂ ಆತ ತುಸು ಸಾವರಿಸಿಕೊಂಡು, "ನಮಸ್ತೆ ಸಕೀನಾ" ಎಂದು ಬಹಳ ಆಪ್ತಭಾವದಿಂದ ಅವಳ ಹೆಸರನ್ನುಚ್ಚರಿಸಿಯೇ ಆಕೆಗೆ ವಂದಿಸಿದ. ಆಕೆಯ ಮನಸ್ಥಿತಿಯೂ ಆತನದ್ದಕ್ಕಿಂತ ಭಿನ್ನವಾಗಿದ್ದಂತಿರಲಿಲ್ಲ. ಆತ ವಂದಿಸುತ್ತಲೇ ಎಚ್ಚೆತ್ತುಕೊಂಡು ಕಣ್ಣರಳಿಸಿ ಆತನತ್ತ ನೋಡುತ್ತಾ 'ನಮಸ್ತೆ... ನೈಸ್ ಟು ಮೀಟ್ ಯು' ಎಂದುಸುರಿ ಪ್ರತಿವಂದಿಸಿದಳು. ದಿನಕ್ಕೊಂದು ಬಾರಿಯಾದರೂ ಹೇಮಂತ ತನಗೆದುರಾಗಿ ಕಂಗಳಲ್ಲೇ ಸ್ನೇಹ ಸೂಸುವುದು ನೆನಪಾಗಿ ಅವಳ ಮೊಗದಲ್ಲಿ ನಸುನಗೆ ಅರಳಿಕೊಂಡಿತು.

ಹೇಮಂತನಿಗಾದರೋ ಅವಳ ನಸುನಗು ಬಿರಿದ ಮೊಗ ಕಂಡು, ಹೃದಯ ಸಂಪೂರ್ಣವಾಗಿ ಶರಣಾಗಿ ಹೋಗಿತ್ತು. ಅದೇ ಹಿಗ್ಗಿನಿಂದ ಆತನೂ ಸಕೀನಾಳಿಗೆ ಬೇಕಾಗಿದ್ದ 'ಬೆಳ್ಳಿ ಬೆಡಗು' ಪುಸ್ತಕ ಹುಡುಕಲು ಮುಂದಾದ.

"ಸರ್, ನಾನೊಮ್ಮೆ ಹುಡುಕಿ ನೋಡುತ್ತೇನೆ" ಎಂದು ಹೇಮಂತ ರ್‍ಯಾಕಿನತ್ತ ಸರಿದಾಗ ಆಕೆಯೇ "ಬೇಡ, ಬೇಡ" ಎಂದು ತಡೆದಳು. ಆತನಿಗೆ "ಥ್ಯಾಂಕ್ಸ್" ಎನ್ನುತ್ತಾ ಶಾನುಭಾಗರತ್ತ ತಿರುಗಿ,

"ಸರ್, ಡ್ಯಾಡಿ ಹೊರಗೆ ಕಾರಿಡಾರಿನಲ್ಲಿ ಕಾಯುತ್ತಿದ್ದಾರೆ. ಲೇಟಾಯಿತು. ನಾಳೆ ನೋಡುವಾ. ಥ್ಯಾಂಕ್ಯೂ ಸೋ ಮಚ್ ಸರ್... ನಾನಿನ್ನು ಬರುತ್ತೇನೆ" ಎನ್ನುತ್ತಾ ಹೊರಡಲಣಿಯಾದಳು.

ಕೈಲಿದ್ದ ಪುಸ್ತಕವೊಂದನ್ನು ರ್‍ಯಾಕಿಗೆ ತುರುಕಿದ ಶಾನುಭಾಗರು 'ಆಗಲಿ ಸಕೀನಾ, ನಾಳೆ ಹುಡುಕಿಡುತ್ತೇನೆ' ಎಂದು ತಮ್ಮ ಕುರ್ಚಿಯಲ್ಲಿ ಬಂದು ಕುಳಿತರು.

'ಬರುತ್ತೇನೆ' ಎನ್ನುವಂತೆ ಕಂಗಳಲ್ಲೇ ಹೇಮಂತನಿಗೆ ವಿದಾಯ ಹೇಳಿದ ಸಕೀನಾ ಅಲ್ಲಿಂದ ಹೊರಟುಬಿಟ್ಟಳು.

ಹೇಮಂತನ ಅಂತರಂಗದಲ್ಲಿ ತಡೆದಿಟ್ಟಿದ್ದ ಪ್ರೀತಿಯ ಚಿಲುಮೆ ಚಿಮ್ಮಲಾರಂಭಿಸಿತ್ತು...!

ಹೊತ್ತಾಯಿತೆಂದು ಇಂದು ಲೈಬ್ರರಿಗೆ ಬರದಿರುತ್ತಿದ್ದರೆ ಎಂಥಹ ಒಂದು ಸುವರ್ಣಾವಕಾಶದಿಂದ ತಾನು ವಂಚಿತನಾಗುತ್ತಿದ್ದೆ. ಆದರೂ ತಾನು ತುಸು ನರ್ವಸ್ ಆಗದಿರುತ್ತಿದ್ದರೆ, ನಾಲ್ಕು ಚೆಂದದ ಮಾತುಗಳನ್ನಾದರೂ ಆಕೆಯೊಂದಿಗೆ ಆಡಬಹುದಿತ್ತು. ಆಕೆಯ ಸಾಹಿತ್ಯ ಪ್ರೀತಿಯ ಬಗ್ಗೆ ಮೆಚ್ಚುಗೆ ಹೇಳಬಹುದಿತ್ತು. ಥತ್, ಏನಾದರೂ ಆಪ್ತವಾಗಿ ಮಾತನಾಡಲು ಶಬ್ದಗಳೇ ಸಿಗದೆ ಹೋದುವಲ್ಲ; ಕೆಲವು ಸಹಪಾಠಿಗಳು ವಿದ್ಯಾರ್ಥಿನಿಯರೊಂದಿಗೆ ಎಷ್ಟು ನಿರಾಳವಾಗಿ ಹರಟುತ್ತಾರೆ. ತನಗೇ ಮಾತ್ರ ಏಕೀರೀತಿಯ ಕಂಪನ ಉಂಟಾಗುತ್ತಿದೆ; ಅದೂ ವಿಶೇಷವಾಗಿ ಸಕೀನಾಳೊಂದಿಗೆ?' ಹೇಮಂತ ತನ್ನ ಈ ಅಸಹಾಯಭಾವಕ್ಕಾಗಿ ತಲೆ ಕೊಡಹಿಕೊಂಡು ಹೊರಡಲುದ್ಯುಕ್ತವಾದ. ತುಸುದೂರವಾದರೂ ಸಕೀನಾಳನ್ನು ಹಿಂಬಾಲಿಸಿ ಹೋಗಬೇಕೆಂದು ಆತನ ಮನಸ್ಸು ತವಕಿಸುತ್ತಿತ್ತು!

"ಬರುತ್ತೇನೆ ಸರ್, ನಾಳೆ ಮತ್ತೆ ಸಿಗುತ್ತೇನೆ" ಎಂದು ಹೊರಟ ಆತನನ್ನು ಶಾನುಭಾಗರೆ ತಡೆದರು.

"ಸ್ವಲ್ಪ ಇರು ಮಾರಾಯ, ಏನವಸರ? ಕುಳಿತುಕೊ" ಎಂದು ಒತ್ತಾಸೆಯ ಧ್ವನಿಯಲ್ಲಿ ಹೇಳುತ್ತ ಎದುರಿನ ಕುರ್ಚಿ ತೋರಿದರು.

ಹೇಮಂತನಿಗೆ ತುಸು ನಿರಾಶೆಯಾದರೂ ಮರು ಮಾತಿಲ್ಲದೆ ಅವರೆದುರಿನ ಕುರ್ಚಿಯಲ್ಲಿ ಕುಳಿತ. ಆತನ ಮನಸ್ಸು, ಈಗಷ್ಟೆ ತನ್ನ ಹೃದಯದಲ್ಲಿ ಹಿಗ್ಗಿನ ಚಿಲುಮೆ ಚಿಮ್ಮಿಸಿ ಹೊರಟುಹೋದ ಸಕೀನಾಳನ್ನು ಹಿಂಬಾಲಿಸುತ್ತಿತ್ತು.

ಆದರೆ ಶಾನುಭಾಗರಿಗೆ ಕಾಲೇಜಿನ ರಾಜಕಾರಣದಿಂದ ರೋಸಿಹೋದ ಮನಸ್ಸಿನ ಭಾರವನ್ನು ಯಾರೊಂದಿಗಾದರೂ ಹೇಳಿಕೊಂಡು ಕಳೆಯಬೇಕಿತ್ತು.

ಹೇಮಂತ ಅದಕ್ಕೆ ಅನುಕೂಲವಾಗಿ ಎದುರು ಸಿಕ್ಕಿದ್ದ. ಕಾಲೇಜಿಡೀ ಖಾಲಿಯಾಗಿ ಸಂಜೆಯ ಮೌನದಲ್ಲಿ ಮೀಯುತ್ತಿತ್ತು.

ಎರಡು ನಿಮಿಷ ತನ್ನೆದುರು ಕುಳಿತ ಹೇಮಂತನನ್ನೇ ದಿಟ್ಟಿಸುತ್ತಿದ್ದ ಶಾನುಭಾಗರು ಮತ್ತೆ ಬಾಯ್ತೆರೆದರು.

"ಹೇಮಂತಾ, ಮಾನಸಿಕವಾಗಿ ನಾನು ಬಹಳ ಬಳಲಿ ಹೋಗಿದ್ದೇನೆ. ಈ ಪುಸ್ತಕಗಳ ಒಡನಾಟವೊಂದಿಲ್ಲವಾದರೆ ನನಗೆ ಹುಚ್ಚು ಹಿಡಿಯುತ್ತಿತ್ತೇನೋ..." ಎಂದು ಮಾತಿಗಾರಂಭಿಸಿದರು...

ಎದುರಿಗೆ ಕುಳಿತಾತ ಒಬ್ಬ ವಿದ್ಯಾರ್ಥಿ ಎಂದು ಪರಿಗಣಿಸದೆ, ತನ್ನ ಸುಖ, ದುಃಖಗಳನ್ನು ತೋಡಿಕೊಳ್ಳಲು ಸೂಕ್ತನಾದ ಒಬ್ಬ ಸಮಾನಸ್ಕಂದ ಸ್ನೇಹಿತನಂತೆ ಅವರು ಕಾಲೇಜು ಆಡಳಿತ ಮಂಡಳಿಯ ಕೊಳಕುತನ; ಅಧರ್ಮದ ಕಾರ್ಯದಲ್ಲಿ ಪಾಲ್ಗೊಳ್ಳಲೊಪ್ಪದ ತನಗೆ ಪ್ರಿನ್ಸಿಪಾಲರಿಂದಾಗುತ್ತಿರುವ ಮಾನಸಿಕ ಹಿಂಸೆ; ಅವರೊಂದಿಗೆ ಸೇರಿಕೊಂಡ ಸಹೋದ್ಯೋಗಿಗಳ ಕಿರುಕುಳದ ಮುಸುಕಿನ ಗುದ್ದು; ಇನ್ಕ್ರಿಮೆಂಟ್ ತಡೆಹಿಡಿದುದಕ್ಕಾಗಿ ತಾನು ಕೋರ್ಟಿನ ಮೆಟ್ಟಿಲೇರಲು ನಿರ್ಧರಿಸಿದ್ದು ಈ ಎಲ್ಲವನ್ನೂ ಹೇಳುತ್ತಾ ಹೋದರು...

ನಡುನಡುವೆ 'ವಾಟ್ ಡು ಯು ಸೇ?' ಎಂದು ಪ್ರಾಸಂಗಿಕವಾಗಿ ಅವರು ಹೇಮಂತನಲ್ಲಿ ಕೇಳುತ್ತಿದ್ದರಾದರೂ ಆತನ ಪ್ರತಿಕ್ರಿಯೆಗೇನೂ ಕಾಯುತ್ತಿರಲಿಲ್ಲ; ಮಾತು ಮುಂದುವರಿಸುತ್ತಿದ್ದರು. ಹೇಮಂತನಿಗೆ ಇದಾವುದೂ ಸಂಬಂಧಿಸಿದ್ದಲ್ಲ ಮತ್ತು ಆತನೊಬ್ಬ ಬಡಪಾಯಿ ವಿದ್ಯಾರ್ಥಿ ಎಂಬುದು ಅವರಿಗೆ ಗೊತ್ತಿಲ್ಲದ್ದಲ್ಲ. ಆದರೂ ತನ್ನ ಮನಸ್ಸಿನ ದುಗುಡವನ್ನು ತೋಡಿಕೊಳ್ಳಲು ಅವರಿಗೆ ಆಪ್ತನೆನಿಸುವ ವ್ಯಕ್ತಿಯೊಬ್ಬ ಬೇಕಾಗಿತ್ತು. ಅಂತಹ ವ್ಯಕ್ತಿಯನ್ನು ಹೇಮಂತನಲ್ಲಿ ಅವರು ಕಂಡಿದ್ದರು.

ಪ್ರಾರಂಭದಲ್ಲಿ ಸಕೀನಾಳನ್ನು ಹಿಂಬಾಲಿಸುವ ಸೆಳೆತದಲ್ಲಿ ಶಾನುಭಾಗರ ಪ್ರವರ ಹೇಮಂತನ ಮನಸ್ಸಿಗೆ ತಟ್ಟಲಿಲ್ಲವಾದರೂ ಅದನ್ನು ಕೇಳುತ್ತ ಹೋದಂತೆ ಅವರಿಗಾಗುತ್ತಿರುವ ಕೆಡುಕನ್ನು ತಿಳಿದು ಆತನ ಮನಸ್ಸಿಗೆ ಖೇದವಾಯಿತು. ಅವರು ತೋರಿದ ವಿಶ್ವಾಸ ಮತ್ತು ಆತ್ಮೀಯತೆಯಿಂದಾಗಿ ಆತನಿಗೆ ಕುಳಿತಲ್ಲಿಂದ ಮಿಸುಕಲು ಕೂಡಾ ಮನಸ್ಸಾಗಲಿಲ್ಲ. ಇಂಥಹ ಮಾನಸಿಕ ಒತ್ತಡ ಮತ್ತು ಜಂಜಡದ ನಡುವಲ್ಲೂ ಸಕೀನಾಳಿಗೆ ಪುಸ್ತಕ ಹುಡುಕಿಕೊಡಲು ಅವರು ಪಟ್ಟ ಒದ್ದಾಟ; ಅದರ ನಡುವಲ್ಲೂ ಉಲ್ಲಾಸದಿಂದಲೇ ತಮ್ಮಿಬ್ಬರನ್ನು ಒಬ್ಬರಿಗೊಬ್ಬರಿಗೆ ಪರಿಚಯಿಸಿದ್ದು; ಇದನ್ನೆಲ್ಲ ನೆನೆದು ಅವರ ಮೇಲಿನ ಆದರ ಆತನಿಗೆ ಮತ್ತಷ್ಟು ಹೆಚ್ಚಾಯಿತು. ಹಿರಿಯರಾದ ಮತ್ತು ನೊಂದಿದ್ದ ಅವರನ್ನು ಸಂತೈಸಬಹುದಾದ ಯಾವ ದಾರಿಯನ್ನೂ ಕಾಣದೆ ಆತ ಅವರು ಹೇಳುವುದನ್ನು ಆಲಿಸುತ್ತ ಕುಳಿತುಕೊಂಡ... ಅಟೆಂಡರ್ ವಿಠಲ ಹೊರಗಿನ ಬಾಗಿಲಿನ ಕೀಲಿಕೈ ಅವರಿಗೆ ಕೊಟ್ಟು ಯಾವಾಗಲೋ ಹೊರಟುಹೋಗಿದ್ದ.

ಕೊನೆಗೊಮ್ಮೆ ಕುರ್ಚಿಗೊರಗುತ್ತಾ ನಿಡುಸುಯ್ದು ಶಾನುಭಾಗರು–

"ನನ್ನ ಮನಸ್ಸಿನ ಸಮಾಧಾನಕ್ಕಾಗಿ ಇದನ್ನೆಲ್ಲ ನಿನ್ನಲ್ಲಿ ಹೇಳಿದೆ ಹೇಮಂತ. ಐ ನೋ, ಯು ಆರ್ ಎ ಸ್ಟೂಡೆಂಟ್. ಬಟ್ ಐ ಟ್ರೀಟ್ ಯು ಲೈಕ್ ಮೈ ಬೆಸ್ಟ್ ಫ್ರೆಂಡ್. ಯು ನೋ ಇಟ್. ಸಾರಿ ಫಾರ್ ರಿಟೈನಿಂಗ್ ಯು ಸೋ ಫಾರ್ ಆ್ಯಂಡ್ ಥ್ಯಾಂಕ್ಯೂ ವೆರಿ ಮಚ್... ನೀನಿನ್ನು ಹೋಗುತ್ತಿಯಾದರೆ ಹೋಗು ನನಗಿನ್ನೂ ಒಂದರ್ಧ ತಾಸಿನಷ್ಟು ಅರ್ಜೆಂಟ್ ಕೆಲಸ ಬಾಕಿ ಇದೆ. ಮುಗಿಸಿಯೇ ಬರುತ್ತೇನೆ. ಈ ಎಲ್ಲ ವಿಚಾರಗಳು ನಿನ್ನಲ್ಲೇ ಇರಲಿ ಆಗದೆ? ನಿನಗೆ ಸಕೀನಾಳೊಡನೆ ಹೋಗಬೇಕೆಂದು ಮನಸ್ಸಿತ್ತು ಅಲ್ಲವೆ...?" ಎಂದು ನಕ್ಕರು.

"ಹಾಗೇನಿಲ್ಲ ಸರ್..."–ಎಂದು ಹೇಮಂತ ತಟ್ಟನೆ ಉತ್ತರಿಸಿದನಾದರೂ ತನ್ನ ಮನಸ್ಸನ್ನು ಶಾನುಭಾಗರು ಓದಿಬಿಟ್ಟಿದ್ದಾರೆ ಎಂದುಕೊಂಡ. 'ದ್ಯಾಟ್ಸ್ ಓಕೆ' ಎಂದ ಶಾನುಭಾಗರು ಆತನನ್ನು ಬೀಳ್ಕೊಟ್ಟರು.

ಅಲ್ಲಿಂದ ಹೊರಟ ಗಳಿಗೆಯಿಂದಲೇ ಆತ ಹಿಂದಿನ ಹೇಮಂತನಾಗಿ ಉಳಿದಿರಲಿಲ್ಲ...! ಸಕೀನಾಳನ್ನು ಲೈಬ್ರರಿಯಲ್ಲಿ ಸಂಧಿಸಿದ ಸನ್ನಿವೇಶ ಹೇಮಂತನ ಕಣ್ಮುಂದೆ ಮತ್ತೆ ಮತ್ತೆ ಬರಲಾರಂಭಿಸಿತ್ತು... ಅವಳ ಚೆಲುವು, ಮೆಲುನಗೆ; ಹೊರಡುವಾಗ ಕಣ್ಣೋಟದಲ್ಲಿ ತೋರಿದ ಆಪ್ತಭಾವ ಇದೆಲ್ಲವೂ ಆತನ ನೆನಪಿಗೆ ಬರುತ್ತಿತ್ತು. ಕಾಲುಗಳು ಯಾಂತ್ರಿಕವಾಗಿ ಸೈಕಲ್ ತುಳಿಯುತ್ತಿದ್ದರೂ ಮನಸ್ಸು ಪರವಶವಾಗಿತ್ತು. ಹಾಗೇ ಬಂದು ರೂಮಿಗೆ ತಲುಪಿದಾಗಲೂ ಸಕೀನಾಳೇ ಮನಸ್ಸಿನ ತುಂಬ ತುಂಬಿಕೊಂಡಿದ್ದಳು. ಇದಿಷ್ಟುಕಾಲ ಅಂತರ್ಜಲದಂತೆ ಆತನ ಹೃದಯದಲ್ಲಿ ಸುಪ್ತವಾಗಿದ್ದ ಆಕೆಯ ಮೇಲಣ ಪ್ರೀತಿಯ ಸೆಲೆ ಈಗ ಒಮ್ಮೆಲೇ ಹೊರ ಚಿಮ್ಮಲು ತವಕಿಸತೊಡಗಿತ್ತು...

*

ಸಕೀನಾಳನ್ನು ಲೈಬ್ರರಿಯಲ್ಲಿ ಸಂಧಿಸಿದ ಸಂಜೆಯ ನಂತರ ಹೇಮಂತನ ಜೀವನ ಶೈಲಿಯಲ್ಲಿ ಮೆಲ್ಲಗೆ ಬದಲಾವಣೆ ಕಾಲಿಡಲಾರಂಭಿಸಿತು. ಯಾಕೋ ಇದೇ ಮೊದಲ ಬಾರಿಗೆ ಉತ್ತಮ ಉಡುಗೆ ತೊಡುಗೆ ಧರಿಸಲಾಗದ ತನ್ನ ಅಸಹಾಯಕತೆಗಾಗಿ ಆತನಿಗೆ ಕೊರಗುಂಟಾಗತೊಡಗಿತ್ತು. ಆದರೂ ಇದ್ದುದರಲ್ಲೇ ಉತ್ತಮ ಬಟ್ಟೆ ತೊಟ್ಟು ಆತ ಕಾಲೇಜಿಗೆ ಹೋಗಲಾರಂಭಿಸಿದ. ಆಗಾಗ ನಾಗರಾಜನ ರೂಮಿನಿಂದ ಇಸ್ತ್ರಿಪೆಟ್ಟಿಗೆ ತಂದು ಬಟ್ಟೆಗೆ ಇಸ್ತ್ರಿ ಹಾಕಿಕೊಳ್ಳಲಾರಂಭಿಸಿದ. ತನ್ನ ಈ ಥಟ್ಟನೆ ಸಂಭವಿಸಿದ ಬದಲಾವಣೆ ಮತ್ತು ಸುಪ್ತ ಪ್ರೀತಿಯ ಸುಳಿವು ನಾಗರಾಜನಿಗೆಲ್ಲಾದರೂ ಸಿಕ್ಕಿ ಆತನ್ನೆಲ್ಲಿ ತನ್ನನ್ನು ತರಾಟೆಗೆ ತೆಗೆದುಕೊಳ್ಳುತ್ತಾನೋ ಎಂದು ಆತನಿಂದ ಸಾಧ್ಯವಾದಷ್ಟು ದೂರಕ್ಕೇ ಉಳಿಯತೊಡಗಿದ.

ಹೃದಯಕ್ಕೆ ಸಿಕ್ಕ ಆಕಸ್ಮಿಕ ಆಪ್ತ ಆಸರೆಯಂತೆ ಸಕೀನಾಳನ್ನು ಸದಾ ಧ್ಯಾನಿಸುವುದು, ಅವಳ ಕುರಿತು ಪ್ರೇಮ ಕವನ ರಚಿಸುವುದು ಇದೇ ಈಗ ಆತನ ಹವ್ಯಾಸವಾಯಿತು. ಅಭ್ಯಾಸದ ಕಡೆಗೆ ತನ್ನಿಂದ ತಾನೇ ಗಮನ ಕಡಿಮೆಯಾಯಿತು. ಅನ್ಯ ಮನಸ್ಕತೆ ಹೆಚ್ಚಿತು... ಪದವಿಯ ಅಂತಿಮ ಪರೀಕ್ಷೆಯಲ್ಲಿ ಉತ್ತಮ ಸಾಧನೆ ಮಾಡಿ ನೆಲೆಯಿರದ ತನ್ನ ಬದುಕಿಗೊಂದು ಭದ್ರ ಬುನಾದಿ ರೂಪಿಸಿಕೊಳ್ಳಬೇಕು ಎನ್ನುವ ಸದಾಕಾಲದ ನಿಶ್ಚಿತ ಗುರಿಯೀಗ ಸಕೀನಾಳ ಆಕರ್ಷಣೆ ಮತ್ತು ಪ್ರೀತಿಯ ಹಂಬಲದಲ್ಲಿ ಕೊಚ್ಚಿಹೋಗಿತ್ತು. ಆಕೆಗೆ ಹತ್ತಿರವಾಗುವ ಮಾರ್ಗೋಪಾಯಗಳ ಬಗ್ಗೆ ಚಿಂತಿಸುವುದು ಮತ್ತು ಹಗಲುಗನಸು ಕಾಣುವುದು ಇದರಲ್ಲೇ ಸಮಯ ಕಳೆದು ಹೋಗುತ್ತಿತ್ತು.

ತಾನಾಗಿಯೇ ಮುಂದುವರಿದು ತನ್ನ ಭಾವನೆಗಳನ್ನು ಆಕೆಯಲ್ಲಿ ನಿವೇದಿಸಿಕೊಳ್ಳಲಾಗದ ಆತ್ಮವಿಶ್ವಾಸದ ಕೊರತೆ ಮತ್ತು ಹಲವು ನಿರ್ಬಂಧಗಳಿಗಾಗಿ ಆತ ಒಳಗೊಳಗೇ ಬಹುವಾಗಿ ಚಡಪಡಿಸುತ್ತಿದ್ದ. ಕೆಲವೊಮ್ಮೆ ಆಕೆಯ ಮನೆಗೇ ಹೋಗಬೇಕೆಂದು ಆತನಿಗೆ ತೀವ್ರವಾಗಿ ಅನಿಸುತ್ತಿತಾದರೂ ಪ್ರೊ. ಶಕೀಲ್ ಅಹಮದ್ ರವರ ದಪ್ಪ ಕನ್ನಡಕದೊಳಗಿನ ಉರಿ ಕಣ್ಣುಗಳು ನೆನಪಾಗುತ್ತಿದ್ದವು. ಮಗಳನ್ನು ಹುಡುಕಿ ಮನೆತನಕ ಬಂದ ತನ್ನ ಕುರಿತು ಅವರು ಏನಂದುಕೊಳ್ಳುವರೋ ಎಂದು ಹಿಂದೇಟು ಹಾಕುತ್ತಿದ್ದ. ಮಗಳನ್ನು ಕಾಲೇಜಿಗೆ ಕಳುಹಿಸುವಷ್ಟು ಮುಕ್ತ ಮನಸ್ಸುಳ್ಳವರು ತಮ್ಮಿಬ್ಬರ ಸ್ನೇಹವನ್ನು ಅನ್ಯಥಾ ಭಾವಿಸಲಿಕ್ಕಿಲ್ಲ. ಎಂದು ತನ್ನಲ್ಲೇ ಅಂದುಕೊಳ್ಳುತ್ತಿದ್ದನಾದರೂ ಏನೋ ಅಳುಕಿನಿಂದ ಅವರ ಮನೆಯತ್ತ ಹೋಗುವ ಧೈರ್ಯ ಮಾಡಿರಲಿಲ್ಲ. ಅಂತೂ ಹೇಗಾದರೂ ತಾನು ಗಾಢವಾಗಿ ಪ್ರೀತಿಸುತ್ತಿರುವುದು ಸಕೀನಾಳೀಗೆ ಗೊತ್ತಾಗಬೇಕು. ಆಗಾಕೆ ಪ್ರತಿಸ್ಪಂದಿಸದೆ ಖಂಡಿತಾ ಇರಲಾರಳು. ಅಷ್ಟಾದಮೇಲೆ ತನ್ನೆಲ್ಲಾ ಭಾವನೆಗಳನ್ನು ಅವಳಲ್ಲಿ ಹಂಚಿಕೊಳ್ಳಲು ಸಲೀಸು ಎಂಬೆಲ್ಲ ಗುಂಗುಗಳೇ ಈಗಾತನ ತಲೆ ತುಂಬಿರುತ್ತಿದ್ದವು.

ಪ್ರೀತಿಯು ಈ ಎಲ್ಲಾ ತುಮುಲಗಳನ್ನು ಯಾರೊಂದಿಗಾದರೂ ಹಂಚಿಕೊಳ್ಳಬೇಕೆಂಬ ತುಡಿತವೀಗ ಆತನನ್ನು ಕಾಡುತ್ತಿತ್ತು. ಕವನಗಳಲ್ಲಿ ತನ್ನ ಭಾವನೆಗಳನ್ನು ಎಷ್ಟು ತೋಡಿಕೊಂಡರೂ ಯಾರಾದರೂ ಆಪ್ತರಲ್ಲಿ ಅದನ್ನು ಹಂಚಿಕೊಳ್ಳಬೇಕೆಂದು ಮನಸ್ಸು ತಹತಹಿಸುತ್ತಿತ್ತು. ಆಗೆಲ್ಲ ಹೇಮಂತನಿಗೆ ನಾಗರಾಜನ ನೆನಪಾಗುತ್ತಿತ್ತು. ಆತನಾದರೂ, ಬೇರೆಲ್ಲ ವಿಚಾರ ಬದಿಗಿಟ್ಟು ಸಮೀಪಿಸುತ್ತಿರುವ ಅಂತಿಮ ಪರೀಕ್ಷೆಯ ತಯಾರಿಯಲ್ಲೇ ಮಗ್ನನಾಗಿ ಬಿಟ್ಟಿದ್ದ. 'ಛೆ ತಾನು ಮಾತ್ರ ಸಕೀನಾಳ ಸ್ನೇಹ, ಪ್ರೀತಿ ಸಂಪಾದನೆಯ ಕಸರತ್ತಲ್ಲಿ ಮೈ ಮರೆತಿದ್ದೇನೆ' ಎಂದು ಆಕ್ಷಣಕ್ಕೆ ಹೇಮಂತನಿಗೆ ಖೇದವಾಗುತ್ತಿತ್ತು.

ನಾಗರಾಜನ ಒಡನಾಟ ದೂರಮಾಡಿದ ಮೊದಮೊದಲಿಗೆ ಸಕೀನಾಳ ಸ್ನೇಹ ಸಂಪಾದನೆಯ ಪ್ರಯತ್ನಕ್ಕೆ ಅದರಿಂದ ಅನುಕೂಲವೇ ಆಯಿತು

ಎಂದುಕೊಂಡಿದ್ದನಾದರೂ ಈಗ ತನ್ನ ಮನಸ್ಸಿನ ತುಮುಲಗಳನ್ನು ಆತನೊಂದಿಗಲ್ಲದೆ ಬೇರಾರಲ್ಲಿ ಹೇಳಲೂ ಮನಸ್ಸು ಒಡಂಬಡುತ್ತಿರಲಿಲ್ಲ. ಹಾಗೆ ಹೇಳಿಕೊಳ್ಳಬಲ್ಲ ಬೇರೆ ಸ್ನೇಹಿತರೂ ಆತನಿಗಿರಲಿಲ್ಲ. ಹತ್ತಿರದಲ್ಲೇ ವಾಸವಿದ್ದರೂ ತನ್ನ ಪಾಡಿಗೆ ತಾನಿರುವ ನಾಗರಾಜ ಈಗ ತನ್ನಿಂದ ಬಹಳ ದೂರವಾಗಿ ಹೋಗಿರುವಂತೆ ಹೇಮಂತನ ಮನಸ್ಸಿಗೆ ಅನಿಸುತ್ತಿತ್ತು!

ಕೇವಲ ಒಂದು ಹವ್ಯಾಸದಂತೆ ಸಕೀನಾಳನ್ನು ಕದ್ದು ನೋಡುವ ಹುಚ್ಚು ಬೆಳೆಸಿಕೊಂಡುದು ಈಗ ಬೇರೇನನ್ನೂ ಯೋಚಿಸದಷ್ಟು ಅವಳನ್ನು ಮನಸ್ಸಿಗೆ ಹಚ್ಚಿಕೊಳ್ಳುವ ಮಟ್ಟಿಗೆ ಬೆಳೆದು ಬಿಡುತ್ತದೆ ಎಂದಾತ ಅಂದುಕೊಂಡಿರಲಿಲ್ಲ. ಅದನ್ನೆಲ್ಲ ತೋಡಿಕೊಳ್ಳಲು ನಾಗರಾಜನ ಮೊರೆ ಹೋಗಲೇಕೋ ಮನಸ್ಸು ಹಿಂದೇಟು ಹಾಕುತ್ತಿತ್ತು. ಈಗಾತನಲ್ಲಿ ತನ್ನ ಪಾಡನ್ನು ಹೇಳಿದರೆ ಆತನ ಸಿಟ್ಟನ್ನು ಎದುರಿಸುವುದು ಮಾತ್ರವಲ್ಲ ಸ್ನೇಹವನ್ನೂ ಕಳೆದುಕೊಳ್ಳಬೇಕಾದೀತೇನೋ ಎಂದಾತನಿಗೆ ದಿಗಿಲಾಗುತ್ತಿತ್ತು. ಸಕೀನಾಳ ವಿಚಾರ ಮೊತ್ತಮೊದಲ ಬಾರಿ ಎತ್ತಿದಾಗಲೇ ಆತ ಎಚ್ಚರಿಸಿದ್ದು ನೆನಪಾಗುತ್ತಿತ್ತು.

ಆತ ಇಂಥಹ ತೊಳಲಾಟದಲ್ಲಿ ಬೇಯುತ್ತಿದ್ದರೆ, ತನ್ನ ಉತ್ಕಟ ಭಾವನೆಗಳಿಗೆ ತೀರಾ ವ್ಯತಿರಿಕ್ತವಾಗಿ ಕೆಲವೊಮ್ಮೆ ಸಕೀನಾ ವರ್ತಿಸುವುದನ್ನು ಕಂಡಾಗ ವಿದ್ಯಾಭ್ಯಾಸವನ್ನು ಕಡೆಗಣಿಸಿದುದಕ್ಕಾಗಿ; ನಾಗರಾಜನನ್ನು ದೂರ ಮಾಡಿದುದಕ್ಕಾಗಿ ಆತನಲ್ಲಿ ಅಪರಾಧೀ ಪ್ರಜ್ಞೆ, ಪಶ್ಚಾತ್ತಾಪ ಜಾಗ್ರತವಾಗುತ್ತಿತ್ತು. ಆಗೆಲ್ಲ ಸಕೀನಾಳನ್ನು ಮರೆತು ಮೊದಲಿನ ಜೀವನಕ್ರಮಕ್ಕೇ ಮತ್ತೆ ಮರಳುತ್ತೇನೆ ಎಂದು ಆತ ಗಟ್ಟಿ ನಿಶ್ಚಯ ಮಾಡುತ್ತಿದ್ದ. ಆದರೆ ಅದೇ ವೇಳೆಯಲ್ಲಿ ಆಕೆಯಲ್ಲಾದರೂ ಎದುರಾಗಿ, ಅವಳ ಮೊಗದಲ್ಲೊಂದು ಚಿಕ್ಕ ಪರಿಚಿತ ನಗೆ ಅರಳಿದುದುನ್ನು ಕಂಡರೆ, ಆತನ ದೃಢ ನಿಶ್ಚಯ ಆ ಕ್ಷಣಕ್ಕೇ ಕರಗಿ ಹೋಗಿ ಬಿಡುತ್ತಿತ್ತು. ಮನಸ್ಸು ಇನ್ನಷ್ಟು ತೀವ್ರವಾಗಿ ಅವಳ ಧ್ಯಾನದಲ್ಲಿ ಮುಳುಗುತ್ತಿತ್ತು.

ಅಂತೂ, ಸಕೀನಾಳಲ್ಲಿ ತನ್ನ ಪ್ರೀತಿಯನ್ನು ಹಂಚಿಕೊಳ್ಳಲಾಗದ ಹತಾಶೆಯೊಂದು ಕಡೆ ಮತ್ತು ಅವಳನ್ನು ಮರೆತು ಓದಿನಲ್ಲಿ ಮನಸ್ಸು ತೊಡಗಿಸಿಕೊಳ್ಳಲಾಗದ ದೌರ್ಬಲ್ಯವಿನ್ನೊಂದು ಕಡೆ–ಹೀಗೆ ಈ ಇಬ್ಬಂದಿಯಲಿ ತೊಳಲಾಡುತ್ತಾ ಹೇಮಂತನ ದಿನಗಳು ಸಾಗುತ್ತಿದ್ದವು...

ಮೂರು

ಈ ಘಟ್ಟದಲ್ಲಿಯೇ ಹೇಮಂತನ ಜೀವನದಲ್ಲಿ ಎರಡು ಮಹತ್ತರ ಘಟನೆಗಳು ನಡೆದು ಹೋದವು:

ಆತ ಪದವಿ ಕ್ಲಾಸಿನ ಎರಡನೇ ವರ್ಷದಲ್ಲಿದ್ದಾಗ ಬ್ಯಾಂಕ್ ಗುಮಾಸ್ತ ಹುದ್ದೆಗಾಗಿ ಪತ್ರಿಕೆಯಲ್ಲಿ ಬಂದ ಜಾಹೀರಾತಿಗನುಗುಣವಾಗಿ ಒಂದು

ಅರ್ಜಿ ಗುಜರಾಯಿಸಿದ್ದ. ಆದಷ್ಟು ಬೇಗ ತನಗೊಂದು ಉದ್ಯೋಗ ಸಿಕ್ಕರೆ, ಮಾವನ ಮೇಲಿನ ಅವಲಂಬನದಿಂದ ಮುಕ್ತವಾಗಿ ಅವರ ಹೊರೆಯನ್ನು ಹಗುರಮಾಡಬೇಕೆಂಬುದು ಆತನ ಆಶಯವಾಗಿತ್ತು. ಮಾವನ ಆರೋಗ್ಯ ಮತ್ತು ಮನೆಯ ಪರಿಸ್ಥಿತಿ ಇವೆರಡೂ ಈಗ ಹದಗೆಡಲಾರಂಭಿಸಿದ್ದರಿಂದ ಅವರೆದುರು ನಿಂತು ತನ್ನ ಅಗತ್ಯಗಳಿಗೆ ಹಣ ಕೇಳುವುದೆಂದರೆ ಆತನಿಗೆ ಉಸಿರು ಸಿಕ್ಕಿಕೊಂಡಂತಾಗುತ್ತಿತ್ತು. ತನಗಾಗಿ ಮಾವ ಹಣ ಖರ್ಚು ಮಾಡುವುದು ಮಾವನ ಹೆಂಡತಿ, ಮಕ್ಕಳಲ್ಲಿ ಯಾರಿಗೂ ಸಮ್ಮತವಿಲ್ಲವೆಂಬುದು ಆತನ ಅರಿವಿಗೆ ಬರಲಾರಂಭಿಸಿತ್ತು. ಹಾಗಾಗಿ ಮಾವನ ಅನುಮತಿ ಕೇಳಿಯೇ ಆತ ಕೆಲಸಕ್ಕಾಗಿ ಅರ್ಜಿ ಹಾಕಿದ್ದ.

"ಈಗಿಂದಲೇ ಪ್ರಯತ್ನಿಸಿದರೆ ನಿನ್ನ ಕಾಲೇಜು ವಿದ್ಯಾಭ್ಯಾಸ ಮುಗಿಯುವಾಗ ಕೆಲಸ ಸಿಗಬಹುದು. ಅರ್ಜಿ ಹಾಕಿ ಬಿಡು". ಎಂದು ಅವರೂ ಆತನಿಗೆ ಉತ್ತೇಜನ ನೀಡಿದ್ದರು.

ತದನಂತರ ಆತ ಈ ಸಂಬಂಧ ನಡೆದ ಲಿಖಿತ ಪರೀಕ್ಷೆಯಲ್ಲಿ ಉತ್ತಮವಾಗಿ ಮಾಡಿದ್ದ. ತತ್ಫಲವಾಗಿ ಕೆಲತಿಂಗಳು ಕಳೆದು ಆತನಿಗೆ ಅಂತಿಮ ಆಯ್ಕೆಗಾಗಿ ಸಂದರ್ಶನಕ್ಕೆ ಕರೆಯೂ ಬಂದಿತ್ತು. ಆಗ ಮಾತ್ರ ಹೇಮಂತ ಗೊಂದಲಕ್ಕೊಳಗಾಗಿದ್ದ. ಅಂತಿಮ ಪದವಿ ವರ್ಷದ ವ್ಯಾಸಂಗ ಇನ್ನು ಆರೆಂಟು ತಿಂಗಳಷ್ಟೇ ಬಾಕಿ ಉಳಿದಿತ್ತು. 'ಈಗೆಲ್ಲಾದರೂ ಕೆಲಸಕ್ಕೆ ನೇಮಕಾತಿ ಆದೇಶ ಬಂದು ಬಿಟ್ಟರೆ ಏನು ಮಾಡುವುದು?' ಎನ್ನುವ ಸಂದಿಗ್ಧ ಆತನನ್ನು ಕಾಡಿತ್ತು. ಸಂದರ್ಶನಕ್ಕೆ ಹೋಗುವ ಮುನ್ನ ಮಾವನಲ್ಲೇ ಆತ ಈ ಬಗ್ಗೆ ಕೇಳಿದ್ದ.

"ಚಿಂತೆ ಮಾಡಬೇಡ. ಇಂಟರ್‌ವ್ಯೂಗೆ ಹೋಗಿ ಬಾ. ಖಂಡಿತ, ಕೆಲಸಕ್ಕೆ ನಿನಗೆ ಆಯ್ಕೆಯಾಗುತ್ತದೆ. ನಿನ್ನ ಡಿಗ್ರಿ ಪರೀಕ್ಷೆ ಮುಗಿದ ನಂತರವೇ ನಿನಗೆ ಆರ್ಡರ್ ಬರುವಂತೆ ನಾನು ನೋಡಿಕೊಳ್ಳುತ್ತೇನೆ. ಈ ಬ್ಯಾಂಕಿನ ಜನರಲ್ ಮ್ಯಾನೇಜರ್ ಶ್ರೀ ಸುಬ್ರಾಯ ಶೇಟ್‌ರು ನನ್ನ ಪರಿಚಿತರು. ಅವರಲ್ಲಿ ಈ ಬಗ್ಗೆ ವಿನಂತಿ ಮಾಡುತ್ತೇನೆ" ಎಂದು ಹೇಮಂತನಲ್ಲಿ ಧೈರ್ಯ ತುಂಬಿದ್ದರು.

ಹೇಮಂತನ ಭವಿಷ್ಯಕ್ಕೊಂದು ದಾರಿ ತೆರೆದುಕೊಂಡಿರುವುದು ಅವರಿಗೂ ಸಮಾಧಾನ, ಸಂತಸ ತಂದಿತ್ತು. ಈ ಅವಕಾಶ ಕೈ ತಪ್ಪಲು ಬಿಡಬಾರದೆಂದು ಅವರೂ ನಿರ್ಧರಿಸಿದ್ದರು. ಹಾಗಾಗಿ ಹೇಮಂತ ಸಂದರ್ಶನಕ್ಕೆ ಹೋಗಿ ಬರುತ್ತಲೇ ಅವರು ಬ್ಯಾಂಕಿನ ಮುಖ್ಯ ಕಚೇರಿಗೆ ಹೋಗಿ ಹೇಮಂತನಿಗೆ ಕೆಲಸವಾಗುವುದು ಖಾತ್ರಿ ಪಡಿಸಿಕೊಂಡರಲ್ಲದೆ, ಪರೀಕ್ಷೆ ಮುಗಿದ ನಂತರವೇ ನೇಮಕಾತಿ ಆದೇಶ ಕಳುಹಿಸುವಂತೆ ವಿನಂತಿಸಿಕೊಂಡು ಬಂದಿದ್ದರು. ಹೇಮಂತನ ಜೀವನಕ್ಕೊಂದು ನೆಲೆ ಸಿಗುತ್ತದೆನ್ನುವ ವಿಚಾರ ಅವರಲ್ಲಿ ನಿರಾಳತೆ ತಂದಿತ್ತು. ತಬ್ಬಲಿಯಾಗಿದ್ದ ಆತನನ್ನು ತನ್ನ ತೆಕ್ಕೆಗೆ ತೆಗೆದುಕೊಂಡ ಆ ದೊಡ್ಡ

ಜವಾಬ್ದಾರಿಯನ್ನು ಯಶಸ್ವಿಯಾಗಿ ನಿರ್ವಹಿಸಿದ ಕೃತಾರ್ಥಭಾವ ಅವರಲ್ಲೀಗ ಉಂಟಾಗಿತ್ತು.

ಉದ್ಯೋಗ ಕೈಗೆಟುಕುವುದು ಇನ್ನಷ್ಟೇ ದೃಢವಾಗಬೇಕಿದ್ದರೂ ತನ್ನ ಮಾವ ಪ್ರಯತ್ನಿಸಿರುವುದರಿಂದ ಹೇಮಂತನಿಗೆ ಆ ಕುರಿತು ಸಂಶಯವಿರಲಿಲ್ಲ. ಇದರಿಂದಾಗಿಯೇ ಆತ ತುಸು ನಿರ್ಭಿಡೆ ಮತ್ತು ಹುಮ್ಮನಸ್ಸಿನಿಂದ ಇರಲಾರಂಬಿಸಿದ್ದ. ಸಾಲದುದಕ್ಕೆ ಹೃದಯದಲ್ಲಿ ಹರೆಯದ ಪ್ರೇಮಾಂಕುರವಾಗಿ ಮನಸ್ಸು ಅದರಲ್ಲಿ ವಿಹರಿಸತೊಡಗಿತ್ತು.

ಈ ಎಲ್ಲ ಬೆಳವಣಿಗೆಗಳು ನಡೆಯುತ್ತಿರುವಂತೆಯೇ ಕಾಲೇಜಿನಲ್ಲೊಂದು ಚಿಕ್ಕ ಬಿರುಗಾಳಿ ಏಳಲು ಹೇಮಂತ ಕಾರಣನಾದ. ಆ ಬಿರುಗಾಳಿಯಲ್ಲಿ ಅರಿವಿಲ್ಲದೆ ತಾನೂ ಸಿಲುಕಿಕೊಂಡ.

ಸಕೀನಾಳ ಮೇಲಿನ ಏಕಮುಖ ಪ್ರೀತಿಯ ಭಾವನೆ ಉತ್ಕಟವಾದ ಒಂದು ಗಳಿಗೆಯಲ್ಲಿ ಆತನೊಂದು ಪ್ರೇಮ ಕವನ ಬರೆದಿದ್ದ. ರಾತ್ರಿ ಬಹುಹೊತ್ತಿನ ತನಕ ನಿದ್ದೆಗೆಟ್ಟು, ಬುದ್ಧಿಪೂರ್ವಕವಾಗಿ ಸಕೀನಾಳಿಗಾಗಿಯೇ ಆತ ಆ ಕವನ ರಚಿಸಿದ್ದ... ಅದನ್ನು ಯಾರಿಗಾದರೂ ತೋರಿಸಬೇಕೆಂಬ ಇಚ್ಛೆ ಅದಮ್ಯವಾದಾಗ ಕಾಲೇಜಿನ 'ವಾಲ್ ಮ್ಯಾಗ್‌ಝಿನ್' ಸಂಪಾದಕರಾಗಿದ್ದ ಲೈಬ್ರೇರಿಯನ್ ಶಾನುಭಾಗರಿಗೆ ಸಂಕೋಚಪಡುತ್ತಾ ತೋರಿಸಿದ್ದ. ಮಿತ್ರ ನಾಗರಾಜನಿಗೆ ಅದನ್ನು ಓದಲು ಕೊಡಬೇಕೆಂದುಕೊಂಡಿದ್ದನಾದರೂ ಏನೋ ಹಿಂಜರಿಕೆಯಾಗಿತ್ತು. ಅದಲ್ಲದೆ ಈಗಾತ ದೂರವೇ ಆಗಿರುವುದರಿಂದ ಅವನಿಗದನ್ನು ತೋರಿಸುವ ಗೋಜಿಗೆ ಹೇಮಂತ ಹೋಗಲಿಲ್ಲ.

ಹೇಮಂತನ ಆ ಕವನ ಓದಿದ ಶಾನುಭಾಗರು ಅದನ್ನು ತುಂಬ ಮೆಚ್ಚಿಕೊಂಡರು. ಕವನದ ಪೂರ್ವಾಪರ ತಿಳಿಯದಿರುವುದರಿಂದಲೋ ಏನೋ –"ಹೇಮಂತ, ದಿಸ್ ಪೋಯೆಮ್ ಡಿಸರ್ವ್ಸ್ ಪಬ್ಲಿಕೇಶನ್ ಇನ್ ಅವರ್ ವಾಲ್ ಮ್ಯಾಗ್‌ಝಿನ್; ಎಕ್ಸಲೆಂಟ್ ಲವ್ ಪೋಯೆಮ್..." ಎಂದಾತನನ್ನು ಹೊಗಳಿದರು. ಕೆಲವಿಚಾರದಲ್ಲಿ ತೀರಾ ಮುಗ್ಧರಾಗಿ ವರ್ತಿಸುವ ಶಾನುಭಾಗರು ಆ ಕವನವನ್ನು ಕಾಲೇಜಿನ ವಾಲ್ ಮ್ಯಾಗ್‌ಝಿನ್‌ನಲ್ಲಿ ಪ್ರಕಟಿಸಲೆಂದು ತೆಗೆದಿರಿಸಿಕೊಂಡೂ ಬಿಟ್ಟರು...!

ತಾನು ಕೇಳಿಕೊಳ್ಳದೆ ಅವರಾಗಿಯೇ ಕವನವನ್ನು ವಾಲ್ ಮ್ಯಾಗ್‌ಝಿನ್‌ನಲ್ಲಿ ಪ್ರಕಟಿಸಲು ಶಾನುಭಾಗರು ಮುಂದಾಗಿರುವುದರಿಂದ ಹೇಮಂತನಿಗೆ ಅಚ್ಚರಿಯೊಂದಿಗೆ ಖುಷಿಯೂ ಆಗಿತ್ತು. ತನ್ನ ಸುಪ್ತ ಪ್ರೇಮದ ಉದಾತ್ತ ಭಾವಗಳ ಅಭಿವ್ಯಕ್ತಿಯು ಅನಾವರಣಗೊಳ್ಳಲು ಈ ಅನಿರೀಕ್ಷಿತ ಅವಕಾಶ ದೊರಕಿದುದಕ್ಕಾಗಿ ಆತ ನಿಜಕ್ಕೂ ಪುಳಕಿತನಾಗಿದ್ದ. ಸಕೀನಾ ಆಗಾಗ ವಾಲ್ ಮ್ಯಾಗ್‌ಝಿನ್ ಎದುರು ನಿಂತು ಅಲ್ಲಿನ ಚಿತ್ರಗಳನ್ನು, ಬರಹಗಳನ್ನು

ನೋಡುತಿದ್ದುದನ್ನು ಆತ ಗಮನಿಸಿದ್ದ. ಹಾಗಾಗಿ ಸಕೀನಾ ತನ್ನ ಈ ಪ್ರೇಮ ಕಾವ್ಯವನ್ನು ಓದಿಯೇ ಓದುತ್ತಾಳೆ ಎನ್ನುವ ನಂಬಿಕೆ ಆತನಿಗಿತ್ತು. ಅದನ್ನು ಓದುತ್ತಲೇ, ಆ ಕವನ ತನ್ನ ಕುರಿತಾಗಿಯೇ ಬರೆದುದೆಂದು ಖಂಡಿತಾ ಆಕೆಗೆ ಗೊತ್ತಾಗುತ್ತದೆ... ತನ್ನ ಪ್ರೇಮ ನಿವೇದನೆಗೆ ಇದಕ್ಕಿಂತ ಸುರಕ್ಷಿತ ದಾರಿ ಇನ್ಯಾವುದು ಸಿಗಲು ಸಾಧ್ಯ? ಪ್ರಾಯಶಃ ತನ್ನ ಬದುಕಿನಲ್ಲಿ ಇದು ಹೊಸ ಅಧ್ಯಾಯಕ್ಕೊಂದು ನಾಂದಿಯೂ ಆಗಬಹುದು–ಎಂದಾತ ಸಂಭ್ರಮ ಪಟ್ಟಿದ್ದ.

'ನಾ ಕಂಡ ಕನಸುಗಳ
ಸಜೀವ ಪ್ರೇಮ ಪುತ್ಥಳಿಯಂತೆ
ಚೆಲುವು ಮೈದಳೆದ **ಸಖೀ**
ನಾ ನಿನ್ನ ಕಂಡು ಕಣ್ತುಂಬಿಕೊಂಡೆ.'

...ಎಂದು ಆರಂಭಗೊಳ್ಳುವ ಆ ಕವನದಲ್ಲಿ 'ಸಖೀ... ನಾ' ಎನ್ನುವ ಅವಳ ಹೆಸರು ಒಳಗೊಳ್ಳುವಂತೆ ಪ್ರಜ್ಞಾಪೂರ್ವಕವಾಗಿಯೇ ಆತ ಬರೆದಿದ್ದ ಕವನಕ್ಕೆ ಆತ 'ಅಂಕುರ' ಎನ್ನುವ ಶಿರೋನಾಮೆಯನ್ನೂ ಕೊಟ್ಟಿದ್ದ. ಆದರೆ ಕವನದ ನಡುವಲ್ಲೆಲ್ಲೋ ಬರುವ ಎರಡು ಸಾಲುಗಳು ಶಾನುಭಾಗರಿಗೆ ತುಂಬ ಇಷ್ಟವಾಗಿ, ಅದಕ್ಕನುಗುಣವಾಗಿ ಅವರು 'ಕವನದ ಶಿರೋನಾಮೆ ಬದಲಿಸಬಹುದೇ?' ಎಂದು ಹೇಮಂತನಲ್ಲಿ ಕೇಳಿದ್ದರು. ಆತ 'ಆದೀತು ಸರ್' ಎಂದು ಒಪ್ಪಿಗೆಯನ್ನೂ ಕೊಟ್ಟಿದ್ದ.

'ಅಭಿಶಪ್ತ ದೇವತೆ
ಇಳಿದು ಬಂದಂತೆ ಧರೆಗೆ
ನಿನ್ನ ನಾ ಈ ವಿದ್ಯಾದೇಗುಲದಲ್ಲಿ ಕಂಡೆ...'

–ಎನ್ನುವ ಈ ಸಾಲುಗಳನ್ನು ಮೆಚ್ಚಿಕೊಂಡೋ ಏನೋ? ಶಾನುಭಾಗರು ಕವಿತೆಗೆ 'ಅಭಿಶಪ್ತ ದೇವತೆ' ಎನ್ನುವ ಹೊಸ ಶಿರೋನಾಮೆ ಕೊಟ್ಟಿದ್ದರು. ಮಾತ್ರವಲ್ಲ ಮರುವಾರವೇ ಅದನ್ನು ವಾಲ್ ಮ್ಯಾಗ್‌ಝಿನ್‌ನಲ್ಲಿ ಎದ್ದು ಕಾಣುವಂತೆ ಪ್ರಕಟಿಸಿಬಿಟ್ಟಿದ್ದರು.

ಕವನ ಬೆಳಕು ಕಂಡ ದಿನ ಹೇಮಂತನ ಪಾಲಿಗೆ ಅತ್ಯಂತ ಸಂತಸದ ಮತ್ತು ಹೆಮ್ಮೆಯ ದಿನವಾಗಿತ್ತು.

ಕವನ, ವಾಲ್ ಮ್ಯಾಗ್‌ಝಿನ್‌ನಲ್ಲಿ ಪ್ರಕಟಗೊಂಡ ದಿನದಿಂದ ವಾರವಿಡೀ ಹೇಮಂತ ಸಮಯ ಸಿಕ್ಕಾಗೆಲ್ಲ ಆ ಬೋರ್ಡಿನ ಸನಿಹವೇ ಸುಳಿದಾಡುತ್ತ ಯಾರ್ಯಾರು ಅದನ್ನು ಓದಲು ನಿಂತಿದ್ದಾರೆ ಎಂದು ಗಮನಿಸುತ್ತಿದ್ದ. ವಿದ್ಯಾರ್ಥಿನಿಯರ ಗುಂಪೇನಾದರೂ ಅಲ್ಲಿ ನಿಂತಿದ್ದರೆ ಅಯಾಚಿತವಾಗಿ ಆತನ

ಕಾಲುಗಳು ಅತ್ತ ಸಾಗುತ್ತಿದ್ದವು. ಅದೇನೋ ಅಪ್ಯಾಯವಾದ ಹಿತಾನುಭವದಲ್ಲಿ ಆತ ತೇಲುತ್ತಿದ್ದ... ಒಂದೊಮ್ಮೆ ಸಕೀನಾ ಅದನ್ನು ಓದದೆ ಉಳಿದರೂ ಅವಳನ್ನು ಕುರಿತೇ ಬರೆದುದೆಂದು ಗ್ರಹಿಸಿದ ಯಾರಾದರೂ ಸ್ನೇಹಿತೆಯರು ಅವಳಿಗೀ ವಿಚಾರ ತಿಳಿಸದೆ ಇರಲಾರರು, ಆಗವಳು ಖಂಡಿತವಾಗಿ ಅದನ್ನು ಓದುತ್ತಾಳೆ ಎನ್ನುವ ನಂಬಿಕೆ ಆತನಲ್ಲಿತ್ತು...

'ಅಭಿಶಪ್ತ ದೇವತೆ' ಕವನವನ್ನು ಯಾರ್‍ಯಾರು ಓದಿದರೋ ಬಿಟ್ಟರೋ, ಹೇಮಂತನಿಗೆ ಗೊತ್ತಾಗದಿದ್ದರೂ ನಾಗರಾಜ ಅದನ್ನು ಓದಿರುವನೆಂಬುದು ಆತನಿಗೆ ಸ್ಪಷ್ಟವಾಯಿತು. ಬಹುದಿನಗಳಿಂದ ಮುಖಾಮುಖಿಯಾಗದ ನಾಗರಾಜ ಅಂದು ಕಾಲೇಜಿನ ಆಫೀಸಿನಲ್ಲಿ ಎದುರಾದವ–"ಕಂಗ್ರಾಟ್ಸ್ ಹೇಮಂತ್. ನಿನ್ನ 'ಅಭಿಶಪ್ತ ದೇವತೆ' ಕವಿತೆ ಓದಿದೆ. ಚೆನ್ನಾಗಿದೆ. ಯಾವತ್ತಿನಿಂದ ಪ್ರೇಮಕವನಗಳ ಕೃಷಿ ಶುರು ಮಾಡಿದಿ?" ಎಂದ.

ಹೇಮಂತನಿಗೇಕೋ ಒಮ್ಮಿಲೇ ಮುಖಕ್ಕೆ ಹೊಡೆದಂತಾಯಿತು. ಯಾವತ್ತೂ ಆತ ತನ್ನ ಬರಹಗಳನ್ನು ಮೊತ್ತಮೊದಲಿಗೆ ತೋರಿಸುತ್ತಿದ್ದುದು ನಾಗರಾಜನಿಗೆ. ಆದರೆ ಈ ಬಾರಿ ಅದು ನೇರವಾಗಿ ವಾಲ್ ಮ್ಯಾಗ್‌ಝಿನ್‌ನಲ್ಲಿ ಪ್ರಕಟಗೊಂಡು ನಾಗರಾಜನ ಗಮನಕ್ಕೆ ಬಂದಿತ್ತು. ಹೇಮಂತ ತುಸು ಹೊತ್ತು ಮುಜುಗರದಿಂದ ಮರುಮಾತಾಡದೆ ನಿಂತು ನಾಗರಾಜನ ಮುಖದ ಭಾವನೆಗಳನ್ನು ಅಳೆಯಲು ಯತ್ನಿಸಿದ. ಅಲ್ಲಿ ವ್ಯಂಗ್ಯವಾಗಲಿ, ಕೋಪವಾಗಲಿ ಇದ್ದಂತೆ ಕಾಣಲಿಲ್ಲ. ಆಗ ನಾಗರಾಜನೇ ಇನ್ನಷ್ಟು ಆತನ ಸನಿಹ ಬಂದು "ಆ ಸಾಯಿಬತಿ(ಸ್ಯಾಬತಿ)ಯ ಕುರಿತಾಗಿ ನೀನದನ್ನು ಬರೆದಿರುವುದೆಂದು ನನಗೆ ಗೊತ್ತಾಗಿದೆ ಬಿಡು. ಆದರೂ ಕವನ ತುಂಬ ಚೆನ್ನಾಗಿದೆ. ಮಾರಾಯ... ನನಗೆ ಮಾತ್ರ ನೀನು ತೋರಿಸಲೇ ಇಲ್ಲ... ಅದಿರಲಿ, ಈ ವರ್ಷ ಎಲ್ಲ ಪೇಪರ್ ಕಂಪ್ಲೀಟ್ ಮಾಡುವ ಅಂದಾಜುಂಟಲ್ಲ?... ಇಲ್ಲಾ ಇದೇ ಚಟ ಮುಂದುವರೆಸುತ್ತೀಯಾ ಹೇಗೇ?" ಎಂದು ತುಸು ಕೀಟಲೆ ಮತ್ತು ಹುಸಿ ಕೋಪದಲ್ಲಿ ಕೇಳಿದ.

ಸ್ನೇಹ ಮಾತ್ರವಲ್ಲ, ತಾನು ಯಾವತ್ತಿಗೂ ಗೌರವಿಸುವ ನಾಗರಾಜನ ಈ ಮಾತುಗಳ ಹಿಂದಿರುವ ತನ್ನ ಮೇಲಿನ ಕಳಕಳಿ ಗಮನಿಸಿ ಹೇಮಂತನಿಗೆ ಮತ್ತಷ್ಟು ಕುಗ್ಗಿ ಹೋಗುವಂತಾಯಿತು. ಎಷ್ಟೋ ದಿನಗಳಿಂದ ತಾನಾತನನ್ನು ಮರೆತೇಬಿಟ್ಟಂತೆ ವರ್ತಿಸಿದರೂ ನಾಗರಾಜ ತನ್ನ ಮೇಲೆ ತೋರುವ ಅದೇ ಮುಂಚಿನ ಸ್ನೇಹ, ಸಲುಗೆ ಕಂಡು ಆತನಿಗೆ ತುಸು ನೆಮ್ಮದಿಯೂ ಉಂಟಾಯಿತು.

"ಇಲ್ಲ ನಾಗ್ರಾಜ್, ಇದನ್ನೆಲ್ಲ ನಿಲ್ಲಿಸುತ್ತೇನೆ. ಇನ್ನು ಖಂಡಿತಾ ಸೀರಿಯಸ್ ಆಗಿ ಓದಲು ಶುರು ಮಾಡುತ್ತೇನೆ. ಇದು ಶಾನುಭಾಗರ ಒತ್ತಾಯಕ್ಕಾಗಿ..."

ಹೀಗೆ ಹೇಮಂತ ಮತ್ತೇನೇನೋ ಸಬೂಬು ಹೇಳುವುದರಲ್ಲಿದ್ದ. ಆಗ ನಾಗರಾಜನೇ ಆತನನ್ನು ತಡೆಯುತ್ತ, "ಆಯಿತಾಯಿತು; ಏನು ಮಾಡುತ್ತಿ ನೋಡುವಾ..." ಎಂದವನೇ ಅಲ್ಲಿಂದ ಹೊರಟು ಹೋದ. ಹೇಮಂತನಿಗೆ, ಸಿಕ್ಕ ಈ ಸಂದರ್ಭದಲ್ಲೇ ಬಹಳಷ್ಟು ವಿಚಾರಗಳನ್ನು ಆತನೊಂದಿಗೆ ಹಂಚಿಕೊಳ್ಳಬೇಕೆಂಬ ತವಕವಿತ್ತು. ಆದರೆ ಅದಕ್ಕೆಲ್ಲ ತಣ್ಣೀರು ಎರಚುವಂತೆ ನಾಗರಾಜ ತಟ್ಟನೆ ಹೊರಟು ಹೋಗಿದ್ದ...

ತನ್ನ ಈ ಆಪ್ತ ಸ್ನೇಹಿತನನ್ನು ದೂರವಿರಿಸಿ ತಪ್ಪು ಮಾಡಿದೆ ಎಂದು ಹೇಮಂತ ಒಂದು ಕ್ಷಣ ತನ್ನಲ್ಲೇ ವಿಷಾದಿಸಿದ.

*

ಸಕೀನಾ, ವಾಲ್ ಮ್ಯಾಗ್‌ಝಿನ್‌ನಲ್ಲಿ ಪ್ರಕಟವಾಗಿದ್ದ ಕವನ ಓದಿದಳೋ ಇಲ್ಲವೋ; ಓದುವಳೋ ಇಲ್ಲವೋ? ಎಂದು ಹೇಮಂತ ಪ್ರತಿದಿನ ಚಡಪಡಿಸುತ್ತಿರುವಂತೆಯೇ ವಾರವೊಂದು ಕಳೆದುಹೋಗಿತ್ತು.

ಆದರೆ ಮರುವಾರದ ಮೊದಲ ದಿವಸವೇ–ಅಂದರೆ ಸೋಮವಾರದಂದೇ–ಆತನ 'ಅಭಿಶಪ್ತ ದೇವತೆ' ಪ್ರೇಮ ಕವನ ಆತ ಊಹಿಸಿಯೂ ಇರದ ರೀತಿಯಲ್ಲಿ ತನ್ನ ಪರಿಣಾಮ ಬೀರತೊಡಗಿರುವುದು ಆತನ ಗಮನಕ್ಕೆ ಬಂದಿತು!!

ಅಂದು ಬೆಳಿಗ್ಗೆ ಕ್ಲಾಸಿನೊಳಗಡೆ ಕಾಲಿಡುತ್ತಲೇ ಎದುರಿನ ದೊಡ್ಡ ಕಪ್ಪು ಬೋರ್ಡಿನಲ್ಲಿ ಗಂಡು–ಹೆಣ್ಣಿನ ಒಂದು ರೇಖಾ ಚಿತ್ರ ಬಿಡಿಸಿದ ಕಾಗದವನ್ನು ಅಂಟಿಸಿರುವುದು ಆತನ ಕಣ್ಣಿಗೆ ಬಿದ್ದಿತು! ಅದರ ಅಡಿಯಲ್ಲಿ 'ಮಜ್ನೂ ಮತ್ತು ಅಭಿಶಪ್ತ ದೇವತೆ' ಎಂದು ದಪ್ಪಕ್ಷರದಲ್ಲಿ ಬರೆದಿರುವುದನ್ನು ಕಂಡು ಆತ ದಂಗಾಗಿ ಬಿಟ್ಟ! ಕ್ಲಾಸಿಗೆ ಆಗ ಕೆಲವೇ ಮಂದಿ ಸಹಪಾಠಿಗಳಷ್ಟೇ ಬಂದಿದ್ದರು. ಹೇಮಂತನ ಗಮನ ಬೋರ್ಡಿನ ರೇಖಾಚಿತ್ರ ಮತ್ತು ಅಡಿ ಬರಹದಲ್ಲಿ ನೆಟ್ಟಿರುವುದನ್ನು ನೋಡಿ ಅವರು ತಮ್ಮಲ್ಲೇ ಸಣ್ಣಗೆ ನಗುತ್ತಿದ್ದರು. ಇದನ್ನು ಕಂಡ ಹೇಮಂತನಿಗೆ ಸಿಟ್ಟಲ್ಲಿ ಮೈ ಉರಿಯುವಂತಾಯಿತು. ಕೋಪದಿಂದ ಆತ ಬೋರ್ಡಿನತ್ತ ತೆರಳಿ ಅಂಟಿಸಿದ್ದ ಆ ರೇಖಾ ಚಿತ್ರವನ್ನು ಕಿತ್ತು ಹರಿದೆಸೆದ. ಅಲ್ಲಿಂದ ನೇರ ತಾನು ಕುಳಿತುಕೊಳ್ಳುವ ಜಾಗಕ್ಕೆ ಬಂದವನೇ ಪಕ್ಕದಲ್ಲಿದ್ದ ಸಹಪಾಠಿ ಪಡಿಯಾರನಲ್ಲಿ 'ಇದು ಯಾರ ಕೆಲಸವೆಂದು ನಿನಗೆ ಗೊತ್ತಿದೆಯಾ?' ಎಂದು ವಿಚಾರಿಸಿದ. 'ನನಗ್ಗೊತ್ತಿಲ್ಲ ಮಾರಾಯ. ನಾನು ಕ್ಲಾಸಿಗೆ ಬರುವಾಗಲೇ ಆ ಚಿತ್ರ ಬೋರ್ಡಿನಲ್ಲಿತ್ತು. ಯಾರೋ ಪಿ.ಯು.ಸಿ.ಯ ಹುಡುಗರು ಬಂದು ಅಂಟಿಸಿಹೋಗಿರಬೇಕು. ಹಾಗಂತ ಯಾರೋ ಮಾತಾಡಿಕೊಳ್ಳುತ್ತಿದ್ದರಪ್ಪ' ಎಂದ.

ಯಾಕೋ ಆ ಗಳಿಗೆಯಿಂದಲೇ ಹೇಮಂತನ ಮನಸ್ಸಿನ ನೆಮ್ಮದಿ ಕದಡಲಾರಂಭಿಸಿತು. ಈ ಕಿತಾಪತಿಯ ಹಿಂದೆ ಯಾರ ಕೈವಾಡವಿದೆಯೆಂದೇ ಆತನಿಗೆ ತಿಳಿಯದಾಗಿತ್ತು. 'ಏನೇ ಆಗಲಿ, ಇದು ಇಷ್ಟಕ್ಕೇ ಮುಗಿದರೆ

ಸಾಕು' ಎಂದಾತ ತನ್ನಲ್ಲೇ ಅಂದುಕೊಂಡ. ಆದರೆ ಈ ಕುಚೇಷ್ಟೆ ಅಂದಿಗೇ ಮುಗಿಯುವಂತದ್ದಾಗಿರಲಿಲ್ಲ! ಮರುದಿವಸವೂ ಕ್ಲಾಸಿನ ಬೋರ್ಡಿನಲ್ಲಿ ಮತ್ತೊಂದು ಕೀಟಲೆಯ ಬರಹ ಮೂಡಿತ್ತು!

"ಕೀಪ್ ಇಟ್ ಅಪ್, ಮಜ್ನೂ, ಹಿಸ್ಟರಿ ಪ್ರೊಫೆಸರ್ ವಿಲ್ ಬ್ಲೆಸ್ ಯು" ಎಂದು ಪ್ರೊ. ಶಕೀಲ್ ಅಹ್ಮದ್‌ರವರನ್ನು ಪರೋಕ್ಷವಾಗಿ ಉಲ್ಲೇಖಿಸಿ ಬರೆಯಲಾಗಿತ್ತು ಅದರ ಮುಂದಿನ ದಿವಸವೂ 'ಬಿ.ಎಸ್‌ಸಿ. ಕವಿಯ ಮತಾಂತರ!' ಎನ್ನುವ ಬರಹ ಬೋರ್ಡ್‌ನಲ್ಲಿ ರಾರಾಜಿಸುತ್ತಿತ್ತು...

ಹೀಗೆ ಪ್ರತಿದಿನವೂ ಒಂದಲ್ಲ ಒಂದು ರೀತಿಯಲ್ಲಿ ಹೇಮಂತನನ್ನೇ ನೇರ ಗುರಿಯಾಗಿರಿಸಿ ಕುಚೋದ್ಯದ ಬರಹ ಬೋರ್ಡಿನಲ್ಲಿ ಕಾಣಿಸಿಕೊಳ್ಳತೊಡಗಿತು. ಮೊದಮೊದಲಿಗೆಲ್ಲ ಬೋರ್ಡಿನ ಆ ಬರಹವನ್ನು ಅಳಿಸುವ ಯತ್ನವನ್ನು ಹೇಮಂತ ಮಾಡಿದನಾದರೂ ಮತ್ತೆ ಅಸಹಾಯಕನಾಗಿ ಸುಮ್ಮನುಳಿದುಬಿಟ್ಟ. ಕ್ಲಾಸಿಗೆ ಬರುವ ಅಧ್ಯಾಪಕರು ಆ ಬರಹವನ್ನೊಮ್ಮೆ ಓದಿ ಕ್ಲಾಸಿನತ್ತ ತಿರುಗಿ ನೋಡಿ ಮುಸಿನಗುತ್ತಾ ಒರೆಸಿ ತೆಗೆಯುತ್ತಿದ್ದರು. ಆಗೆಲ್ಲ ಕ್ಲಾಸಿನಲ್ಲಿದ್ದ ಎಲ್ಲಾ ಸಹಪಾಠಿಗಳ ದೃಷ್ಟಿ ತನ್ನತ್ತ ನೆಟ್ಟಂತಾಗಿ ಹೇಮಂತ ಇನ್ನಿಲ್ಲದಷ್ಟು ಮಾನಸಿಕ ಹಿಂಸೆ ಮತ್ತು ಉದ್ವಿಗ್ನತೆಗೆ ಒಳಗಾಗುತ್ತಿದ್ದ... ಪ್ರತಿದಿನದ ಈ ಮಾನಸಿಕ ಪೀಡನೆಯ ಹಿಂದಿರುವ ಸೂತ್ರದಾರರು ಯಾರೆಂಬುದೇ ಆತನಿಗೆ ತಿಳಿಯದಾಗಿತ್ತು.

ಈ ನಡುವೆ ಕ್ಲಾಸಿನಲ್ಲಾಗುತ್ತಿರುವ ಈ ಮಾನಸಿಕ ಕ್ಷೋಭೆಯಿಂದಾಗಿ ಆತ ಸಕೀನಾಳನ್ನು ನೋಡಲು ಓಡಾಡುವುದನ್ನಾಗಲೀ, ಶಾನುಭಾಗರನ್ನು ಭೇಟಿಯಾಗುವುದಾಗಲಿ ನಿಲ್ಲಿಸಿಬಿಟ್ಟಿದ್ದ. ವಾರವಿಡೀ ನಡೆದ ಈ ಘಟನೆಗಳಿಂದ ಆತನ ಮನಸ್ಸಿನ ನೆಮ್ಮದಿ ಪೂರ್ಣ ಕಲಕಿ ಹೋಗಿತ್ತು. ವಾಲ್ ಮ್ಯಾಗ್‌ಝಿನ್‌ನಲ್ಲಿ 'ಅಭಿಶಪ್ತ ದೇವತೆ' ಕವನ ಪ್ರಕಟಿಸುವ ಶಾನುಭಾಗರ ಒತ್ತಾಸೆಯನ್ನು ಒಪ್ಪಿ ತಾನು ತಪ್ಪು ಮಾಡಿದೆ ಎನ್ನುವ ಭಾವನೆಯೀಗ ಹೇಮಂತನನ್ನು ಬಿಡದೆ ಪೀಡಿಸುತ್ತಿತ್ತು. ಈ ಅಚಾನಕ ಪ್ರಕರಣದಿಂದಾಗಿ 'ತನಗೆ ಎಷ್ಟು ಮಾನಸಿಕ ಹಿಂಸೆ, ತೊಂದರೆ, ಬೇಸರವಾದರೂ ಪರವಾಗಿಲ್ಲ. ಆದರೆ ಸಕೀನಾಳ ತರಗತಿಯಲ್ಲೂ ಇದರ ಪುನಾರಾವರ್ತನೆ ಆಗದಿದ್ದರೆ ಸಾಕು' ಎಂದಾತ ಪ್ರಾರ್ಥಿಸುತ್ತಿದ್ದ. ಹಾಗೇನಾದರೂ ಆದರೆ ಆಕೆಗಾಗುವ ಅಪಮಾನ ನೆನೆದು ಆತನ ಎದೆ ತಲ್ಲಣಗೊಳ್ಳುತ್ತಿತ್ತು. ಅಂತೆಯೇ ಪ್ರೊ. ಶಕೀಲ್ ಅಹ್ಮದ್ ರವರಿಗೆ ಇದರ ಸುಳಿವೇನಾದರೂ ಸಿಕ್ಕಿ ಅವರ ಕೋಪಕ್ಕೂ ತಾನು ಗುರಿಯಾಗಬೇಕಾದೀತೇನೋ ಎಂದಾತನಿಗೆ ದಿಗಿಲಾಗುತ್ತಿತ್ತು!

ಹಾಗೆ ನೋಡಿದರೆ, ಸಕೀನಾಳನ್ನು ಕುರಿತಿದ್ದೇ ಆ ಕವನ ಬರೆದುದಾದರೂ ಅದಕ್ಕೆ ಸ್ಪಷ್ಟ, ನೇರ ಪುರಾವೆಯೇನೂ ಇರಲಿಲ್ಲ. ಅಂತೆಯೇ, ಒಲವಿನ ಉದಾತ್ತ ಭಾವನೆಗಳನ್ನಲ್ಲದೆ ಮತ್ತಾವ ವಿವಾದಿತ ವಿಚಾರವನ್ನೂ ಆ ಕವನದಲ್ಲಿ ಆತ

ವ್ಯಕ್ತಪಡಿಸಿರಲಿಲ್ಲ. ಹೀಗಿದ್ದೂ ಈ ಹಗರಣವೇಕೆ ಎದುರಾಯಿತು? ಎಂದಾತ ಹಲುಬುವಂತಾಗಿತ್ತು.

ಅಂದು ಶನಿವಾರ ಮಧ್ಯಾಹ್ನ ತರಗತಿ ಮುಗಿದ ನಂತರವೂ ಆತ ಕ್ಲಾಸಿನಲ್ಲಿಯೇ ಕುಳಿತಿದ್ದು ಬೋರ್ಡಿನಲ್ಲಿ ಈ ಕುಹಕದ ವಿಚಾರಗಳನ್ನು ಬರೆಯಲು ಯಾರು ಬರುತ್ತಾರೆ ನೋಡುವ? ಎಂದು ಕಾದ. ತನ್ನ ವಿರುದ್ಧ ಈ ಅನಾಮಧೇಯ ಶೀತಲ ಸಮರ ಸಾರಿದ ಹೇಡಿಗಳಾರೆಂದು ಆತನಿಗೆ ತಿಳಿಯಬೇಕಿತ್ತು. ಆದರೆ ಹೇಮಂತನ ಕಾಯುವಿಕೆ ನಿರರ್ಥಕವಾಗಿತ್ತು. ಅಂದು ಹಾಗೆ ಬರೆಯುವ ಕಿಡಿಗೇಡಿಗಳು ಯಾರೂ ಕ್ಲಾಸಿನತ್ತ ಸುಳಿಯಲಿಲ್ಲ. ಶನಿವಾರ ಮಧ್ಯಾಹ್ನವಾದ್ದರಿಂದ ಇಡೀ ಕಾಲೇಜು ವಿದ್ಯಾರ್ಥಿಗಳೆಲ್ಲ ಹೊರಟು ಹೋಗಿ ಖಾಲಿಯಾಗಿತ್ತು.

ಇನ್ನು ತನ್ನ ಕಾಯುವಿಕೆ ವ್ಯರ್ಥ ಎಂದು ಸ್ಪಷ್ಟವಾದ ಹೇಮಂತ ಕ್ಲಾಸಿನಿಂದ ಹೊರಟು ನಿಧಾನಕ್ಕೆ ಆ ಕವನ ಅಂಟಿಸಿದ ವಾಲ್ ಮ್ಯಾಗ್‌ಝಿನ್ ಇರುವಲ್ಲಿಗೆ ಬಂದ. ಅಲ್ಲಾತನಿಗೊಂದು ಅಚ್ಚರಿ ಕಾದಿತ್ತು! ಆತ ಬರೆದ 'ಅಭಿಶಪ್ತ ದೇವತೆ' ಕವನದ ಆ ಹಾಳೆಯನ್ನು ಅಲ್ಲಿಂದ ಹರಿದು ತೆಗೆಯಲಾಗಿತ್ತು. ಬೀಗ ಮುದ್ರೆ ಇರುವ, ಪಾರದರ್ಶಕ ಕನ್ನಡಿಯೊಳಗಿನ ಕಾರ್ಡ್‌ಬೋರ್ಡಿಗೆ ಅಂಟಿಸಿದ್ದ ಅದನ್ನು ಸಂಪಾದಕತ್ವದ ಹೊಣೆ ಹೊತ್ತಿರುವ ಲೈಬ್ರೇರಿಯನ್ ಶಾನುಭಾಗರು ಇಲ್ಲವೆ ಅದರ ಇನ್ನೊಂದು ಕೀಲಿಕೈ ಹೊಂದಿರುವ ಕನ್ನಡ ಪ್ರಾಧ್ಯಾಪಕ ಚಂದ್ರಶೇಖರಯ್ಯನನ್ನು ಬಿಟ್ಟರೆ, ಬೇರಾರೂ ತೆಗೆಯುವಂತಿರಲಿಲ್ಲ. 'ಅಂದರೆ, ಕವನದ ಪ್ರಕರಣವು ತಾನೆಣಿಸುದುದಕ್ಕಿಂತ ಇನ್ನೂ ಹೆಚ್ಚಿನ ದೂರಗಾಮಿ ಪರಿಣಾಮ ಮಾಡಿದೆ' ಎಂಬುದು ಹೇಮಂತನಿಗೆ ತಟ್ಟನೆ ಸ್ಪಷ್ಟವಾಗಿ ಹೋಯಿತು!... ಶಾನುಭಾಗರು ಯಾಕಾದರೂ ಈ ಕವನವನ್ನು ವಾಲ್ ಮ್ಯಾಗ್‌ಝಿನ್‌ನಲ್ಲಿ ಹಾಕಿದರೋ; ಎಂದಾತ ತನ್ನಲ್ಲೇ ಹಲುಬುತ್ತಾ, ತಲೆ ತುಂಬಾ ಇದೇ ಚಿಂತೆ ಹೊತ್ತು ಕಾಲೇಜಿನಿಂದ ಹೊರಬಿದ್ದ...

ಹಾಗೆ ಹೊರಟಿದ್ದಾತ ಮುಖ್ಯದ್ವಾರವನ್ನು ದಾಟುವಷ್ಟರಲ್ಲಿ ಯಾರೋ 'ಹೇಮಂತ, ಹೇಮಂತ' ಎಂದು ತನ್ನನ್ನು ಕರೆಯುತ್ತಿರುವುದು ಕೇಳಿಸಿ ತಡೆದು ನಿಂತ! ಆಗ ಇನ್ನೊಮ್ಮೆ 'ಹೇಮಂತ್' ಎನ್ನುವ ಕರೆ ಬಂದತ್ತ ತಿರುಗಿ ನೋಡಿದಾಗ ಲೈಬ್ರರಿಯ ತಮ್ಮ ಕೊಠಡಿಯ ಕಿಟಕಿಯಲ್ಲಿ ಮುಖ ತೂರಿಸಿ ಶಾನುಭಾಗರು ತನ್ನನ್ನು ಕರೆಯುತ್ತಿರುವುದು ಹೇಮಂತನಿಗೆ ಕಂಡಿತು...!

ಅವರನ್ನು ಎದುರಿಸಲೇಕೋ ಮನಸ್ಸು ಹಿಂದೇಟು ಹಾಕುತ್ತಿದ್ದರೂ ಆತ ಆತಂಕಗೊಳ್ಳುತ್ತಾ ಪುನಃ ಕಾಲೇಜಿನತ್ತ ತಿರುಗಿ ಲೈಬ್ರರಿಯ ಶಾನುಭಾಗರ ಕೊಠಡಿಯತ್ತ ಹೆಜ್ಜೆ ಹಾಕಿದ.

ಹೇಮಂತ ಅಲ್ಲಿ ಹಾಜರಾಗುತ್ತಲೇ ಯಾವ ಪೂರ್ವ ಪೀಠಿಕೆಯೂ ಇಲ್ಲದೆ ಗಟ್ಟಿ ಸ್ವರದಲ್ಲಿ ಶಾನುಭಾಗರು ಮಾತಿಗಾರಂಭಿಸಿ ಬಿಟ್ಟರು!

"ಒಳ್ಳೆಯ ಮಲಾಮತಿಯಾಯಿತಲ್ಲ ಮಾರಾಯ ಇದು! ಒಂದು ಒಳ್ಳೆಯ ಕವನವನ್ನು ವಾಲ್ ಮ್ಯಾಗ್‌ಝಿನ್‌ನಲ್ಲಿ ಪ್ರಕಟಿಸುವ ಸ್ವಾತಂತ್ರ್ಯ ನನಗಿಲ್ಲವೆಂದ ಮೇಲೆ ಈ ಗುಲಾಮಿತನದ ಸಂಪಾದಕತ್ವ ಯಾರಿಗೆ ಬೇಕು?... ನಾನಿದನ್ನು ಯಾಕೆ ಹೇಳುತ್ತಿದ್ದೇನೆ ಎಂದು ಗೊತ್ತಾಯಿತಾ ನಿನಗೆ? ನಿನ್ನ ಆ ಕವನವನ್ನು ಪ್ರಕಟಿಸಿದ್ದಕ್ಕೆ ಪ್ರಿನ್ಸಿಪಾಲರು ನನ್ನನ್ನು ಕರೆಸಿ ಬಹಳ ಪಿರಿಪಿರಿ ಮಾಡಿದರು. 'ಯಾಕೆ? ಏನು ತಪ್ಪಿದೆ ಆ ಕವನದಲ್ಲಿ?' ಎಂದರೆ ಅವರಲ್ಲಿ ಅದಕ್ಕೆ ಸ್ಪಷ್ಟ ಉತ್ತರವಿರಲಿಲ್ಲ. ಯಾರೋ ಬಂದು ಹೇಳಿದರೆಂದು ನಮ್ಮ ಮೇಲೆ ರೇಗಲು ಈ ಪುಣ್ಯಾತ್ಮನಿಗೆ ಸೊಯ ಬೇಡವೆ? 'ಪದ್ಯವನ್ನು ಅಲ್ಲಿಂದ ತೆಗೆಸಿರಿ' ಎಂದದ್ದಕ್ಕೆ ಸುತಾರಾಂ ಸಾಧ್ಯವಿಲ್ಲ ಎಂದೆ. 'ಏನು ದೋಷವುಂಟದರಲ್ಲಿ ಮೊದಲು ಹೇಳಿ?' ಎಂದು ನಾನೂ ಗರಂ ಆಗಿ ಹೇಳಿದೆ. 'ನೀವು ತೆಗೆಯದಿದ್ದರೆ ಚಂದ್ರಶೇಖರಯ್ಯನವರಿಂದ ಅದನ್ನು ತೆಗೆಸುತ್ತೇನೆ' ಎಂದರು. 'ಏನು ಬೇಕಾದರೂ ಮಾಡಿ ನಾನಂತೂ ಆ ಕವನವನ್ನು ಅಲ್ಲಿಂದ ತೆಗೆಸಲಾರೆ, ಅನರ್ಥಕಾರಿಯಾದುದು ಅದರಲ್ಲೇನಿದೆ? ಎಂಬುದು ಮೊದಲು ನನಗೆ ತಿಳಿಸಿ' ಎಂದು ಮತ್ತೊಮ್ಮೆ ಕೇಳಿದೆ. 'ನೀವು ಹುಡುಗರನ್ನು ಹಾದಿ ತಪ್ಪಿಸುತ್ತಿದ್ದೀರಿ. ಇದು ಕಾಲೇಜು ಎಂಬುದು ನಿಮಗೆ ತಿಳಿದಿರಲಿ...' ಇತ್ಯಾದಿಯಾಗಿ ಅರ್ಥವಿಲ್ಲದ ಮಾತಾಡಿದರು. 'ಎಲ್ಲರನ್ನೂ ಹಾದಿ ತಪ್ಪಿಸುವವರೇ ನೀವು. ಪ್ರತಿಭೆಯನ್ನು ಗುರುತಿಸಲು ವಿಶಾಲ ಹೃದಯವಿರಬೇಕು; ತಿಳಿದುಕೊಳ್ಳಿ' ಎಂದು ಮುಖದ ಮೇಲೆ ಹೊಡೆದಂತೆ ಹೇಳಿ ಚೇಂಬರಿಂದ ಹೊರಟು ಬಂದೆ. ಅವರಿಗೆ ನನ್ನ ಮೇಲೆ ಸೇಡು ತೀರಿಸಿಕೊಳ್ಳಬೇಕಾಗಿದೆ. ಅವರ ವಿರುದ್ಧ ನಾನು ಕೋರ್ಟಿಗೆ ಹೋಗಿದ್ದೇನೆ ನೋಡು, ಸೇವಾ ಹಿರಿತನ ಕಡೆಗಣಿಸಿದ್ದಕ್ಕೆ ಅದರ ಪ್ರತಿಧ್ವನಿ ಇದು..."

ಕೋಪ ಮತ್ತು ಆವೇಶದಿಂದ ಹೇಮಂತನನ್ನು ಕುಳಿತುಕೊಳ್ಳಲು ಸಹಾ ಹೇಳದೆ ಶಾನುಭಾಗರು ಗುಡುಗುತ್ತಲೇ ಇದ್ದರು. ಆತ ಬೆಪ್ಪಾಗಿ ಅವರ ಮಾತುಗಳನ್ನು ಕೇಳುತ್ತಾ ಮೂಕನಾಗಿ ನಿಂತಿದ್ದ. ಕೊನೆಗೊಮ್ಮೆ ಅವರಷ್ಟಕ್ಕೆ ಸಮಾಧಾನ ತಂದುಕೊಳ್ಳುತ್ತಾ,

"ಇರಲಿ, ನೋಡುವಾ ಏನಾಗುತ್ತದೆಂದು ಕುಳಿತುಕೊ ಬಾ" ಎಂದು ಎದುರಿನ ಕುರ್ಚಿ ತೋರಿದರು. ಅವರ ಕೋಪಾವಿಷ್ಟ ಮುಖ ನೋಡುತ್ತಾ 'ಇದೇನಾಗಿ ಹೋಯಿತು ತನ್ನ ಕವನದಿಂದ?' ಎಂದು ತನ್ನಲ್ಲೇ ಕೊರಗುತ್ತಾ ಆತ ಕುಳಿತುಕೊಂಡ.

"ಗಂಟೆ ಎರಡೂವರೆ ಆಗಲಿಕ್ಕಾಯಿತು. ನಿನಗೆ ಹಸಿವಾಗುತ್ತಿದೆಯೇನೋ? ನಾನು ಚಪಾತಿ ತಂದುದು ಇದೆ. ನನ್ನ ಊಟವೂ ಆಗಿಲ್ಲ. ತಿನ್ನುವಿಯೇನು?" ಎಂದು ತಮ್ಮ ಟಿಫಿನ್ ಡಬ್ಬದತ್ತ ನೋಡಿದರು ಶಾನುಭಾಗರು.

"ಬೇಡ ಸರ್, ರೂಮಿನ ಪಕ್ಕದ ಪ್ರಭುಗಳ ಮನೆಯವರು ಊಟಕ್ಕೆ ಕರೆದಿದ್ದಾರೆ–'ತಡವಾದರೆ ಪರವಾಗಿಲ್ಲ' ಎಂದಿದ್ದಾರೆ... ಸರ್, ನನ್ನಿಂದ ನೀವು ನೊಂದುಕೊಳ್ಳುವಂತಾಯಿತು. ಆ ಕವನ ಪ್ರಕಟಿಸುವುದೇ ಬೇಡವಿತ್ತು. ಇಷ್ಟೆಲ್ಲಾ ರಗಳೆ, ರಾದ್ಧಾಂತವಾಗುತ್ತದೆಂದು ನಾನಂದುಕೊಂಡಿರಲೇ ಇಲ್ಲ. ಐ ಆ್ಯಮ್ ವೆರಿ ಸಾರಿ ಸರ್..." ಎಂದ ಹೇಮಂತ ದುಗುಡದಿಂದ. ಆಗಲೇ ಆತನ ಕಣ್ಣಾಲಿಗಳು ತುಂಬಿ ಬರಲಾರಂಭಿಸಿದ್ದವು.

"ವೈ...? ಯಾಕೆ? ಡೋಂಟ್ ಕೇರ್ ಫಾರ್ ಸಚ್ ಥಿಂಗ್ಸ್. ಫ್ಲೇಸ್ ದೆಮ್. ಯಾರನ್ನಾದರೂ ಆ ಕವನದಲ್ಲಿ ನೀನು ಅಪಮಾನಿಸಿದ್ದಿಯೇನು? ಪ್ರೀತಿ ವ್ಯಕ್ತ ಪಡಿಸುವುದನ್ನು ತಪ್ಪೆನ್ನುವ ಅಧಿಕಾರ ಯಾರಿಗೂ ಇಲ್ಲ. ಸಾಹಿತ್ಯದ ಅರ್ಥಗೊತ್ತಿಲ್ಲದ ಮೂರ್ಖರು ಮಾತ್ರ ಅದನ್ನು ಹೇಳಬಹುದು..." ಎಂದು ಶಾನುಭಾಗರು ಮತ್ತೊಮ್ಮೆ ಧ್ವನಿ ಎತ್ತರಿಸಿದರು. ಪುಣ್ಯಕ್ಕೆ ಇಡೀ ಲೈಬ್ರರಿಯಲ್ಲಿ ಯಾರೆಂದರೆ ಯಾರೂ ಇರಲಿಲ್ಲ!

ಶಾನುಭಾಗರ ಈ ಭಾವೋದ್ವೇಗ ಕಂಡ ಹೇಮಂತನಿಗೆ ತಾನೇನಾದರೂ ಹೇಳದೆ ಇರುವುದು ಸರಿಯಲ್ಲ ಅನಿಸಿತು. ಅದಕ್ಕಾಗಿ, "ಹಾಗಲ್ಲ ಸರ್, ಯಾರಿಗೋ ಇದರಿಂದ ಮತ್ಸರವಾಗಿರಬೇಕು. ಇಲ್ಲವೇ ತಪ್ಪಭಿಪ್ರಾಯವಾಗಿರಬೇಕು. ಪ್ರೀತಿಗಾಗಿ ನಾನದನ್ನು ಬರೆದುದೇನೋ ನಿಜ. 'ಅಭಿಶಪ್ತ ದೇವತೆ' ಎನ್ನುವ ಶಿರೋನಾಮೆ ನೀವು ಸೂಚಿಸಿದಾಗ ಅದು ಅತ್ಯಂತ ಸಮಂಜಸವೆಂದು ನನಗೂ ಅನಿಸಿತ್ತು ಸರ್, ಆದರೆ ಯಾರನ್ನೇ ಆಗಲಿ ನೋಯಿಸುವ ಅಥವಾ ಅಪಮಾನಿಸುವ ಯಾವ ಭಾವನೆಯೂ ಆ ಕವನದಲ್ಲಿ ವ್ಯಕ್ತವಾಗಿಲ್ಲವೆಂದು ನಿಮಗೇ ಗೊತ್ತಿದೆಯಲ್ಲ ಸರ್, ಹೀಗಿದ್ದೂ ಯಾಕೆ ಈ ರೀತಿಯಾಯಿತು ಎನ್ನುವುದು ನನಗೇ ತೋಚುತ್ತಿಲ್ಲ... ಕ್ಲಾಸ್ ರೂಮಿನ ಬೋರ್ಡಿನಲ್ಲೂ ಏನೇನೋ ಅಸಂಬದ್ಧ ಗೀಚಿ ಹಾಕುತ್ತಿದ್ದಾರೆ ಸರ್, ಮನಸ್ಸಿಗೆಲ್ಲಾ ಬಹಳ ನೋವಾಗುವಂತಹುದು. ಯಾರದೋ ಪ್ರೇರಣೆಯಿಂದ ಇದೆಲ್ಲ ಆಗುತ್ತಿರುವಂತಿದೆ. ಈ ಬೆಳವಣಿಗೆಯಿಂದ ನಿಮ್ಮನ್ನು ಬಂದು ಕಾಣಲು ಸಹಾ ನನಗೆ ಧೈರ್ಯ ಬರಲಿಲ್ಲ. ಕ್ಲಾಸಿನ ಬೋರ್ಡಿನಲ್ಲಿ ಅಸಹ್ಯ ಬರೆಯುವವರು ಯಾರೆಂದು ನೋಡಲು ಇಂದು ಕಾದು ಕುಳಿತಿದ್ದೆ. ಯಾರೂ ಬರಲಿಲ್ಲ, ಅಲ್ಲಿಂದ ಹೊರಟು ಬರುವಾಗ ವಾಲ್ ಮ್ಯಾಗ್‌ಝಿನ್‌ನಲ್ಲಿ 'ಅಭಿಶಪ್ತ ದೇವತೆ' ಕವನವೊಂದನ್ನು, ಮಾತ್ರ ಹರಿದು ತೆಗೆದಿರುವುದನ್ನು ನೋಡಿದೆ. ಕವನ ಕಿತ್ತು ತೆಗೆದುದಕ್ಕೆ ನನಗೆ ಬೇಸರವಿಲ್ಲ. ಸರ್, ಆದರೆ ಇದರಿಂದ ನಿಮ್ಮಂತೆ ಯಾರ್‍ಯಾರಿಗೆಲ್ಲಾ ನೋವಾಯಿತೋ? ಎಂದು ವ್ಯಥೆಯಾಗುತ್ತಿದೆ. ಇನ್ನುಳಿದ ಮೂರ್‍ನಾಲ್ಕು ತಿಂಗಳುಗಳ ಕಾಲೇಜು ವ್ಯಾಸಂಗದ ಜೀವನವನ್ನು ಸಂತಸದಲ್ಲಿ ಕಳೆಯಬೇಕೆಂದಿದ್ದೆ. ನಡುವಲ್ಲೇ ಅನಾವಶ್ಯಕವಾಗಿ ಇಷ್ಟೆಲ್ಲ ಗೊಂದಲವಾಗಿ ಹೋಯಿತು" ಎಂದ ಹೇಮಂತ ಬಹಳ ವಿಷಣ್ಣತೆಯಿಂದ.

ಶಾನುಭಾಗರು ಆತನ ಮಾತನ್ನಾಲಿಸುತ್ತಿದ್ದವರು ಮೌನತಳೆದು ತುಸು ಹೊತ್ತು ಏನೋ ತನ್ನಲ್ಲೇ ಚಿಂತಿಸುತ್ತಾ ಕುಳಿತರು. ಹೇಮಂತ ಕೂಡಾ ಮತ್ತೇನೂ ಹೇಳಲು ತೋಚದೆ ಎದುರಿನ ರ್‍ಯಾಕ್‌ನಲ್ಲಿರಿಸಿದ್ದ ಪುಸ್ತಕಗಳ ಸಾಲು ದಿಟ್ಟಿಸುತ್ತಾ ಕುಳಿತ.

ಕೊನೆಗೊಮ್ಮೆ ಆತನೇ ಮೌನವನ್ನು ಮುರಿದು,"ನಾನಿನ್ನು ಹೋಗಲೇ ಸರ್... ಈ ಪ್ರಕರಣ ಇಲ್ಲಿಗೇ ಮುಗಿದರೆ ಸಾಕಿತ್ತು..." ಎಂದ ಸೋತ ದನಿಯಿಂದ.

ಶಾನುಭಾಗರು ತೀಕ್ಷ್ಣವಾಗಿ ಆತನನ್ನೊಮ್ಮೆ ದಿಟ್ಟಿಸಿ ನೋಡುತ್ತಾ "ಮುಗಿಯದೆ ಮತ್ತೇನಾಗುತ್ತದೆ? ಇದೇನು ಕ್ರಿಮಿನಲ್ ಕೇಸಾ? ಇದಕ್ಕೆಲ್ಲ ತಲೆ ಬಿಸಿಮಾಡಿಕೊಳ್ಳಬೇಡ. ಇನ್ನು ಈ ಎಲ್ಲಾ ವಿಚಾರ ಬಿಟ್ಟು ಓದಿನ ಕಡೆಗೆ ಗಮನ ಹರಿಸು. ಡು ಗುಡ್ ಇನ್ ದ ಫೈನಲ್ ಎಗ್ಸಾಮ್ಸ್" ಎಂದರು ಆತನಲ್ಲಿ ಆತ್ಮವಿಶ್ವಾಸ ತುಂಬುವವರಂತೆ.

"ಥ್ಯಾಂಕ್ಯೂ ಸರ್" ಎನ್ನುತ್ತ ಆತ ಕುಳಿತಲ್ಲಿಂದ ಮೇಲೆದ್ದ.

ಆಗ ಶಾನುಭಾಗರು ಏನೋ ನೆನಪಾದವರಂತೆ "ಹೇಮಂತ ಒಂದ್ನಿಮಿಷ" ಎಂದರು.

'ಏನು?' ಎನ್ನುವಂತೆ ಆತ ಅವರ ಮೋರೆಯನ್ನು ದಿಟ್ಟಿಸಿದ! ಆಗ ಶಾನುಭಾಗರು ಆತನಲ್ಲಿ ನೇರವಾಗಿಯೇ ಕೇಳಿಬಿಟ್ಟರು; "ಅಂದ ಹಾಗೆ ಆ ಪ್ರೇಮ ಕವನವನ್ನು ನೀನು ಶಕೀಲರ ಮಗಳು ಸಕೀನಾಳಿಗಾಗಿಯೇ ಬರೆದಿರುವುದಾ?"

'ಈ ಕೊನೆ ಕ್ಷಣದ ಅನಿರೀಕ್ಷಿತ ಪ್ರಶ್ನೆಯಿಂದ ಹೇಮಂತನೊಮ್ಮೆ ಪೆಚ್ಚಾಗಿ ಬಿಟ್ಟ! ಅವರಲ್ಲಿ ನಿಜ ಹೇಳದೆ ಇರುವುದು ಸರಿಯಲ್ಲ' ಅಂದಿತು ಆತನ ಒಳ ಮನಸ್ಸು. ಆದರೂ ಸಂಕೋಚ ಮತ್ತು ನಡೆದ ಘಟನಾವಳಿಗಳನ್ನು ನೆನೆದು ಆತನ ಮನಸ್ಸು ಕುಗ್ಗಿಬಿಟ್ಟಿತ್ತು. ಹೊರಡಲೆಂದು ಎದ್ದುನಿಂತಿದ್ದ ಆತ ನತಮಸ್ತಕನಾಗುತ್ತಾ "ಹೌದು ಸರ್" ಎಂದ ತಗ್ಗಿದ ಧ್ವನಿಯಲ್ಲಿ. ಶಾನುಭಾಗರು ಇನ್ನೇನು ಕೇಳುವರೋ ಎಂದಾತ ಅವರ ಮೊಗ ದಿಟ್ಟಿಸಿದಾಗ ಅಲ್ಲಿ ನಸು ನಗೆ ಮೂಡಿದುದು ಕಂಡು ಆತನಿಗೇ ಅಚ್ಚರಿಯಾಯಿತು!

ಹಾಗೆ ನಸುನಗುತ್ತಲೇ ತುಸು ವಿಷಾದದಿಂದ "ಹೇಮಂತಾ ಹೇಗಿದೆ ನೋಡು ಈಗಿನ ಪ್ರಪಂಚದ ನ್ಯಾಯ? ಅವರ ಹೆಣ್ಮಕ್ಕಳ ಮುಗ್ಧ ಸೌಂದರ್ಯದ ಬಗ್ಗೆ ಕವನದಲ್ಲಿ ಕೂಡಾ ನಾವು ಪ್ರಶಂಸೆ ಮಾಡುವಂತಿಲ್ಲ! ಪ್ರೀತಿ ವ್ಯಕ್ತಪಡಿಸುವಂತಿಲ್ಲ. ಅವಳದು ದಿವ್ಯ ಸೌಂದರ್ಯ ಎಂದು ಹೊಗಳಿದರೆ ಅದು ನಿಜವಲ್ಲವೇ? ಅದಕ್ಕೆ ಬೇರೆಯೇ ಬಣ್ಣ ಬರುತ್ತದೆ. ಆಕೆ ನನ್ನ ಮಗಳಾಗಿದ್ದರೆ ನಾನು ಹೆಮ್ಮೆ ಪಡುತ್ತಿದ್ದೆ. ಆದರೆ ನಮ್ಮ ಪ್ರಿನ್ಸಿಪಾಲರಂಥವರೂ ಅದನ್ನು ಅಪರಾಧವೆಂದು ಪ್ರತಿಪಾದಿಸುತ್ತಾರೆ! ಇರಲಿ ಬಿಡು. ನೌ ಸ್ಟಾಪ್ ಥಿಂಕಿಂಗ್ ಎಬೌಟ್ ಹರ್ ಆ್ಯಂಡ್ ದಿಸ್ ಅಗ್ಲಿ ಎಪಿಸೋಡ್. ಕಾನ್ಸಂಟ್ರೇಟ್ ಆನ್ ಯುವರ್ ಸ್ಟಡೀಸ್ ಸೀರಿಯಸ್‌ಲಿ" ಎಂದರು.

ಶಾನುಭಾಗರು ಯಾಕೆ ಹಾಗೆ ಹೇಳಿದರೆಂದು ಅರ್ಥವಾಗದ ಹೇಮಂತ ಆ ಬಗ್ಗೆ ಮತ್ತೆ ಕೆದಕಲು ಅಳುಕಿ "ಆಯಿತು ಸರ್..." ಎಂದ.

ಶಾನುಭಾಗರಿಂದ ಬೀಳ್ಕೊಂಡು ಹೊರಟ ಆತನ ಹೃದಯ ಭಾರವಾಗಿತ್ತು. ಹಸಿವೆ ಮರೆತೇ ಹೋಗಿತ್ತು.

*

ಆ ದಿನದ ನಂತರ ಸಕೀನಾಳನ್ನಾಗಲೀ, ಪ್ರೊ. ಶಕೀಲ್ ಅಹ್ಮದ್‌ರನ್ನಾಗಲೀ ನೇರವಾಗಿ ಎದುರಿಸುವ ಧೈರ್ಯ ಹೇಮಂತನಲ್ಲಿ ತನ್ನಿಂದ ತಾನೇ ಇಲ್ಲವಾಗಿ ಹೋಯಿತು. ಅಯಾಚಿತವಾಗಿ ಅವರೇನಾದರೂ ಎದುರಾಗುವ ಸಂದರ್ಭ ಬಂದರೆ ಆತ ಶತಾಯಗತಾಯ ಅದರಿಂದ ತಪ್ಪಿಸಿಕೊಂಡು ಪಾರಾಗುತ್ತಿದ್ದ! ನಿರೀಕ್ಷಿಸಿದಂತೆ ಯಾವುದೂ ನಡೆಯದ ಹತಾಶೆ; ಎದುರಾದ ಅನಾಮಿಕ ಅನಾಗರಿಕ ಕೀಳು ಪ್ರತಿಕ್ರಿಯೆಗಳು; ಯಾವುದೋ ತಳಮಳ; ಓದನ್ನು ನಿರ್ಲಕ್ಷ್ಯಿಸಿದ ವ್ಯಥೆ, ಇದೆಲ್ಲವುದರಿಂದ ಹೇಮಂತ ಒಳಗೊಳಗೆ ಜರ್ಝರಿತನಾಗಿ ಬಿಟ್ಟಿದ್ದ...! ಇದೆಲ್ಲ ಸಾಲದೆಂಬಂತೆ ಈ ಸಮಯದಲ್ಲಿ ಆತನ ಮಾವನ ಅನಾರೋಗ್ಯ ಉಲ್ಬಣಗೊಂಡು ಎರಡು ದಿವಸಗಳ ಆಸ್ಪತ್ರೆ ವಾಸದಲ್ಲೇ ಅವರು ಕೊನೆಯುಸಿರೆಳೆದರು.

ಹೇಮಂತನ ಅನಾಥ ಜೀವನದ ಏಕಮಾತ್ರ ಆಸರೆಯೂ ಇನ್ನಿಲ್ಲವಾದಂತಾಗಿತ್ತು. ಪ್ರೀತಿಯೂ ಅನಾಥವಾಗಿ ಹೋಗಿತ್ತು.

ತಾಯಿ-ತಂದೆ ಎರಡೂ ಆಗಿ ತನ್ನನ್ನು ಸಲಹಿದ್ದ ಮತ್ತು ಜೀವನದ ಆಧಾರಸ್ತಂಭವೂ ಆಗಿದ್ದ ಮಾವನ ಮರಣ ಹೇಮಂತನ ಮನಸ್ಸಿನ ಮೇಲೆ ಗಾಢವಾದ ಪರಿಣಾಮ ಬೀರಿತ್ತು. ಅವರ ಅಗಲಿಕೆಯ ನೋವಿನೆದುರು ಆತನಿಗೀಗ ಎಲ್ಲವೂ ನಗಣ್ಯವಾಗಿತ್ತು; ಕಾಲೇಜಿನ ಕವನ ಪ್ರಕರಣವೂ ಕೂಡ. 'ಇನ್ನು ತನ್ನ ಕುರಿತು ಕಾಳಜಿ ವಹಿಸುವ ಯಾರೊಬ್ಬರೂ ಇಲ್ಲ' ಎನ್ನುವ ತಬ್ಬಲಿತನದ ನೋವು ಮಾತ್ರ ಆತನನ್ನು ಪೂರ್ತಿ ಆವರಿಸಿಕೊಂಡಿತ್ತು. ಆತ ಯಾವುದರಲ್ಲೂ ಆಸಕ್ತಿಯಿಲ್ಲದವನಂತೆ ಮಂಕಾಗಿಬಿಟ್ಟಿದ್ದ.

ಆದರೆ ದೂರ ಸರಿದಿದ್ದ ಮಿತ್ರ ನಾಗರಾಜ ಆ ವೇಳೆಗೇ ಸರಿಯಾಗಿ ಹೇಮಂತನ ನೆರವಿಗೆ ಧಾವಿಸಿದ್ದ. ಸೂಕ್ಷ್ಮ ಮನಸ್ಸಿನ ತನ್ನ ಗೆಳೆಯ ಇಂಥ ಆಘಾತವನ್ನು ತಾಳಿಕೊಳ್ಳಲಾಗದೆ ತುಂಬ ಚಡಪಡಿಸುತ್ತಾನೆ ಎಂದು ನಾಗರಾಜನಿಗೆ ಖಂಡಿತ ಗೊತ್ತಿತ್ತು. ಯಾವೆಲ್ಲ ರೀತಿಯ ಸಾಂತ್ವನ ಸಾಧ್ಯವೋ ಅದನ್ನು ಹೇಮಂತನಿಗೆ ನೀಡುತ್ತಾ, ಸತತ ಒಡನಾಟದಿಂದ ಆತನ ದುಃಖ ದೂರಾಗಲು ನಾಗರಾಜ ಯತ್ನಿಸಿದ. ಹೇಮಂತ, ಗೆಳೆಯನ ಈ

ಬೆಂಬಲದಿಂದಾಗಿ ನಿಧಾನಕ್ಕೆ ಚೇತರಿಸಿಕೊಂಡ. ದೂರವಾಗಿದ್ದ ಗೆಳೆಯ ಮತ್ತೆ ಹತ್ತಿರವಾದುದಕ್ಕಾಗಿ ಆತನಿಗೆ ತುಂಬ ಸಮಾಧಾನವಾಗಿತ್ತು...

ಸಕೀನಾಳ ಕುರಿತಾದ ತೀವ್ರ ವ್ಯಾಮೋಹ ಮತ್ತು ಅವಳ ಕುರಿತಾಗಿ ಬರೆದು ಪ್ರಕಟಿಸಿದ 'ಅಭಿಶಪ್ತ ದೇವತೆ' ಕವಿತೆ ಎಬ್ಬಿಸಿದ ಬಿರುಗಾಳಿ, ಆತನ ದುಃಖದ ಈ ಅವಧಿಯಲ್ಲಿ ತನ್ನಿಂದ ತಾನೇ ತಣ್ಣಗಾಗಿ ಹೋಗಿತ್ತು...

ಕಾಲೇಜು ಬಿಡುವ ತನಕ ಹೇಮಂತ ಮತ್ತೆಂದೂ ಕವನ ಬರೆಯುವ 'ಹುಚ್ಚಿಗೆ' ಮನಸ್ಸು ಮಾಡಲಿಲ್ಲ...! ಸಿಗದ ಸಕೀನಾಳ ಪ್ರೀತಿಗಾಗಿ ಕೊರಗಲಿಲ್ಲ.

ಕವನದ ಕಹಿ ಪ್ರಕರಣ ಮತ್ತು ಮಾವನ ಮರಣ ಆತನ ಮನಸ್ಸಿನ ಲಯವನ್ನೇ ಬದಲಿಸಿಬಿಟ್ಟಿತ್ತು. ಆತ, ಮೊದಲಿನ ತರ ಒತ್ತಾಯದ ನಿರ್ಮೋಹಿ ಹೇಮಂತನೂ ಆಗದೆ; ಪ್ರೀತಿಯ ಹುಚ್ಚಿನಲ್ಲಿ ತೇಲಾಡುತ್ತಾ ತೊಳಲಾಡುವ ಪ್ರೇಮಿಯೂ ಆಗದೆ ಪಕ್ವವಾದ ಒಬ್ಬ ವ್ಯಕ್ತಿಯಾಗಿ ಮರುಹುಟ್ಟು ಪಡೆದಿದ್ದ...

ಅನಂತರದ ಎರಡು ತಿಂಗಳ ಕಾಲೇಜು ವ್ಯಾಸಂಗದ ಅವಧಿ ಹೇಗೆ ಉರುಳಿ ಹೋಯಿತೋ ಆತನಿಗೇ ತಿಳಿಯಲಿಲ್ಲ. ಮನಸ್ಸಿನ ದುಃಖ ಮತ್ತು ನಿರಾಶೆಯನ್ನು ಮರೆಯಲು ಆತ ಒಂದೇ ಸವನೆ ಓದಿನಲ್ಲಿ, ಅಭ್ಯಾಸದಲ್ಲಿ ತನ್ನನ್ನು ತೊಡಗಿಸಿಕೊಂಡು ಅದರಲ್ಲೇ ಮಗ್ನನಾಗಿಬಿಟ್ಟ! ಮಿತ್ರ ನಾಗರಾಜನ ಒಡನಾಟ, ಒತ್ತಾಸೆಯೂ ಇದಕ್ಕೆ ಪೂರಕವಾಗಿ ದೊರಕಿತು.

ಈ ನಡುವೆ ನಾಲ್ಕಾರು ಬಾರಿ ಸಕೀನಾಳೇ ಆತನ ತರಗತಿ ನಡೆಯುತ್ತಿದ್ದಲ್ಲಿಗೆ ಬಂದು ಕಾತರದಿಂದ ದೂರಕ್ಕೇ ನಿಂತು ತನ್ನನ್ನು ದಿಟ್ಟಿಸುತ್ತಿರುವುದನ್ನು ಆತ ಗಮನಿಸಿದ್ದ. ಆಗೆಲ್ಲ ಮನಸ್ಸಲ್ಲಿ ಇನ್ನಿಲ್ಲದ ಹೊಯ್ದಾಟ ಪ್ರಾರಂಭವಾಗಿತ್ತು. ತನಗಾದ ಅಪಮಾನ, ನೋವು ಸಕೀನಾಳಿಗೂ ಗೊತ್ತಾಗಿರಬಹುದು? ಅದಕ್ಕೆ ಕನಿಕರ ಸೂಚಿಸಲು ಹಾಗೆ ಮಾಡಿದಳೋ ಇಲ್ಲ ತನ್ನನ್ನು ತರಾಟೆಗೆ ತೆಗೆದುಕೊಳ್ಳಲೆಂದು ಹುಡುಕಿ ಬಂದಳೋ? ಎಂದಾತ ಚಡಪಡಿಸುತ್ತಿದ್ದ... ಬೇಡ ಬೇಡವೆಂದರೂ ಕ್ಲಾಸಿನೆದುರು ಸುಳಿದು ಹೋದ ಸಕೀನಾಳ ಚಿತ್ರ ಆತನ ಕಣ್ಣೆದುರು ಬಂದು ನಿಲ್ಲುತ್ತಿತ್ತು...

ಆಗೆಲ್ಲ ನಡೆದುಹೋದ ಘಟನೆಗಳು ಮತ್ತು ಶಾನುಭಾಗರು ಹೇಳಿದ ಹಿತವಚನಗಳನ್ನು ಆತ ನೆನಪು ಮಾಡಿಕೊಳುತ್ತಿದ್ದ. ಮಾವನ ಸಾವಿನಿಂದ ಆಧಾರ ತಪ್ಪಿದ ತನ್ನ ಸ್ಥಿತಿಯನ್ನು ಸ್ಮರಿಸಿಕೊಳ್ಳುತ್ತಿದ್ದ. ಮನಸ್ಸು ಹಿಡಿತಕ್ಕೆ ಬರುತ್ತಿತ್ತು... ದೃಢಚಿತ್ತದಿಂದ ಮತ್ತೆ ಅಭ್ಯಾಸದತ್ತ ಗಮನ ಹರಿಸುತ್ತಿದ್ದ...

ಹೀಗೆ, ಪದವಿಯ ಅಂತಿಮ ಪರೀಕ್ಷೆಗಳು ಮುಗಿಯುವ ತನಕ ಹೇಮಂತ ಮತ್ತೆಂದೂ ಹಿಂದಿರುಗಿ ನೋಡಲಿಲ್ಲ!

ನಾಲ್ಕು

ಪರೀಕ್ಷೆಗಳೆಲ್ಲ ಮುಗಿದು ಮನಸ್ಸು ಆ ನಿಟ್ಟಿನಲ್ಲೀಗ ನಿರಾಳವಾಗಿತ್ತು. ಪರೀಕ್ಷೆಯಲ್ಲಿ ಉತ್ತಮವಾಗಿ ಮಾಡಿರುವುದರಿಂದ ಫಲಿತಾಂಶದ ಬಗ್ಗೆ ಆತಂಕವಿರಲಿಲ್ಲ. ಆದರೆ ಮಾಡಲು ಏನೂ ಕೆಲಸವಿಲ್ಲದಿದ್ದುದರಿಂದ ಹಳೆಯ ನೆನಪುಗಳು ಮರುಕಳಿಸಿ ಕಾಡಲಾರಂಭಿಸಿದ್ದವು. ತನ್ನ ಮನೆಯೆನಿಸಿಕೊಂಡಿದ್ದ ಮಾವನ ಮನೆಯಲ್ಲಿ ತಾನೀಗ ಪರಕೀಯ ಮತ್ತು ಏಕಾಕಿ ಅನಿಸಲಾರಂಭಿಸಿತ್ತು. ಮುಂದೆ ಓದಬಹುದೆಂಬ ಕಿಂಚಿತ್ ಆಶೆಯೂ ಮಾವ ತೀರಿಕೊಂಡಂದೇ ಮುರುಟಿ ಹೋಗಿತ್ತು. ಕಥೆ, ಕಾದಂಬರಿ ಓದುವುದರಲ್ಲಿ, ಮನಸ್ಸಿಗನಿಸಿದುದನ್ನು ಗೀಚುವುದರಲ್ಲಿ, ಹೊತ್ತು ಕಳೆಯಲು ಯತ್ನಿಸುತ್ತಿದ್ದನಾದರೂ ಮನಸ್ಸಿನಲ್ಲೇನೋ ವಿಪ್ಲವ ನಡೆಯುತ್ತಲೇ ಇತ್ತು... ಕಾಲ ಕಳೆದಂತೆ, ಬಹು ನಿರೀಕ್ಷೆಯಿರಿಸಿಕೊಂಡಿದ್ದ ಬ್ಯಾಂಕ್ ಉದ್ಯೋಗದ ಸೂಚನೆಯೂ ಬರಲಿಲ್ಲವಾಗಿ ಒಂದು ತೆರನ ಅತಂತ್ರ ಭಾವ, ಹೇಮಂತನನ್ನು ಕಾಡಲಾರಂಭಿಸಿತ್ತು...

ಈ ನಡುವೊಮ್ಮೆ ಮೈಸೂರಿಗೆ ಹೊರಟಿದ್ದ ಮಿತ್ರ ನಾಗರಾಜನನ್ನು ಬೀಳ್ಕೊಡಲು ಆತ ಹೋಗಿದ್ದಾಗ ಅಕಸ್ಮಾತ್ ಬಸ್ ಸ್ಟ್ಯಾಂಡಿನಲ್ಲಿ ಶಾನುಭಾಗರ ಭೇಟಿಯಾಗಿತ್ತು. “ಏನು ಮಾರಾಯ ನಿನ್ನ ಕಥೆ? ಫೈನಲ್ ಪರೀಕ್ಷೆ ಮುಗಿದ ಮೇಲೆ ಕಾಲೇಜಿನತ್ತ ಬರಲೇ ಇಲ್ಲ ನೀನು?! ಬ್ಯಾಂಕ್ ಕೆಲಸ ಸಿಕ್ಕಿ ನೀನು ಹೊರಟು ಹೋಗಿರುವೆಯೇನೋ ಅಂದುಕೊಂಡೆ ನಾನು. ಆರ್ಡರ್ ಬಂದಿಲ್ಲವೆ ಇನ್ನೂ?” ಎಂದು ಬಡಬಡ ಆತನಲ್ಲಿ ಪ್ರಶ್ನಿಸಿದ್ದರು ಶಾನುಭಾಗರು.

“ಇಲ್ಲ ಸರ್, ಬ್ಯಾಂಕ್ ಕೆಲಸಕ್ಕೆ ಆರ್ಡರ್ ಬರಬಹುದೆಂದು ಕಾಯುತ್ತಾ ಮನೆಯಲ್ಲೇ ಇದ್ದೆ. ನಿಮಗೆ ಹೇಳದೆ ನಾನು ಹೊರಟು ಹೋಗುತ್ತೇನೆಯೇ?” ಎಂದ.

“ಡೋಂಟ್ ಫರ್ಗೆಟ್ ಟು ಟೆಲ್ ಮಿ ದ ಗುಡ್ ನ್ಯೂಸ್... ಸ್ವಲ್ಪ ಅರ್ಜೆಂಟಿದೆ. ಹೋಗುತ್ತೇನೆ ಆಗದಾ? ಬೈ ದ ಬೈ ವಾರದ ಹಿಂದೊಮ್ಮೆ ಲೈಬ್ರರಿಗೆ ಸಕೀನಾ ಬಂದಿದ್ದಳು ಹೇಮಂತ್. ನಿನ್ನನ್ನೂ ವಿಚಾರಿಸಿದಳು. ನೀನೀಗ ಲೈಬ್ರರಿಗೂ ಬರುತ್ತಿಲ್ಲವೆ? ಎಂದು ಕೇಳಿದಳು ‘ನಿನ್ನ ಸಮಾಚಾರವೇ ಇಲ್ಲ’ ಎಂದಾಗ ಮತ್ತೇನೂ ಕೇಳದೆ ಹೊರಟುಹೋದಳು...” ಹೀಗಂದವರೇ ಹೆಗಲಲ್ಲಿದ್ದ ಬಗಲ ಚೀಲವನ್ನು ಮೇಲೇರಿಸಿಕೊಳ್ಳುತ್ತಾ ಶಾನುಭಾಗರು ಹೊರಟು ಹೋಗಿ ಬಿಟ್ಟಿದ್ದರು.

ಶಾನುಭಾಗರು ಅಂದು ಹಳೆಯ ನೆನಪುಗಳನ್ನು ಕೆದಕಿ ಹೋದ ನಂತರ ಮನಸ್ಸು ಪುನಃ ಅಶಾಂತವಾಗತೊಡಗಿತ್ತು. ಜೀವನದಲ್ಲಿ ಮೊತ್ತ ಮೊದಲ ಬಾರಿಗೆ ಮನಸೋತ ಸಕೀನಾಳನ್ನೊಮ್ಮೆ ಕಾಣಬೇಕೆಂದು ಮನಸ್ಸು ತವಕಿಸುತ್ತಿತ್ತು.

ಕಾಲೇಜು ಲೈಬ್ರರಿಗೆ ಹೋಗಿ ಆಕೆಗಾಗಿ ಕಾದು ಕುಳಿತಿರಲೇ ಅಂದುಕೊಳ್ಳುತ್ತಿದ್ದ ಕೆಲವೊಮ್ಮೆ. ಆದರೆ ಕಾಲೇಜಿಗೆ ರಜೆ ಪ್ರಾರಂಭವಾಗಿರುವುದರಿಂದ ಅವಳು ಲೈಬ್ರರಿಗೆ ಬರುತ್ತಾಳೆಂಬ ಖಾತ್ರಿಯಿರಲಿಲ್ಲ. ಅದಲ್ಲದೆ ಕಾಲೇಜಿನ ತನ್ನ ಶಿಕ್ಷಣಾವಧಿ ಮುಗಿದಿರುವುದರಿಂದ ಇನ್ನೂ ಲೈಬ್ರರಿಗೆ ಹೋಗುವುದು ಸಮಂಜಸವೂ ಅಲ್ಲ ಅನಿಸುತ್ತಿತ್ತು. ವೃಥಾ ಬಸ್ಸಿಗೆ ಹಣ ವ್ಯಯಮಾಡುವುದು ಬೇಡವೆಂದು ಆತ ಎಲ್ಲೂ ಹೋಗದೆ ಮನೆಯಲ್ಲೇ ಉಳಿದ...

ಆದರೂ, ಮುಂದೆ ಯಾವತ್ತಾದರೂ ಅವಕಾಶ ಸಿಕ್ಕರೆ ಶಾನುಭಾಗರನ್ನು ಭೇಟಿಯಾಗಿ ಸಕೀನಾಳ ಬಗ್ಗೆ ಅವರಲ್ಲಿ ವಿಚಾರಿಸಬೇಕು, ಅವಳನ್ನು ಹಿಂದೊಮ್ಮೆ ಅತಿಯಾಗಿ ಮನಸ್ಸಿಗೆ ಹಚ್ಚಿಕೊಂಡುದು ನಿಜ ಎಂಬುದನ್ನು ಪ್ರಾಂಜಲವಾಗಿ ತಿಳಿಸಬೇಕು; 'ಅಭಿಶಪ್ತ ದೇವತೆ' ಕವನ ಪ್ರಕಟವಾದ ನಂತರ ನಡೆದ ಕಹಿಘಟನೆಗಳ ಹಿಂದಿನ ರೂವಾರಿ ಯಾರು? ಎಂಬುದನ್ನೆಲ್ಲ ತಿಳಿಯಬೇಕು ಎಂದೆಲ್ಲಾ ಅಂದುಕೊಂಡಿದ್ದ. ಆದರೆ ಹಿಂದಿನ ಘಟನೆಗಳನ್ನೆಲ್ಲ ಕೆದಕಿ ಅವರ ಮನಸ್ಸಿಗೆ ನೋವುಂಟು ಮಾಡಿದಂತಾದೀತೇನೋ ಎಂದು ಅವರನ್ನು ಭೇಟಿಯಾಗುವ ವಿಚಾರವನ್ನು ಹಿಂದಕ್ಕೆ ಹಾಕಿದ್ದ.

ದುರದೃಷ್ಟಕ್ಕೆ ಸರಿಯಾಗಿ, ಲೈಬ್ರರಿಗೆ ಹೋಗಿ ಶಾನುಭಾಗರನ್ನು ಭೇಟಿಯಾಗಬೇಕೆಂದುಕೊಂಡಿದ್ದ ಆತನ ಆಶಯ ಕೆಲ ಸಮಯದಲ್ಲೇ ಪರಿಸಮಾಪ್ತಿಯಾಗುವಂತಾಗಿತ್ತು! ಕಾಲೇಜಿನ ಆಡಳಿತ ಮಂಡಳಿ ವಿರುದ್ಧ ಶಾನುಭಾಗರು ಕೋರ್ಟಿಗೆ ಹೋಗಿದ್ದ ದ್ವೇಷಕ್ಕಾಗಿ; ಅದರ ತೀರ್ಪು ಬರುವ ಮೊದಲೇ ಏನೇನೋ ಕುಂಟು ನೆಪದಿಂದ ಕೆಲಸದಿಂದ ತೆಗೆದು ಹಾಕುವ ಹುನ್ನಾರ ಗೊತ್ತಾಗುತ್ತಲೇ ಶಾನುಭಾಗರೇ ರಾಜೀನಾಮೆ ನೀಡಿ ಹೊರನಡೆದಿದ್ದರು.

ಅವರಿಗೆದುರಾದ ಈ ಅನ್ಯಾಯಕ್ಕಾಗಿ ಹೇಮಂತನ ಮನಸ್ಸು ತುಂಬಾ ನೊಂದಿತು.

'ಪಾಪ, ಒಳ್ಳೆಯವರಾದ ಶಾನುಭಾಗರಿಗೆ ಈ ರೀತಿ ಅನ್ಯಾಯವಾಗ ಬಾರದಿತ್ತು' ಎಂದಾತ ಮರುಗಿದ. ಮರುಗುವುದನ್ನುಳಿದು ಮತ್ತಿನ್ನೇನನ್ನೂ ಆತ ಮಾಡಲಾಗದ ಅಸಹಾಯಕನಾಗಿದ್ದ.

ಹೇಮಂತನ ಈ ಎಲ್ಲಾ ಮಾನಸಿಕ ತುಮುಲಗಳ ನಡುವೆ ದಿನಗಳು ಸರಿದುಹೋಗುತ್ತಲೇ ಇದ್ದವು.

ಫಲಿತಾಂಶದ ನಿರೀಕ್ಷೆ ಮತ್ತು ಕೆಲಸಕ್ಕೆ ಯಾವತ್ತು ಆದೇಶ ಬಂದೀತು ಎನ್ನುವ ಈ ಎರಡು ಪ್ರತೀಕ್ಷೆಗಳೂ ಮಾತ್ರ ಆತನ ನೀರಸ ಜೀವನದಲ್ಲಿ ತುಸು ಚೇತೋಹಾರಿ ಸಂಗತಿಗಳಾಗಿದ್ದವು. ಅದರೊಂದಿಗೇ ಆಗಾಗ ಸಕೀನಾಳನ್ನು ಏಕಮುಖವಾಗಿ ಪ್ರೀತಿಸಿದ ಮತ್ತು ಅವಳ ಸ್ನೇಹ ಸಂಪಾದನೆಗಾಗಿ ಮಾಡಿದ

ಕಸರತ್ತುಗಳೂ; ನೆನಪಾಗುತ್ತಿದ್ದವು. ಲೈಬ್ರರಿಯಲ್ಲಿ ಕ್ಷಣಕಾಲ ಅವಳನ್ನು ಸಂಧಿಸಿ ಮಾತನಾಡಿದ ಗಳಿಗೆಯಿಂದ ತದನಂತರದ ಘಟನೆಗಳೆಲ್ಲವೂ ಮನಸ್ಸಲ್ಲಿ ಮರುಕಳಿಸುತ್ತಿದ್ದವು. ಶಾನುಭಾಗರಲ್ಲಿ ತನ್ನನ್ನವಳು ವಿಚಾರಿಸಿದ ಸಂಗತಿ ತಿಳಿದಂದು ಅವಳ ಮನೆಯತ್ತ ಒಮ್ಮೆ ಹೋಗಿ ಭೇಟಿಗೆ ಯತ್ನಿಸಬೇಕು ಎಂದಾತ ಯೋಚಿಸುತ್ತಿದ್ದ. ಆದರೆ ಅದೇನೋ ಅಧೈರ್ಯ ಆತನ ಯೋಚನೆ ಕಾರ್ಯರೂಪಕ್ಕೆ ಬರದಂತೆ ತಡೆಯೊಡ್ಡಿತ್ತು.

ಕೊನೆಗೂ ಅದೊಂದು ದಿವಸ ನವದೆಹಲಿಯ ವಸಂತನಗರದಲ್ಲಿರುವ ಶಾಖೆಯಲ್ಲಿ ಆತನನ್ನು ನೇಮಕಾತಿಗೊಳಿಸಿದ ಬ್ಯಾಂಕ್ ಆದೇಶ ಆತನ ಕೈ ಸೇರಿತು. ಆದರೆ ಆರ್ಡರ್ ಕೈಸೇರಿದಾಗ ಆದ ಅತೀವ ಸಂತಸಕ್ಕೆ ಬಹುದೂರದ ಅಪರಿಚಿತ ಸ್ಥಳ ಎನ್ನುವ ಕಾರಣದಿಂದಾಗಿ ತುಸು ಗ್ರಹಣ ಹಿಡಿದಂತಾಯಿತು. 'ಮಾವ ಬದುಕಿರುತ್ತಿದ್ದರೆ ದೂರದ ನವದೆಹಲಿಯ ಆದೇಶ ಬದಲಿಸಿ ಹತ್ತಿರದಲ್ಲೆಲ್ಲಾದರೂ ಸಿಗುವಂತೆ ಯತ್ನಿಸುತ್ತಿದ್ದರೇನೋ' ಎಂದಾತನಿಗೆ ಅನಿಸಿತು. ಅದರೊಂದಿಗೆ ಗತಿಸಿದ ಮಾವನ ನೆನಪಲ್ಲಿ ಹೃದಯ ಭಾರವೂ ಆಯಿತು. ಕೆಲಸ ಸಿಕ್ಕಿದ ಸಂತಸವನ್ನು ಹಂಚಿಕೊಳ್ಳಲಾಗಲಿ; ಸಲಹೆ ಸಹಾಯ ಕೇಳಲಾಗಲೀ ತನ್ನವರೆನ್ನುವ ಯಾರೂ ಈಗ ಹತ್ತಿರದಲ್ಲಿಲ್ಲದುದಕ್ಕಾಗಿ ಆತನಿಗೆ ವ್ಯಥೆಯಾಯಿತು. ಮಿತ್ರ ನಾಗರಾಜನೊಂದಿಗೆ ತನ್ನ ಮನದ ಅಳಲನ್ನು ತೋಡಿಕೊಳ್ಳೋಣವೆಂದರೆ ಆತ ತನ್ನ ಮುಂದಿನ ಉನ್ನತ ಶಿಕ್ಷಣದ ಪೂರ್ವಭಾವೀ ತಯಾರಿಗಾಗಿ ಮೈಸೂರಿಗೆ ಹೋದವನು ಅಲ್ಲಿಯೇ ಠಿಕಾಣಿ ಹೂಡಿದ್ದ. ಶಾನುಭಾಗರನ್ನು ಅರಸಿಹೋಗುವಂತೆಯೂ ಇರಲಿಲ್ಲ. ಅವರು ತಾವು ಹುದ್ದೆಯಿಂದ ನಿರ್ಗಮಿಸಲು ಕಾರಣವಾದ ಆಡಳಿತ ಮಂಡಳಿಯ ವಿರುದ್ಧ ಕಾನೂನು ಸಮರಕ್ಕಾಗಿ ಬೆಂಗಳೂರು ಸೇರಿಕೊಂಡಿದ್ದರು...

ಅಂತೂ ಬದುಕಿಗೆ ಆಸರೆಯಾಗಿ ಒದಗಿ ಬಂದ ಉದ್ಯೋಗವನ್ನು ಅಪ್ಪಿಕೊಳ್ಳಬೇಕಾದರೆ ಆತ ನವದೆಹಲಿಗೆ ಹೋಗುವುದು ಅನಿವಾರ್ಯವಾಗಿತ್ತು. ಹಾಗಾಗಿ ಹೇಮಂತ ಆ ಕುರಿತು ಮತ್ತಷ್ಟು ಚಿಂತಿಸದೆ ಅಲ್ಲಿಗೆ ಹೋಗುವ ತಯಾರಿ ನಡೆಸತೊಡಗಿದ. 'ಇಲ್ಲಿ ತನ್ನವರೆನ್ನುವ ಯಾವ ಆಪ್ತರೂ ಇಲ್ಲದೆ ಹೋದ ಮೇಲೆ ಎಲ್ಲಾದರೇನು?' ಎನ್ನುವ ಭಾವನೆ ಆತನಲ್ಲಿ ಮೂಡಿತ್ತು. ಮಾವನ ಮಡದಿಯಾಗಲಿ, ಮಕ್ಕಳಾಗಲಿ, 'ತಮಗಿದಾವುದೂ ಸಂಬಂಧಿಸಿದ್ದಲ್ಲ' ಎಂಬಂತೆ ನಿರ್ಲಿಪ್ತವಾಗಿದ್ದರು. ಕಾಲೇಜಿಗೆ ಸೇರಿದಾರಭ್ಯದಿಂದ ಅವರ ಈ ಉದಾಸ ಪ್ರತಿಕ್ರಿಯೆಗಳಿಗೆ ಒಗ್ಗಿ ಹೋಗಿದ್ದ ಹೇಮಂತ ಅವರ ನಿರ್ಲಿಪ್ತತೆಗಾಗಿ ಹೆಚ್ಚೇನು ನೊಂದುಕೊಳ್ಳಲಿಲ್ಲ. ತಾನು ದೆಹಲಿಗೆ ಹೊರಡುತ್ತಿರುವುದನ್ನಷ್ಟೇ ಅವರಿಗೆ ಹೇಳಿದ್ದ. ಮುಂದಿನ ಆಗುಹೋಗುಗಳ ಬಗ್ಗೆ ಅವರಾರು ಆತನನ್ನು ಕೇಳಲೂ ಹೋಗಲಿಲ್ಲ.

ನವದೆಹಲಿಯಲ್ಲಿ ಈಗಾಗಲೇ ಬ್ಯಾಂಕಿನ ಉನ್ನತ ಹುದ್ದೆಯಲ್ಲಿದ್ದ ಹತ್ತಿರದ ಊರಿನ ರಾಮಚಂದ್ರರಾಯರಿಗೆ ತನಗೆ ಅಲ್ಲಿ ನೆಲೆಗೊಳ್ಳಲು ಸಹಾಯ ಮಾಡುವಂತೆ, ಅವರ ಮಿತ್ರ ರಾಮಣ್ಣನವರಿಂದ ಶಿಫಾರಸ್ಸು ಪತ್ರವನ್ನು ಪಡೆದು ದೆಹಲಿ ಪಯಣಕ್ಕೆ ಆತ ಸಿದ್ಧತೆ ನಡೆಸಿದ. ಖರ್ಚಿಗೆಂದು, ಮಾವ ಕೊಟ್ಟ ಹಣದಲ್ಲಿ ಅಲ್ಪಸ್ವಲ್ಪ ಉಳಿಸಿ ಹತ್ತಿರದ ಬ್ಯಾಂಕಿನಲ್ಲಿ ಆತ ಇಟ್ಟಿದ್ದ. ಆ ಹಣವನ್ನು ಮತ್ತು ಸಹಪಾಠಿ ರಾಧಾಕೃಷ್ಣ ಒತ್ತಾಯದಿಂದ ನೀಡಿದ ತುಸು ಹಣವನ್ನು ಆತ ಆರಂಭಿಕ ಖರ್ಚಿಗೆಂದು ಹಿಡಿದುಕೊಂಡ. ಇದ್ದುದರಲ್ಲೇ ಸ್ವಲ್ಪ ಉತ್ತಮವೆನಿಸುವ ಬಟ್ಟೆಬರೆ, ಆಪ್ತವಾಗಿ ಶೇಖರಿಸಿಟ್ಟ ಮೆಚ್ಚುಗೆಯ ನಾಲ್ಕಾರು ಹೊತ್ತಿಗೆಗಳು, ಇವುಗಳನ್ನು ಕಟ್ಟಿಕೊಂಡು ಸಾವಿರಾರು ಮೈಲು ದೂರದ ದೇಶದ ರಾಜಧಾನಿ ನವದೆಹಲಿಯಲ್ಲಿ ತನ್ನ ಭವಿಷ್ಯ ರೂಪಿಸಿಕೊಳ್ಳಲು ಹೇಮಂತ ಹೊರಟು ನಿಂತ.

ನವದೆಹಲಿಗೆ ತೆರಳುವ ರೈಲು ಹೊರಡುವ ಸ್ಟೇಶನ್ ತಲುಪುವ ತನಕ ಆತನನ್ನು ಅದೇನೋ ಹೇಳಿಕೊಳ್ಳಲಾಗದ ಆತಂಕ, ತಳಮಳ, ಕಾಡುತ್ತಲಿತ್ತು. ಒಮ್ಮೆ ರೈಲು ನಿಲ್ದಾಣ ತಲುಪುತ್ತಲೇ ಅಲ್ಲಿನ ದೃಶ್ಯಗಳು ಆತನ ಮನಸ್ಸನ್ನು ಮತ್ತಷ್ಟು ಕದಡಲಾರಂಭಿಸಿದವು.

ತಮ್ಮವರನ್ನು ಬೀಳ್ಕೊಡಲು ಬಂದಿದ್ದ ಎಲ್ಲರ ಕಂಗಳಲ್ಲೂ ಅಗಲಿಕೆಯ ನೋವು ಕಾಣುತ್ತಿತ್ತು. ಅದನ್ನು ಅದುಮಿಟ್ಟು ಹೊರಟು ನಿಂತವರಿಗೆ ಅವರೆಲ್ಲ ಭಾವಪೂರ್ಣ ವಿದಾಯ ಹೇಳುತ್ತಿದ್ದರು. ಆದರೆ ಆತ ಮಾತ್ರ ಏಕಾಕಿಯಾಗಿದ್ದ. ತನಗಾಗಿ ಒಂದು ಚಿಕ್ಕ ವಿದಾಯ ಹೇಳಲು ಕೂಡ ಯಾರೊಬ್ಬರೂ ಇಲ್ಲದಿರುವುದು ನೆನೆದು ಹೇಮಂತನ ಕಣ್ಣಾಲಿಗಳು ತುಂಬಿಕೊಂಡವು.

ರೈಲು, ತನ್ನನ್ನು ಏರಿ ಕುಳಿತ ನೂರಾರು ಜನರ ಆಶೆ, ಆಕಾಂಕ್ಷೆ ನಿರೀಕ್ಷೆಗಳನ್ನೆಲ್ಲ ಹೊತ್ತು ನಿಲ್ದಾಣ ಬಿಟ್ಟು ನಿಧಾನಕ್ಕೆ ಕದಲಲಾರಂಭಿಸಿ ವೇಗ ಹೆಚ್ಚಿಸಿಕೊಳ್ಳತೊಡಗಿತು.

'ಹುಟ್ಟಿ ಬೆಳೆದ ಊರು; ಕಲಿತ ವಿದ್ಯಾಸಂಸ್ಥೆ, ಏಕಮುಖವಾಗಿದ್ದರೂ ಗಾಢವಾಗಿ ಪ್ರೀತಿಸಿದ ಸಕೀನಾ; ಒಡನಾಡಿಯಾಗಿದ್ದ ನಾಗರಾಜ; ವಿಶ್ವಾಸ ತೋರಿದ ಲೈಬ್ರೇರಿಯನ್ ಶಾನುಭಾಗರು; ಬೇಸರವಾದಾಗೆಲ್ಲ ಸಾಂತ್ವನ ನೀಡುತ್ತಿದ್ದ ಮನೆ ಸಮೀಪದ ರತ್ನಗಿರಿ ಬೆಟ್ಟದ ವಿಹಂಗಮ ದೃಶ್ಯ ಇದೆಲ್ಲವನ್ನೂ ಹಿಂದೆ ಬಿಟ್ಟು ಬಹುದೂರದ ಗುರಿಯತ್ತ ಸಾಗುತ್ತಿದ್ದೇನೆ' ಎನ್ನುವ ಭಾವನೆ ಆ ಕ್ಷಣಕ್ಕೆ ಆತನಲ್ಲಿ ದುಃಖ ಒತ್ತರಿಸಿ ಬರುವಂತೆ ಮಾಡಿತು. ಆತ ರೈಲಿನ ಕಿಟಕಿಯಾಚೆ ಕಣ್ಣುನೆಟ್ಟು ಮೌನವಾಗಿ ಕಣ್ಣೀರು ಮಿಡಿಯಲಾರಂಭಿಸಿದ...

ರೈಲು ತನ್ನ ಪಾಡಿಗೆ ತಾನು ನವದೆಹಲಿಯತ್ತ ವೇಗವಾಗಿ ಧಾವಿಸುತ್ತಲೇ ಇತ್ತು...

ದ್ವಿತೀಯಾರ್ಧ

■

ಒಂದು

ವರುಷಗಳು ಉರುಳಿ ಹೋಗಿವೆ...

ಋತುಚಕ್ರ ಮರಳಿ ಮರಳಿ ತಿರುಗುತ್ತಲೇ ಸಾಗಿದೆ...

ಉತ್ತರದ ಗಂಗೆ-ಯಮುನೆಯಲ್ಲೂ, ದಕ್ಷಿಣದ ತುಂಗ-ಭದ್ರೆಯಲ್ಲೂನಿರಂತರವಾಗಿ ಹರಿದ ನೀರು ಅಪರಂಪಾರವಾದ ಕಡಲೊಡಲನ್ನು ಸೇರಿದೆ...

ಬಾಲ್ಯದಲ್ಲೇ ತಬ್ಬಲಿಯಾಗಿ, ಸೋದರ ಮಾವನ ನೆರಳಲ್ಲಿ ಬೆಳೆದು, ಕಾಲೇಜುಶಿಕ್ಷಣ ಮುಗಿಯುತ್ತಲೇ ವರದಾನದಂತೆ ಸಿಕ್ಕ ಬ್ಯಾಂಕ್ ಉದ್ಯೋಗದ ಬೆಂಬತ್ತಿ ಬದುಕಿಗೊಂದು ನೆಲೆ ಕಂಡುಕೊಳ್ಳಲೋಸುಗ ಹೇಮಂತ ನವದೆಹಲಿಗೆ ಬಂದು ಸೇರಿದ್ದ...

ಉದ್ಯೋಗಕ್ಕೆ ಸೇರಿಕೊಂಡ ಒಂದೆರಡು ತಿಂಗಳು, ತೀರಾ ಒಂಟಿತನ ಮತ್ತು ಬೃಹನ್ನಗರದ ಅನಿವಾರ್ಯ ಜಂಜಡಗಳಿಂದ ಆತ ಹೈರಾಣಾಗಿ ಹೋಗಿದ್ದ. ಆದರೆ, ದಿನಗಳೆದಂತೆ ಹೊಸ ಪರಿಸರ, ಹೊಸ ಭಾಷೆ; ಹೊಸ ಸ್ನೇಹ; ಕಚೇರಿಯ ಬಿಡುವಿಲ್ಲದ ಕೆಲಸ ಇವುಗಳಿಗೆಲ್ಲ ಹೊಂದಿಕೊಳ್ಳುತ್ತಾ ಹೋದಂತೆ, ಆತ 'ಹೊಸ ಹೇಮಂತ'ನಾಗಿ ಬದಲಾಗತೊಡಗಿದ. ಆರಂಭದ ದಿನಗಳಲ್ಲಿ ಕ್ಷಣಕ್ಷಣಕ್ಕೆ ಕಾಡುತ್ತಿದ್ದ ಆತಂಕ, ಊರಿನ ನೆನಪು, ಅನಾಥಪ್ರಜ್ಞೆ, ನಿಧಾನಕ್ಕೆ ದೂರವಾಗಿ ಆತ ಮಹಾನಗರದ ಜೀವನಕ್ಕೆ ಒಗ್ಗಿಕೊಳ್ಳಲಾರಂಭಿಸಿದ. ಬದುಕಿಗೆ ಆಧಾರ ರೂಪದಲ್ಲಿ ಸಿಕ್ಕ ಬ್ಯಾಂಕ್ ಉದ್ಯೋಗಕ್ಕೆ ತನ್ನನ್ನು ಸಮರ್ಪಿಸಿಕೊಂಡ ಆತ ಅಲ್ಲಿ ಎದುರಾಗುವ ಎಲ್ಲಾ ಸವಾಲುಗಳನ್ನು, ಸಮಸ್ಯೆಗಳನ್ನು ಎದುರಿಸುವ ಛಾತಿ ಬೆಳೆಸಿಕೊಂಡ... ಆತನ ಆತ್ಮವಿಶ್ವಾಸದ ನಡವಳಿಕೆ, ವಿನಮ್ರ ಸ್ವಭಾವ ಎಲ್ಲರಿಗೂ

ಮೆಚ್ಚುಗೆಯಾಗುತ್ತಿತ್ತು... ದಿನಗಳೆದಂತೆ ಆತ ಎಲ್ಲರ ವಿಶ್ವಾಸಕ್ಕೂ ಪಾತ್ರನಾಗಿದ್ದ... ಈ ನಡುವೆ, ಬ್ಯಾಂಕಿಂಗ್ ಉದ್ಯೋಗಕ್ಕೆ ಸಂಬಂಧಿಸಿದ ಪರೀಕ್ಷೆಗಳಲ್ಲೆಲ್ಲ ಆತ ಉನ್ನತಶ್ರೇಣಿಯಲ್ಲಿ ಉತ್ತೀರ್ಣನಾಗುತ್ತಾ ಹೋಗಿದ್ದ.

ಹೀಗೆ, ಅಳುಕಿನಿಂದ ಆರಂಭವಾದ ಆತನ ಬ್ಯಾಂಕ್ ನೌಕರಿಯ ವೃತ್ತಿಜೀವನ, ಒಂದು ಚೇತೋಹಾರಿ ಜೀವನಾನುಭವದ ಅಧ್ಯಾಯವಾಗಿ ಮಾರ್ಪಟ್ಟಿತ್ತು. ಹುಟ್ಟಿದಂದಿನಿಂದ ಪರಾವಲಂಬನೆಯ ಕಹಿಯನ್ನುಂಡು ಬೆಳೆದ ಆತನಿಗೆ ಸ್ವಾವಲಂಬನೆಯ ಸ್ವತಂತ್ರ ಬದುಕು ಹೊಸ ಚೈತನ್ಯವನ್ನು ತುಂಬಿತ್ತು.

ಸ್ವಭಾವತಃ ಸ್ನೇಹಜೀವಿಯಾಗಿದ್ದ ಮತ್ತು ಸದಾ ಲವಲವಿಕೆಯಿಂದಿರುತ್ತಿದ್ದ ಆತನಿಗೆ ಎಲ್ಲಾ ಸಹೋದ್ಯೋಗಿಗಳೂ ಸ್ನೇಹಿತರಾಗಿದ್ದರು. ಅದರಲ್ಲೂ ಅವಿವಾಹಿತ ಮಹಿಳಾ ಸಹೋದ್ಯೋಗಿಗಳಂತೂ ಆತನ ಆತ್ಮೀಯತೆಗಾಗಿ ದುಂಬಾಲು ಬೀಳುತ್ತಿದ್ದರು. ಅಂಥವರಲ್ಲಿ, ಮಿಕ್ಕವರಿಗಿಂತ ತುಸು ಹೆಚ್ಚು ಚೆಲುವೆಯರಾದ ಸುನೀತಾಳೋ, ಮಂಜುಶ್ರೀಯೋ ಆತನ ಬಳಿ ಸಾರಿ ಅಗತ್ಯಕ್ಕಿಂತ ಹೆಚ್ಚು ಆತ್ಮೀಯತೆ ತೋರುವಾಗ ಹೇಮಂತನಿಗೆ ಕಾಲೇಜು ದಿನಗಳಲ್ಲಿ ಏಕಮುಖವಾಗಿ ಪ್ರೀತಿಸಿದ ಸಕೀನಾಳ ನೆನಪಾಗುವುದಿತ್ತು... "ಅವಳೀಗ ಎಲ್ಲಿರುವಳೋ? ಹೇಗಿರುವಳೋ?" ಎನ್ನುವ ಪ್ರಶ್ನೆಗಳು ಮನಸ್ಸಲ್ಲಿ ಮೂಡುತ್ತಿದ್ದವು. ಆಗೆಲ್ಲ ಆತ ತುಸುಹೊತ್ತು ಮೌನಿಯಾಗಿ, ಅಂತರ್ಮುಖಿಯಾಗಿ ಬಿಡುತ್ತಿದ್ದ... ಈ ನಡುವೆ ಸುನೀತಾ ತನಗೆ ತೀರಾ ಆಪ್ತಳಾಗಬೇಕೆಂದು ಪ್ರಯತ್ನಿಸುವುದು ಹೇಮಂತನ ಅರಿವಿಗೆ ಬರುತ್ತಿತ್ತು. ಆದರೆ ಆತ ಅವಳ ಸ್ನೇಹ ಗಾಢವಾಗಲು ಅದೇಕೋ ಆಸ್ಪದವನ್ನೇ ನೀಡುತ್ತಿರಲಿಲ್ಲ... ತಾನು ಆ ದಿಕ್ಕಿನಲ್ಲಿ ಮನಸ್ಸು ನೆಟ್ಟರೆ, ಬದುಕು ಮತ್ತೆಲ್ಲಿ ಹೊಸ ಜಂಜಡದಲ್ಲಿ ಸಿಲುಕುವುದೇನೋ ಎಂದಾತ ಭಯಪಡುತ್ತಿದ್ದ. ಸುನೀತಾ ಪ್ರೀತಿ ತೋರಿದಾಗೆಲ್ಲ ಹೇಮಂತನಿಗೆ ಅಯಾಚಿತವಾಗಿ ಸಕೀನಾಳ ನೆನಪು ಬರುತ್ತಿತ್ತು. ಅವಳ ನಿಷ್ಕಳಂಕ ಕಂಗಳ ದುಂಡು ಮೊಗ ಕಣ್ಣೆದುರು ಬಂದು ನಿಲ್ಲುತ್ತಿತ್ತು. ಅಂದಿನ ತನ್ನ ಪ್ರೀತಿಯ ಹುಚ್ಚು ಹಂಬಲ, ನಿರಾಶೆಯ ನೆನಪಾಗುತ್ತಿತ್ತು...

ಹೇಮಂತ ಇನ್ನೂ ಸ್ವಲ್ಪ ಕಾಲ ದೆಹಲಿಯಲ್ಲೇ ಇರುತ್ತಿದ್ದರೆ ಸುನೀತಾಳ ಸ್ನೇಹಕ್ಕೇ ಗಟ್ಟಿಯಾಗಿ ಅಂಟಿಕೊಳ್ಳುತ್ತಿದ್ದನೋ ಏನೋ? ಆದರೆ ಆತನ ಔದ್ಯೋಗಿಕ ಬದುಕಿನ ಚಕ್ರವೀಗ ಬಹಳ ವೇಗವಾಗಿ ಚಲಿಸಲಾರಂಭಿಸಿತ್ತು. ಹಾಗಾಗಿ ಆ ಸಾಧ್ಯತೆಯೂ ದೂರವಾಗಿ ಹೋಯಿತು... ದೆಹಲಿಯಲ್ಲಿ ಮೂರು ವರುಷಗಳ ಸೇವಾವಧಿ ಮುಗಿಯುತ್ತಲೇ ಅಧಿಕಾರಿಯಾಗಿ ಬಡ್ತಿ ಹೊಂದಿದ ಆತ ಪಂಜಾಬಿನ ಲುಧಿಯಾನಕ್ಕೆ ವರ್ಗಾವಣೆಗೊಂಡ. ಅಲ್ಲಿ ಎರಡು ವರ್ಷ ಪೂರ್ಣಗೊಳ್ಳುವ ಮುನ್ನವೇ ರಾಜಸ್ಥಾನದ ಅಲ್ವಾರಿನಲ್ಲಿ ತೆರೆಯಲಾದ ಹೊಸ ಶಾಖೆಗೆ ಮ್ಯಾನೇಜರ್ ಆಗಿ ನಿಯುಕ್ತನಾಗಿ ಅಲ್ಲಿಗೆ ತೆರಳಿದ. ಅಲ್ಲಿಂದ

ಮತ್ತೆ ಬಡ್ತಿಯಾಗಿ ಉದಯಪುರ ಶಾಖೆಗೆ... ಹೀಗೆ, ಬ್ಯಾಂಕಿನ ಆದೇಶಕ್ಕೆ ಯಾವ ಪ್ರತಿರೋಧವನ್ನೂ ತೋರದೆ, ಎಲ್ಲಿ ತನ್ನ ಸೇವೆ ಅಗತ್ಯವಿದೆ ಎಂದು ಬ್ಯಾಂಕು ಭಾವಿಸುತ್ತದೋ ಅಲ್ಲಿಗೆ ಆತ ಸಾಗಿದ... ಒಂಟಿ ಜೀವವಾದ್ದರಿಂದ ಆತನಿಗೆ ಇದರಿಂದ ಅಂಥಹ ತೊಂದರೆಯೇನೂ ಆಗಲಿಲ್ಲ. ಬದಲಾಗಿ ಹೊಸ ಅನುಭವಗಳಿಗೆ ತೆರೆದುಕೊಳ್ಳಬೇಕೆಂಬ ಆತನ ತುಡಿತಕ್ಕೆ ಇದು ಪೂರಕವಾಗಿಯೇ ಇತ್ತು.

ಆದರೂ ಊರ ಕಡೆಗೆ ವರ್ಗಾವಣೆಯಾಗಿ ಹೋಗಬೇಕೆಂಬ ಬಯಕೆಯೊಂದು ಆಗಾಗ ಆತನಲ್ಲಿ ಉಂಟಾಗುತ್ತಿತ್ತು. ಅಂತಹ ಕ್ಷಣದಲ್ಲೊಮ್ಮೆ ಆತ ಊರ ಸಮೀಪಕ್ಕೆ ತನ್ನನ್ನು ವರ್ಗಾಯಿಸುವಂತೆ ಬೇಡಿಕೆಯೊಂದನ್ನು ಸಲ್ಲಿಸಿದ್ದ. ಬ್ಯಾಂಕು ಆತನ ಬೇಡಿಕೆಯನ್ನು ತಕರಾರು ತೆಗೆಯದೆ ಒಪ್ಪಿಕೊಂಡಿತ್ತು.

*

ಅದರ ಫಲವಾಗಿ ಕೊನೆಗೂ, ಒಂಬತ್ತು ವರುಷಗಳ ನಂತರ ಆತ ಊರ ಸಮೀಪದ ಜಿಲ್ಲಾ ಕೇಂದ್ರದಲ್ಲಿದ್ದ ಬ್ಯಾಂಕಿನ ವಿಭಾಗೀಯ ಕಚೇರಿಗೆ ವರ್ಗಾವಣೆಗೊಂಡು ಬಂದಿದ್ದ.

ಅಂದು ಯಾರ ಆಸರೆಯೂ ಇಲ್ಲದೆ ಇಲ್ಲಿಂದಲೇ ದೂರದ ದೆಹಲಿಗೆ ಹೊರಟು ಹೋಗಿದ್ದ ಹೇಮಂತನಿಂದು ಬ್ಯಾಂಕಿನ ಒಬ್ಬ ಯಶಸ್ವೀ ಅಧಿಕಾರಿಯಾಗಿ ಮರಳಿ ಬಂದಿದ್ದ. ಊರ ಸಮೀಪಕ್ಕೆ ವರ್ಗಾವಣೆಗೊಂಡು ಬಂದುದಕ್ಕೆ ಆತನಿಗೆ ಅತಿರೇಕದ ಸಂತಸವೇನೂ ಆಗಿರಲಿಲ್ಲ. ಆದರೆ ಅಂದು ದೂರದ ದೆಹಲಿಗೆ ಯಃಕಶ್ಚಿತನಂತೆ ಹೊರಟು ಹೋಗಿದ್ದರೂ ಬ್ಯಾಂಕಿನ ಗೌರವಾನ್ವಿತ ಹುದ್ದೆಗೇರಿ ಊರಿಗೆ ಕಾಲಿರಿಸಿದುದಕ್ಕೆ ಆತನಿಗೆ ಹೆಮ್ಮೆ ಎನಿಸುತ್ತಿತ್ತು.

ಇಂತಿದ್ದರೂ ಊರಿಗೆ ಕಾಲಿಟ್ಟ ಗಳಿಗೆಯಿಂದಲೇ ಅದೇನೋ ಒಂದು ಅಗೋಚರ ಕೊರಗು ತನ್ನನ್ನು ಕ್ಷೀಣವಾಗಿ ಕಾಡುತ್ತಿರುವಂತೆ ಆತನಿಗೆ ಭಾಸವಾಗುತ್ತಿತ್ತು. ಅದು, ಬಹು ನಿರೀಕ್ಷೆ ಇರಿಸಿಕೊಂಡು ಮಾವನ ಮನೆಗೆ ಹೋದಾಗ ಸಿಕ್ಕ ನಿರ್ಲಕ್ಷ್ಯದ ಸ್ವಾಗತಕ್ಕೋ, ಇಲ್ಲಾ ಊರಿಗೆ ಬಂದ ಮೇಲೂ 'ತನ್ನವ'ರೆನ್ನುವ ಯಾವ ಆಪ್ತರು ಸಿಗದಿರುವುದರಿಂದಲೋ ಆತನಿಗೆ ಅರ್ಥವಾಗುತ್ತಿರಲಿಲ್ಲ. ಕಾಲೇಜು ದಿನಗಳಲ್ಲಿ ಬಹಳ ನಿಕಟವಾಗಿದ್ದ ನಾಗರಾಜ ಅದ್ಯಾವಾಗಲೋ ಅಮೆರಿಕೆಗೆ ಹಾರಿ, ಅಲ್ಲಿಯೇ ತಳವೂರಿಬಿಟ್ಟಿದ್ದ... ಲೈಬ್ರೇರಿಯನ್ ಶಾನುಭಾಗರ ಸಂಪರ್ಕವೂ ಎಂದೋ ತಪ್ಪಿಹೋಗಿತ್ತು. ಆಗಾಗ ನೆನಪಾಗಿ ಕಾಡುತ್ತಿದ್ದ ಸಕೀನಾ ಈಗ ಎಲ್ಲಿರುವಳೋ ಹೇಗಿರುವಳೋ ಎನ್ನುವ ಯೋಚನೆ ಬರುತ್ತಿತ್ತು.

ಬಹುದೂರದ ಉತ್ತರ ಭಾರತದಲ್ಲಿ ದಿನ ಕಳೆಯುತ್ತಿದ್ದಾಗ ಏನಲ್ಲದಿದ್ದರೂ ಹುಟ್ಟಿದೂರಿನ ಕುರಿತು ಹಲವು ನೆನಪುಗಳು, ಕನಸುಗಳು, ಮನಸ್ಸನ್ನು ತುಂಬಿರುತ್ತಿದ್ದವು. ಅವುಗಳೊಂದಿಗೆ ಅಮೂರ್ತವಾಗಿ ಹೆಣೆದುಕೊಂಡಿದ್ದ ಭಾವನೆಗಳು ಕಥೆಯರೂಪ ತಾಳುತ್ತಿದ್ದವು. ಹಾಗೆ ಬರೆದ ಕಥೆಗಳು ಕನ್ನಡನಾಡಿನ ಪತ್ರಿಕೆಗಳಲ್ಲಿ ಬೆಳಕು ಕಂಡಾಗ ಅದೇನೋ ಅವ್ಯಕ್ತ ಸಂತಸವಾಗುತ್ತಿತ್ತು. ಆದರೆ ಊರಿಗೆ ವರ್ಗಾವಣೆಗೊಂಡು ಬಂದ ನಂತರ ಅಂತಹ ಭಾವನೆಗಳ ಸೆಲೆಯೇ ಬತ್ತಿಹೋದಂತೆನಿಸುತ್ತಿತ್ತು...

ಹೇಮಂತ, ಈ ತೆರನ ಒಂಟಿತನ ಮತ್ತು ಮಾನಸಿಕ ತೊಳಲಾಟದಲ್ಲಿ ಬೇಯುತ್ತಿರುವಾಗಲೇ ಅದೊಂದು ದಿನ–ಯೋಗಾ–ಯೋಗವೋ ಎನ್ನುವಂತೆ ಆತನ ಬದುಕು ಮತ್ತೊಂದು ಮಹತ್ತರ ತಿರುವಿಗೆ ಹೊರಳುವ ಸಂದರ್ಭ ಒದಗಿ ಬಂದಿತ್ತು...

ಕಾಲೇಜು ದಿನಗಳಲ್ಲಿ ಆತನ ಪ್ರೀತಿಗೆ ಪಾತ್ರಳಾಗಿದ್ದ ಮತ್ತು ಈಗಲೂ ನೆನಪಾಗಿ ಉಳಿದಿರುವ ಸಕೀನಾ, ಅನಿರೀಕ್ಷಿತವಾಗಿ ಮತ್ತು ಅಚ್ಚರಿ ಹುಟ್ಟಿಸುವ ರೀತಿಯಲ್ಲಿ ಆ ದಿನ ಆತನಿಗೆ ಎದುರಾಗಿದ್ದಳು!...

ವಾರವಿಡೀ ಮನಸ್ಸನ್ನು ಕಾಡುತ್ತಿರುವ ಬೇಸರದಿಂದ ಹೊರಬರಲು ಹೆಣಗುತ್ತಿದ್ದವನಿಗೆ, ಆ ಶನಿವಾರ ಬೆಳಗಿನ ಹೊತ್ತು ಪೇಪರು ತಿರುವಿ ಹಾಕುವಾಗ, ಅಂದು ಸಂಜೆ ಪುರಭವನದಲ್ಲಿ 'ಜೋಕುಮಾರಸ್ವಾಮಿ' ನಾಟಕ ಪ್ರದರ್ಶನವಿರುವುದು ಕಣ್ಣಿಗೆ ಬಿತ್ತು. ತಕ್ಷಣಕ್ಕೇ ಆತನಿಗೆ ಆ ನಾಟಕಕ್ಕೆ ಹೋಗಬೇಕೆಂದು ಮನಸ್ಸಾಯಿತು. ಹಾಗಾಗಿ ಬೆಳಗ್ಗೆಯೇ ಬ್ಯಾಂಕಿಗೆ ಹೋಗುತ್ತಾ ನಾಟಕಕ್ಕೆ ಮುಂಗಡ ಟಿಕೆಟು ತೆಗೆದಿರಿಸಲು ಹೇಮಂತ ನಿರ್ಧರಿಸಿದ್ದ...

ಅದಕ್ಕಾಗಿ ಎಂದಿಗಿಂತ ತುಸು ಮುಂಚಿತವಾಗಿಯೇ ಬ್ಯಾಂಕಿಗೆ ಹೊರಟವನು ಪುರಭವನದ ಕಛೇರಿಗೆ ಬಂದು ಅಲ್ಲಿ ಸಂಜೆಯ ನಾಟಕಕ್ಕೆ ಮುಂಗಡ ಟಿಕೆಟು ಪಡೆದು ವಾಪಾಸು ಹೊರಟ. ಅದಾಗಲೇ ಆತನಿಗೆ ನಾಲ್ಕು ಸಾಲಿನಷ್ಟು ಕೆಳಗಿನ ಮೆಟ್ಟಲಲ್ಲಿ ತನ್ನನ್ನೇ ಎವೆಯಿಕ್ಕದೆ ದಿಟ್ಟಿಸುತ್ತಾ ಯಾರೋ ಸುಂದರ ಯುವತಿಯೊಬ್ಬಳು ಕಾದು ನಿಂತಿರುವುದು ಗಮನಕ್ಕೆ ಬಂದಿತು. ಆಕೆಯ ಮುಖದಲ್ಲಿ ಅಚ್ಚರಿ ಮಿಶ್ರಿತ ನಗು ಮೂಡಿರುವುದೂ ಆತನಿಗೆ ಸ್ಪಷ್ಟವಾಗಿ ಗೋಚರಿಸಿತು! ಕ್ಷಣ ಹೊತ್ತು ಆಕೆ ಯಾರೆಂಬುದು ಆತನಿಗೆ ಹೊಳೆಯಲಿಲ್ಲವಾದರೂ ಮತ್ತೆರಡು ಸಾಲು ಮೆಟ್ಟಿಲಿಳಿಯುತ್ತಲೇ ಅದು ಸಕೀನಾ ಎಂಬುದೂ ಗೊತ್ತಾಯಿತು! ಸಖೇದಾಶ್ಚರ್ಯಕ್ಕೊಳಗಾದ ಹೇಮಂತನಿಗೆ ತನ್ನ ಕಣ್ಣನ್ನೇ ತಾನು ನಂಬದಂತಾಗಿತ್ತು!

ಕಾಲೇಜು ದಿನಗಳಿಗಿಂತ ತುಸುವೇ ಮೈದುಂಬಿಕೊಂಡು ಮತ್ತಷ್ಟು ಸುಂದರಳಾಗಿ ಕಾಣುತ್ತಿದ್ದ ಸಕೀನಾ, ಹೆಚ್ಚೇನೂ ಬದಲಾಗಿರಲಿಲ್ಲ!

ಆತನತ್ತ ಮುಗುಳ್ನಗು ಬೀರುತ್ತಾ ನಿಂತಿದ್ದವಳ ಕಂಗಳಲ್ಲೂ ಅಚ್ಚರಿಯಿತ್ತು...! ಅನಿರೀಕ್ಷಿತವಾದ ಈ ಭೇಟಿಯಿಂದ ನಿಬ್ಬೆರಗಾಗಿದ್ದ ಹೇಮಂತ ಆ ಭಾವದಲ್ಲೇ ಅವಳೆದುರು ಹೋಗಿ ನಿಂತಿದ್ದ... ತಕ್ಷಣ ಏನು ಹೇಳಲೂ ತೋಚದಾಗಿತ್ತು ಆತನಿಗೆ!

ಹೇಮಂತ, ಹೀಗೆ ಮಾತು ಮರೆತವನಂತೆ ತನ್ನೆದುರು ಮರವಟ್ಟು ನಿಂತಿರುವುದನ್ನು ಕಂಡ ಸಕೀನಾ, ನಗುತ್ತಲೇ

"ಏನು ಹೇಮಂತರೇ, ನನ್ನ ಗುರುತಾಗಲಿಲ್ಲವೆ?" ಎಂದು ಕೇಳಿದಳು.

ಆಗಲೇ "ಓಹ್! ಸಕೀನಾ!" ಎನ್ನುವ ಆಪ್ತವಾದ ಉದ್ಗಾರ ಆತನ ಬಾಯಿಂದ ಹೊರ ಬಿದ್ದಿತು! ಆಕೆ ಮೊದಲಿಗಿಂತ ಮತ್ತಷ್ಟು ಆಕರ್ಷಕವಾಗಿ ತೋರುತ್ತಿದ್ದಳು!

ಕಾಲೇಜು ದಿನಗಳಲ್ಲಿ ಅದೆಷ್ಟೋ ಬಾರಿ ಅವಳನ್ನು 'ಸಕೀನಾ' ಎಂದು ಹೃದಯದುಂಬಿ ಕರೆಯಲು ಹಂಬಲಿಸಿ ವಿಫಲನಾದುದು ಆತನಿಗಾಗ ನೆನಪಿಗೆ ಬಂತು. ಒಂದೋ, ಎರಡೋ ಬಾರಿ ಲೈಬ್ರೇರಿಯನ್ ಶಾನುಭಾಗರ ಸಮ್ಮುಖದಲ್ಲಿ ಶಿಷ್ಟಾಚಾರಕ್ಕಾಗಿ ಅವಳ ಹೆಸರನ್ನು ಕರೆದಿದ್ದನಾದರೂ ಆಕೆಯನ್ನು ಮನಃಪೂರ್ವಕವಾಗಿ ಕರೆಯಲು ಸಾಧ್ಯವಾದುದು ಇದೇ ಮೊದಲ ಬಾರಿಯಗಿತ್ತು!

ಹೇಮಂತನ ಸಂತಸದ ಮತ್ತು ಆಪ್ತವಾದ 'ಸಕೀನಾ' ಎನ್ನುವ ಉದ್ಗಾರಕ್ಕೆ ಉತ್ತರವಾಗಿ ಆಕೆ 'ಅಭಿಶಪ್ತ ದೇವತೆ' ಎಂದು ಅರ್ಥಗರ್ಭಿತವಾಗಿ ಮೆಲುನಕ್ಕಳು...!

ಅವಳ ಈ ಉತ್ತರ ಕೇಳುತ್ತಲೇ ಹೇಮಂತನ ಬಾಯಿಂದ ಕ್ಷಣ ಹೊತ್ತು ಮಾತೇ ಹೊರಡದಂತಾಯಿತು...

ದಿನದಲ್ಲಿ ಒಂದು ಬಾರಿಯಾದರೂ ಅವಳ ದರ್ಶನವಾಗಲೆಂದು ಆಕೆಯ ಕ್ಲಾಸು ನಡೆಯುತ್ತಿರುವ ಕೋಣೆಯ ಹೊರಗಿನ ಕಾರಿಡಾರಿನಲ್ಲಿ ಎಡತಾಕುತ್ತಿದ್ದುದು; ಆಕೆಯನ್ನು ಇನ್ನಿಲ್ಲದಷ್ಟು ಮನಸ್ಸಿಗೆ ಹಚ್ಚಿಕೊಂಡು ಅದೇ ಗುಂಗಿನಲ್ಲಿ ಆಕೆಯ ಕುರಿತಾಗಿ 'ಅಭಿಶಪ್ತ ದೇವತೆ' ಎನ್ನುವ ಕವಿತೆ ಬರೆದುದು; ಲೈಬ್ರೇರಿಯನ್ ಶಾನುಭಾಗರ ಉತ್ತೇಜನದಿಂದ ಅದು ಕಾಲೇಜಿನ ವಾಲ್ ಮ್ಯಾಗ್ಝಿನ್‌ನಲ್ಲಿ ಪ್ರಕಟವಾದುದು; ಆ ಕಾರಣಕ್ಕಾಗಿ ಕಾಲೇಜಿನಲ್ಲಿ ಉಂಟಾದ ಶೀತಲ ಸಮರ; ಅದರಿಂದಾಗಿ ಅನುಭವಿಸಿದ ತೀವ್ರ ಮಾನಸಿಕ ಕ್ಷೋಭೆ–ಈ ಎಲ್ಲಾ ಘಟನೆಗಳು ಸ್ಮೃತಿ ಪಟಲದಲ್ಲಿ ಪಟಪಟನೆ ಒಂದೊಂದಾಗಿ ಕ್ಷಣಮಾತ್ರದಲ್ಲಿ ಹಾದುಹೋದವು...

"ಯಾಕೆ ಸುಮ್ಮನಾದಿರಿ ಹೇಮಂತ್?" ಸಮಸ್ಯೆ ತಂದ ಆ ಕವನದ ನೆನಪು ತೆಗೆದುದಕ್ಕೆ ಬೇಸರವಾಯಿತಾ?"

ಸಕೀನಾಳ ಈ ಪ್ರಶ್ನೆಯಿಂದ, ಆತನಿಗೆ ತಾನು ಬೆಪ್ಪನಂತೆ ಸುಮ್ಮನೆ ನಿಂತ ತಪ್ಪಿನ ಅರಿವಾಯಿತು. ಅದರೊಂದಿಗೇ ಆಕೆಯ ನೇರ ಮತ್ತು ನಿಷ್ಕಪಟ ಮಾತುಗಳನ್ನು ಕೇಳಿ ಖುಷಿಯಾಯಿತು. 'ಚಿಪ್ಪಿನೊಳಗೆ ಹುದುಗಿಕೊಂಡಿದ್ದ ಮುತ್ತಿನಂತಿದ್ದ ಮತ್ತು ನಿಜಕ್ಕೂ ಅಭಿಶಪ್ತ ದೇವತೆಯಂತೆಯೇ ಇದ್ದ ಅಂದಿನ ಸಕೀನಾ ಇವಳೇ ಹೌದೆ?!' ಎಂದಾತ ಬೆರಗಾಗುವಂತಾಯಿತು!

ನನಗೂಹಿಂದಿನ ಘಟನೆಗಳನ್ನು ನೆನಪಿಸಿಕೊಂಡು ವಿಸ್ಮೃತಿಗೊಳಗಾದವನಂತೆ ತಾನು ಸುಮ್ಮನೆ ನಿಂತುದನ್ನು ತೇಲಿ ಬಿಡಲೆತ್ನಿಸುತ್ತಾ ಆತ, "ಇಲ್ಲ, ಇಲ್ಲ. ಹಾಗೇನಿಲ್ಲ ಸಕೀನಾ. ನಿಮ್ಮ ಸಿಹಿಯಾದ ಧ್ವನಿಯನ್ನು ಸರಿಯಾಗಿ ಕೇಳಿಸಿಕೊಂಡುದು ಇದೇ ಮೊದಲು ನಾನು! ನಮ್ಮ ಕಾಲೇಜು ಜೀವನದ ದಿನಗಳ ನೆನಪಾದುದೇನೋ ಹೌದು, ಆದರೆ ಈಗ ಬೇಸರ ಪಡುವಂತದ್ದೇನಿದೆ ಅದರಲ್ಲಿ? ಎಲ್ಲಾ ಬಾಲ್ಯದ ಭಾವಾವೇಶಗಳು ಮೊನ್ನೆ ಮೊನ್ನೆ ನಡೆದಂತಿದೆ ಅದೆಲ್ಲ ಅಲ್ಲವೇ...? ಅದಿರಲಿ, ನೀವೇನು ಇಲ್ಲಿ? ಪ್ರಪಂಚದ ಹೊಸತೊಂದು ಅಚ್ಚರಿಯಂತೆ!?" ಎಂದಾತ ಅವಳನ್ನು ಕೇಳಿದ.

"ಹೇಮಂತ್ ನನಗೂ ಇದೊಂದು ಪ್ಲೆಝೆಂಟ್ ಸರ್‌ಪ್ರೈಝ್! ಸಂಜೆಯ ನಾಟಕಕ್ಕೆ ಟಿಕೆಟು ಕಾದಿಡಲೆಂದು ಬಂದಿದ್ದೆ. ಸಂಜೆ ತುಂಬಾ ರಶ್ ಇರುತ್ತದೆಂದು ಯಾರೋ ಹೇಳಿದರು. ಅದಕ್ಕಾಗಿ ಬೆಳಗ್ಗೆಯೇ ಬ್ಯಾಂಕಿಗೆ ಹೋಗುವಾಗ ಮುಂದಾಗಿ ಟಿಕೆಟು ಪಡೆದುಕೊಂಡು ಹೋಗೋಣವೆಂದು ಬಂದಿದ್ದೆ. ಬೈ ದಿ ಬೈ, ನಾನಿಲ್ಲಿ ಸ್ಟೇಟ್ ಬ್ಯಾಂಕಿನಲ್ಲಿ ಕೆಲಸದಲ್ಲಿದ್ದೇನೆ. ಎರಡೂವರೆ ವರ್ಷವಾಯಿತು. ನೀವಿಲ್ಲಿಗೆ ವರ್ಗವಾಗಿ ಬಂದಿರುವಿರೇನು? ನನಗೆ ಗೊತ್ತೇ ಇರಲಿಲ್ಲ. ನಾರ್ತ್‌ನಿಂದ ಇಲ್ಲಿಗೆ ಯಾವಾಗ ನಿಮಗೆ ಟ್ರಾನ್ಸ್‌ಫರ್ ಆಯಿತು? ಶಾನುಭಾಗರು ನೀವು ಡೆಲ್ಲಿಯಲ್ಲಿ ಕೆಲಸಕ್ಕೆ ಸೇರಿರಬೇಕೆಂದು ನನಗೊಮ್ಮೆ ಹೇಳಿದ್ದರು... ಆನಂತರ ಪತ್ರಿಕೆಗಳಲ್ಲಿ ಬಂದ ನಿಮ್ಮ ಕಥೆಗಳನ್ನು ಬಿಟ್ಟರೆ ನಿಮ್ಮ ಬಗ್ಗೆ ಏನೊಂದೂ ಗೊತ್ತಾಗಲಿಲ್ಲ... ಇಂದೀಗ ನಾಟಕದ ಟಿಕೆಟು ಪಡೆದು ಹಿಂತಿರುಗುವಾಗ ನೀವು ಅತ್ತ ಹೋಗುವುದು ಕಂಡಿತು. ಒಂಚೂರು ಬದಲಾಗಿಲ್ಲ ನೀವು! ನಿಮ್ಮನ್ನು ಗುರುತಿಸಿದ ಮೇಲೆ ಮಾತನಾಡಿಸಿಯೇ ಹೋಗೋಣ ಎಂದು ಕಾದು ನಿಂತೆ." ಸಕೀನಾ ಈ ಅನಿರೀಕ್ಷಿತ ಮುಖಾಮುಖಿಗೆ ಕಾರಣವನ್ನೂ; ಆತನನ್ನು ತಾನೀಗಲೂ ನೆನಪಿಸಿಕೊಳ್ಳುತ್ತಿರುವ ಕುರಿತೂ ಪಟಪಟನೆ ಹೇಳುತ್ತಾ ಹೋದಳು.

'ನಿಜಕ್ಕೂ ಈಕೆ ಬಹಳಷ್ಟು ಬದಲಾಗಿ ಬಿಟ್ಟಿದ್ದಾಳೆ. ಒಂದು ಹೊಸ ವ್ಯಕ್ತಿತ್ವದಲ್ಲಿ ಮರು ಹುಟ್ಟು ಪಡೆದು ಅರಳಿಕೊಂಡಿದ್ದಾಳೆ' ಎಂದು ಹೇಮಂತನಿಗೆ ಅನಿಸಿತು. ಈ ಅನಿರೀಕ್ಷಿತ ಭೇಟಿ ಮತ್ತು ಅದಕ್ಕಿಂತ ಮಿಗಿಲಾಗಿ ಅವಳು ತೋರುವ ಆತ್ಮೀಯತೆ ಆತನ ತಪ್ತ ಮನಸ್ಸಿಗೆ ಇನ್ನಿಲ್ಲದಷ್ಟು ಸಾಂತ್ವನ ಮತ್ತು ಸಂತಸವನ್ನು ತಂದಿತ್ತು.

"ಸಕೀನಾ, ನಾನಿಲ್ಲಿಗೆ ಬಂದು ಎರಡು ತಿಂಗಳಾಯಿತಷ್ಟೇ. ಇಲ್ಲಿನ ನಮ್ಮ ಬ್ಯಾಂಕಿನ ಡಿವಿಜನಲ್ ಆಫೀಸಿನಲ್ಲಿದ್ದೇನೆ. ನೀವು ಹೀಗೆ ನನಗೆ ಭೇಟಿಯಾಗಬಹುದೆಂದು ಕನಸಲ್ಲೂ ನಾನೆಣಿಸಿರಲಿಲ್ಲ...! ಈ ದಿನ ನನ್ನ ಜೀವನದ ಒಂದು ಅತ್ಯಂತ ಆನಂದದ ದಿನ. ಈ ರೀತಿಯ ಸಮಾಗಮಗಳೆಲ್ಲ ಕಥೆ ಕಾದಂಬರಿಗಳಲ್ಲಿ ಮಾತ್ರ ಸಾಧ್ಯ ಎಂದುಕೊಂಡಿದ್ದೆ ನಾನು. ನಿಜ ಜೀವನದಲ್ಲೂ, ಅದೂ ನನ್ನ ಜೀವನದಲ್ಲಿ ಇಂಥದ್ದೊಂದು ಅಚ್ಚರಿಗೆ ಕಾರಣರಾದ ನಿಮಗೆ ನಾನು ಋಣಿಯಾಗಿರಬೇಕು. ಕಾಲೇಜು ಬಿಡುವಾಗ ನಿಮಗೊಂದು ಆತ್ಮೀಯ ವಿದಾಯ ಹೇಳುವ ಅವಕಾಶವೂ ನನಗೆ ಸಿಗದೆ ಹೋಯಿತು...!" ಎಂದು ಮಾತು ನಿಲ್ಲಿಸಿದ. ಆ ಕೊನೆಯ ಮಾತನ್ನು ಹೇಳುವಾಗ ಧ್ವನಿಯಲ್ಲಿ ವಿಷಾದದ ಛಾಯೆ ತನ್ನಿಂದ ತಾನೇ ಹೊರ ಬಿದ್ದಿತ್ತು.

ಈ ಮಾತನ್ನು ಕೇಳಿಸಿಕೊಂಡ ಸಕೀನಾಳ ಮುಖವೂ ತುಸು ಕಂದಿದುದನ್ನು ಹೇಮಂತ ಗಮನಿಸಿದ. ಕಾಲೇಜಿನ ಕೊನೆಯ ದಿನಗಳ ನೆನಪು ಕೆದಕಿದ್ದು ಅನುಚಿತವಾಯಿತೇನೋ? ಎಂದಾತನಿಗೆ ಕಸಿವಿಸಿಯಾಯಿತು... ಆ ಅವಧಿಯಲ್ಲಿ ಹೇಮಂತ ಸಕೀನಾಳನ್ನು ಸಂಪೂರ್ಣ ಮರೆತವನಂತೆ ಅಭ್ಯಾಸದಲ್ಲೇ ತೊಡಗಿದ್ದ.

ಆತ ತಕ್ಷಣ ಅದನ್ನು ಮರೆಸಲೆಂಬಂತೆ ವಾಚು ನೋಡಿಕೊಳ್ಳುತ್ತಾ 'ಸಕೀನಾ, ನಿಮಗೂ ಹತ್ತು ಗಂಟೆಗೇ ತಾನೇ ಆಫೀಸು? ಬನ್ನಿ ಮಾತಾಡುತ್ತಾ ನಡೆಯೋಣ' ಎಂದವನೇ ಅವಳೊಂದಿಗೆ ಮೆಟ್ಟಿಲಿಳಿಯತೊಡಗಿದ...

ಗಂಟೆ ಆಗಲೇ ಹತ್ತಕ್ಕೆ ಸಮೀಪಿಸುತ್ತಿತ್ತು. ಹಾಗಾಗಿ, ಪುರಭವನದ ಆವರಣದಿಂದ ರಸ್ತೆಗೆ ಕಾಲಿಡುತ್ತಲೇ ಎದುರಾದ ರಿಕ್ಷಾವೊಂದನ್ನು ನಿಲ್ಲಿಸಿದ ಹೇಮಂತ್, "ಸಕೀನಾ, ನಿಮ್ಮನ್ನು ಸ್ಟೇಟ್ ಬ್ಯಾಂಕ್ ಬಳಿ ಬಿಟ್ಟು ನಾನು ಮುಂದೆ ಹೋಗುತ್ತೇನೆ. ಸದ್ಯಕ್ಕೆ ನನ್ನಲ್ಲಿ ವೆಹಿಕಲ್ ಇಲ್ಲ. ಬಸ್ಸಿಗೆ ಕಾದರೆ ಆಫೀಸಿಗೆ ನನಗೆ ಲೇಟಾಗುತ್ತದೆ..." ಎಂದ. ಅವಳು ತನ್ನೊಂದಿಗೆ ರಿಕ್ಷಾದಲ್ಲಿ ಬರುವಳೋ ಇಲ್ಲವೋ ಎನ್ನುವ ಅನುಮಾನದಿಂದ ಅವಳ ಮೋರೆ ದಿಟ್ಟಿಸಿದ. ಆಕೆ ಮೀಮಾಮೇಷ ಎಣಿಸದೆ ತಟ್ಟನೆ 'ಓಕೆ' ಎಂದವಳೇ ಆತನೊಡನೆ ರಿಕ್ಷಾ ಏರಿ ಕುಳಿತಳು...

ಅನಂತರ ಅದೇಕೋ ಹೇಮಂತ್–ಸಕೀನಾ, ಇಬ್ಬರೂ ಮಾತು ಮರೆತವರಂತೆ ತುಸು ಹೊತ್ತು ತಮ್ಮ ತಮ್ಮ ಯೋಚನೆಯಲ್ಲೇ ಮುಳುಗಿಹೋದಂತೆ ಸುಮ್ಮನಾಗಿದ್ದರು. ದಾರಿ ಸಾಗುವುದನ್ನು ಮೌನವಾಗಿ ನೋಡುತ್ತಿದ್ದರೂ ಇಬ್ಬರ ಮನಸ್ಸಿನಲ್ಲೂ ಏನೇನೋ ಪ್ರಶ್ನೆಗಳು ತಲೆ ಎತ್ತುತ್ತಲೇ ಇದ್ದವು. ಕೊನೆಗೆ ಸ್ಟೇಟ್ ಬ್ಯಾಂಕ್ ಸಮೀಪಿಸುತ್ತಿರುವುದರ ಅರಿವಾದ ಹೇಮಂತ್, 'ಸಕೀನಾ ಸಂಜೆ ನಾಟಕಕ್ಕೆ ನೀವು ಯಾರೆಲ್ಲ ಬರುತ್ತೀರಿ?' ಎಂದು ಬಾಯ್ತೆರೆದ.

"ಓಹ್! ನಿಮ್ಮನ್ನು ಕಂಡು ನಾಟಕದ ವಿಚಾರವೇ ಮರೆತುಹೋಯಿತು, ನನಗೆ. ರೂಂಮೇಟ್ ಗೀತಾ, ಮತ್ತಿಬ್ಬರಿಗೆ ಸೀಟು ಕಾದಿರಿಸಿದ್ದೇನೆ. ನಾಟಕಕ್ಕೆ ಹೋಗೋಣವೆಂದು ಗೀತಾಳದೇ ಒತ್ತಾಯ. ಎಷ್ಟು ಒಳ್ಳೆಯದಾಯಿತು ನೋಡಿ, ಇಲ್ಲವಾದರೆ ನೀವು ನನಗೆ ಸಿಗುತ್ತಿದ್ದಿರಾ?" ಎಂದಳು. ತುಸು ಬೆರಗಾದ ಹೇಮಂತ, "ರೂಮು ಯಾಕೆ ಸಕೀನಾ? ಮನೆ ಮಾಡಿಲ್ಲವೇ ಇಲ್ಲಿ?" ಎಂದ ತಟ್ಟನೆ. ಆತನ ಪ್ರಶ್ನೆಯ ಹಿಂದಿದ್ದ ಸಂದೇಹವನ್ನು ಗ್ರಹಿಸಿದ ಸಕೀನಾ "ಇಲ್ಲ ಹೇಮಂತ್, ನಾನಿಲ್ಲಿ ಗಾಂಧಿನಗರದಲ್ಲಿ ಲೇಡೀಸ್ ಹಾಸ್ಟೆಲ್ಲಿನಲ್ಲಿ ವಾಸವಾಗಿದ್ದೇನೆ. ತಂದೆಯವರು ರಿಟೈರ್ ಆದ ಮೇಲೆ ಇಲ್ಲೇ ಮನೆ ಮಾಡಬೇಕೆಂದಿದ್ದೇವೆ. ಇನ್ನೆರೆಡ ವರ್ಷ ಮಾತ್ರ ಅವರಿಗೆ ಸರ್ವಿಸ್ ಇರುವುದು" ಎಂದಳು. ಮುಂದೆ ಕೆದಕಿ ಕೇಳುವ ಸ್ವಾತಂತ್ರ್ಯ ವಹಿಸಲು ಆತನಿಗೆ ಹಿಂಜರಿಕೆಯಾಗಿ ಆತ ಸುಮ್ಮನುಳಿದ. ಆದರೆ ಅವಳೇ ಮತ್ತೆ ಮುಂದುವರಿಯುತ್ತ, "ನೀವೆಲ್ಲಿ ಸ್ಟೇ ಮಾಡುತ್ತಿದ್ದೀರಿ? ನಿಮ್ಮೊಂದಿಗೆ ಯಾರು ಬರುವವರಿದ್ದಾರೆ ನಾಟಕಕ್ಕೆ?... ಫ್ಯಾಮಿಲಿಯಾಗಿರಬೇಕಲ್ಲ?" ಎಂದು ಅನುಮಾನಿಸುತ್ತಾ ಕೇಳಿದಳು...

ಆ ಪ್ರಶ್ನೆ ಕೇಳಿ, ಕ್ಷಣಕಾಲ ಅವಳ ಮುಖವನ್ನೇ ದಿಟ್ಟಿಸಿದ ಹೇಮಂತ, "ಇಲ್ಲ ಸಕೀನಾ, ನನ್ನಂತಹ ಅನಾಥರನ್ನು ಯಾರು ಮದುವೆಯಾಗುತ್ತಾರೆ ಹೇಳಿ?" ಎಂದ ಕುಗ್ಗಿದ ದನಿಯಲ್ಲಿ. ಆಕೆ ಫಕ್ಕನೆ ಗಂಭೀರಳಾಗುತ್ತಾ "ಸಾರಿ ಹೇಮಂತ್, ಯಾಕೆ ಹಾಗನ್ನುತ್ತೀರಿ ನೀವು?" ಎಂದು ಮರು ಪ್ರಶ್ನಿಸಿದಳು... ಅವಳು ಬೇಸರಗೊಂಡುದು ಆತನಿಗೆ ಗೊತ್ತಾಯಿತಾದರೂ ಉತ್ತರಿಸಲೇಕೋ ಮಾತುಗಳು ಸಿಗದಂತಾಯಿತು... ಯಾಕೋ ಹಳೆಯ ನೆನಪುಗಳೆಲ್ಲ ಒತ್ತರಿಸಿ ಬಂದಂತಾಯಿತು. ಎಷ್ಟೋ ವರುಷಗಳ ನಂತರ ಪರಸ್ಪರ ಭೇಟಿಯಾದ ಪ್ರಥಮದಲ್ಲೇ ತುಂಬ ಒಡನಾಟವಿರುವಂತೆ ಎಲ್ಲವನ್ನೂ ಹೇಳಿಕೊಳ್ಳುವುದು ಅನುಚಿತವಾಗಿ ಕಂಡಿತು ಹೇಮಂತನಿಗೆ...

"ಇರಲಿ ಬಿಡಿ ಸಕೀನಾ, ಇನ್ಯಾವತ್ತಾದರೂ ಆ ಬಗ್ಗೆ ಮಾತಾಡೋಣ. ಇಂದು ನೀವು ಸಿಕ್ಕಿದ್ದೇ ಬಹು ದೊಡ್ಡ ಸಂತಸ ನನಗೆ!" ಎಂದ.

ರಿಕ್ಷಾ, ಅಷ್ಟರಲ್ಲಾಗಲೇ ಸ್ಟೇಟ್ ಬ್ಯಾಂಕನ್ನು ಸಮೀಪಿಸಿತ್ತು...

ರಿಕ್ಷಾ ನಿಂತು ಅದರಿಂದ ಕೆಳಗಿಳಿಯ ಹೊರಟ ಸಕೀನಾ, ಏನೋ ನೆನಪಿಸಿಕೊಂಡವಳಂತೆ ಆತನತ್ತ ತಿರುಗಿ, "ಯು ಮೇಬಿ ಸರ್‌ಪ್ರೈಝ್ಡ್ ಹೇಮಂತ್, ಪತ್ರಿಕೆಯಲ್ಲಿ ಪ್ರಕಟಗೊಂಡು ನನಗೆ ಸಿಕ್ಕ ನಿಮ್ಮ ಎಲ್ಲಾ ಕಥೆಗಳನ್ನೂ ನಾನು ಸಂಗ್ರಹಿಸಿಟ್ಟಿದ್ದೇನೆ. ಅವುಗಳಲ್ಲಿ ನೀವು ಕಾಲೇಜು ಬಿಟ್ಟ ದಿನಗಳಲ್ಲಿ ಪ್ರಕಟವಾಗಿದ್ದ 'ತಬ್ಬಲಿ' ಎನ್ನುವ ಕಥೆಯನ್ನು ನಾನೆಷ್ಟು ಬಾರಿ ಓದಿರುವೆನೋ ನನಗೇ ನೆನಪಿಲ್ಲ! ಐ, ಜಸ್ಟ್ ಕಾಂಟ್ ಫಾರ್ಗೆಟ್ ದಟ್ ಒನ್ ಸ್ಟೋರಿ ಆ್ಯಂಡ್ 'ಅಭಿಶಪ್ತ ದೇವತೆ' ಪೋಯೆಮ್... ಪತ್ರಿಕೆಯಲ್ಲಿ ಕಥೆಯೊಂದಿಗೆ ಪ್ರಕಟವಾದ

ವಿಳಾಸಕ್ಕೆ ಪತ್ರ ಬರೆಯೋಣ ಎಂದು ಅದೆಷ್ಟೋ ಬಾರಿ ಅನಿಸುತ್ತಿತ್ತು. ಆದರೆ ಯಾಕೋ ಧೈರ್ಯ ಸಾಲುತ್ತಿರಲಿಲ್ಲ. ಪ್ರತಿ ಸಾರಿಯೂ ಅದೇ ಅಳುಕು! ಅಂತೂ ಇಷ್ಟು ವರ್ಷಗಳ ನಂತರವಾದರೂ ನಿಮ್ಮ ಭೇಟಿಯಾಯಿತಲ್ಲ! ದೇವರ ದಯವಿರಬೇಕು... ಯು ಆರ್ ಗೆಟಿಂಗ್ ಲೇಟ್. ಸಂಜೆ ನಾಟಕಕ್ಕೆ ಬಂದಾಗ ಸಾಧ್ಯವಾದರೆ ಸಿಗುತ್ತೇನೆ ಆಗದೆ? ಥ್ಯಾಂಕ್ಯೂ ಆ್ಯಂಡ್ ಬೈ..." ಎಂದು ಸಕೀನಾ ಕೈಯಾಡಿಸುತ್ತಾ ಬ್ಯಾಂಕಿನತ್ತ ಹೆಜ್ಜೆ ಹಾಕಿದಳು.

ಹೇಮಂತನಿಗೆ ಸಕೀನಾಳ ಈ ಮಾತುಗಳನ್ನು ಕೇಳಿ ಹೃದಯ ತುಂಬಿ ಬಂದಂತಾಯಿತು. ಹೊತ್ತಾಯಿತೆಂದು ಬ್ಯಾಂಕಿನತ್ತ ಗಡಿಬಿಡಿಯಿಂದ ಹೊರಟ ಸಕೀನಾಳಿಗೆ ವಿದಾಯ ಹೇಳುವುದನ್ನೂ ಆತ ಮರೆತಿದ್ದ... ಮನಸ್ಸಿಗಾದ ಅತ್ಯಾನಂದ ಆತನನ್ನು ಮೈಮರೆಯುವಂತೆ ಮಾಡಿತ್ತು... ಕಳೆದುಕೊಂಡಿದ್ದ ಅಮೂಲ್ಯ ನಿಧಿಯೊಂದನ್ನು ಅಕಸ್ಮಾತ್ ಮರಳಿ ಗಳಿಸಿದ ಪುಳಕ ಅನುಭವಿಸುತ್ತಿದ್ದ ಆತನನ್ನು "ಸರ್, ಇನ್ನೆಲ್ಲಿಗೆ?" ಎನ್ನುವ ರಿಕ್ಷಾದವನ ಮಾತು ಎಚ್ಚರಿಸಿತು. ತನ್ನ ಆಫೀಸಿನತ್ತ ರಿಕ್ಷಾ ಓಡಿಸಲು ಆತನಿಗೆ ಸೂಚಿಸಿದ ಹೇಮಂತ ಸಕೀನಾಳ ಅನಿರೀಕ್ಷಿತ ಭೇಟಿಯ ಸಂದರ್ಭವನ್ನು ಮತ್ತೊಮ್ಮೆ ಮೆಲುಕು ಹಾಕತೊಡಗಿದ...

ಆ ಇಡೀ ದಿವಸ ಸಂಜೆ ನಾಟಕಕ್ಕೆ ಬರುವ ಸಕೀನಾಳನ್ನು ಭೇಟಿಯಾಗುವ ನಿರೀಕ್ಷೆಯೇ ಆತನಲ್ಲಿ ಖುಷಿಯ ಅಲೆಯೆಬ್ಬಿಸುತ್ತಿತ್ತು!

ಆದರೆ ಆ ಸಂಜೆ ಸಕೀನಾಳೊಂದಿಗೇ ಕುಳಿತು 'ಜೋಕುಮಾರ ಸ್ವಾಮಿ' ನಾಟಕ ನೋಡುವ ಆತನ ಆಸೆ ಮಾತ್ರ ಈಡೇರಲಿಲ್ಲ. ಆಕೆಯ ಒಟ್ಟಿಗೇ ಕುಳಿತು ನಾಟಕ ನೋಡಲು ಸಾಧ್ಯವಾದರೆ ಸಕೀನಾ ಇಲ್ಲಿ ಒಬ್ಬಳೇ ಹಾಸ್ಟೆಲ್ಲಿನಲ್ಲಿ ವಾಸವಿರುವ ಕಾರಣ ಹಾಗೂ ಮತ್ತಿತ್ತರ ವಿಚಾರಗಳನ್ನು ಕೇಳಿ ತಿಳಿದುಕೊಳ್ಳಬೇಕೆಂಬ ತವಕ ಆತನಲ್ಲಿತ್ತು. ಆದರೆ ಇದಕ್ಕೆ ತಣ್ಣೀರೆರಚುವಂತೆ ಸಕೀನಾ ನಾಟಕಕ್ಕೆ ಬರುವಾಗಲೇ ತಡವಾಗಿತ್ತು... ಆಕೆ ಎಲ್ಲಿ ಹೋಗಿ ಕುಳಿತಳೆಂದೇ ಹೇಮಂತನಿಗೆ ತಿಳಿಯದಾಯಿತು.

ಅಂತೂ ತುಸು ನಿರಾಶೆಯಿಂದಲೇ ಆತ ನಾಟಕ ನೋಡುವುದರಲ್ಲಿ ಮಗ್ನನಾದ. ರಂಗವೇದಿಕೆಯಲ್ಲಿ 'ಜೋಕುಮಾರ ಸ್ವಾಮಿ'ಯ 'ನಿಂಗಿ–ರಾಜಿ'ಯರು ಅಭಿನಯಿಸುವಾಗೆಲ್ಲಾ ಆತನ, ಮನೋಭೂಮಿಕೆಯಲ್ಲಿ ಸಕೀನಾಳ ನೆನಪು ಸುಳಿದಾಡುತ್ತಲೇ ಇತ್ತು... 'ಮುಗಿದ ಅಧ್ಯಾಯ' ಎಂದುಕೊಂಡಿದ್ದ ಬಾಲ್ಯಕಾಲದ ಕಿರು ಅವಧಿಯದೊಂದು ಮೂಕ ಪ್ರೀತಿಯು ಹೀಗೆ ಮತ್ತೆ ತೆರೆದುಕೊಳ್ಳುವಂತಾದುದು ನಿಜಕ್ಕೂ ಆತನಿಗೆ ಸೋಜಿಗವೆನಿಸುತ್ತಿತ್ತು.

'ಜೋಕುಮಾರ ಸ್ವಾಮಿ' ನಾಟಕ ಕೊನೆಗೊಂಡು, ಸಭಾಂಗಣದಲ್ಲಿ ಬೆಳಕು ಹರಡಿಕೊಂಡಿತು. ಪ್ರೇಕ್ಷಕರೆಲ್ಲ ಹೊರಟುಹೋಗುವ ತರಾತುರಿಯಲ್ಲಿ ಎಲ್ಲಾ

ಕಡೆಯಿಂದಲೂ ಒತ್ತರಿಸಿಕೊಂಡು ಬರಲಾರಂಭಿಸಿದ್ದರು. ಅವರ ನಡುವಲ್ಲಿ ತೂರಿಕೊಂಡು ತುರ್ತಾಗಿಯೇ ಹೊರಬಾಗಿಲಿಗೆ ಬಂದ ಹೇಮಂತನ ಕಣ್ಣುಗಳು ಅಲ್ಲಿ ಸಕೀನಾಳಿಗಾಗಿ ಹುಡುಕಾಡತೊಡಗಿದವು...

ಅಷ್ಟರಲ್ಲಾಗಲೇ ಆತನ ಹಿಂಬದಿಯಿಂದ ಅಲ್ಲಿಗೆ ಬಂದ ಸಕೀನಾ, "ಸೊ ಸಾರಿ ಹೇಮಂತ್, ಇವರೆಲ್ಲಾ ಕೊನೇ ಕ್ಷಣದಲ್ಲಿ ನನ್ನೊಂದಿಗೆ ನಾಟಕಕ್ಕೆ ಹೊರಟಿದ್ದರಿಂದ ಬರುವಾಗ ತಡವಾಯಿತು" ಎಂದು ಒಟ್ಟಿಗಿದ್ದ ಹಾಸ್ಟೆಲ್ಲಿನ ತನ್ನ ಗೆಳತಿಯರತ್ತ ಕೈ ತೋರಿದಳು. ಅವರನ್ನೆಲ್ಲ ಹೇಮಂತನಿಗೆ ಪರಿಚಯಿಸಿ, ಮತ್ತೆ ಆತನತ್ತ ದಿಟ್ಟಿಸಿದವಳು, "ಇವರು ಹೇಮಂತ್‌ಕುಮಾರ್, ನಾವು ಒಂದೇ ಕಾಲೇಜಿನಲ್ಲಿ ಕಲಿತವರು. ಬ್ಯಾಂಕ್ ಆಫೀಸರಾಗಿ ಆರೇಳು ವರುಷ ನಾರ್ತ್‌ನಲ್ಲಿದ್ದವರು. ಇತ್ತೀಚೆಗೆ ಇಲ್ಲಿನ ಅವರ ನಾರ್ತ್ ಡಿವಿಜನಲ್ ಆಫೀಸಿಗೆ ವರ್ಗವಾಗಿ ಬಂದಿದ್ದಾರೆ. ಇಂದು ಬೆಳಿಗ್ಗೆ ನಾಟಕಕ್ಕೆ ಟಿಕೆಟನ್ನು ಅಡ್ವಾನ್ಸ್ ಬುಕ್ ಮಾಡಲು ಇಲ್ಲಿಗೆ ಬಂದಿದ್ದಾಗ ಅನಿರೀಕ್ಷಿತವಾಗಿ ಸಿಕ್ಕಿದರು. ಎ ವೆರಿಗುಡ್ ಸ್ಟೋರಿ ರೈಟರ್ ಅಂಡ್ ಪೋಯೆಟ್ ಆಲ್ಸೋ..." ಎಂದು ತುಸು ಹೆಮ್ಮೆಯಿಂದಲೇ ಆತನನ್ನು ಸ್ನೇಹಿತೆಯರಿಗೆ ಪರಿಚಯಿಸಿದಳು. ಅದಾಗುತ್ತಲೇ ಅವರು ಹೊರಟು ನಿಂತಾಗ ಹೇಮಂತನಿಗೇಕೋ ತುಸು ಪಿಚ್ಚೆನಿಸಿತು! ಸಕೀನಾಳೊಂದಿಗೆ ಕೆಲಕ್ಷಣವಾದರೂ ಮಾತಾಡುತ್ತಾ ಕಳೆಯಬೇಕೆಂಬ ಆಸೆಯಿತ್ತು ಅವನಿಗೆ.

"ಗುಡ್ ನೈಟ್ ಹೇಮಂತ್" ಎಂದು ಹಾಸ್ಟೆಲ್ಲಿನ ಸಹವಾಸಿಗಳೊಂದಿಗೆ ಹೊರಟ ಸಕೀನಾಳನ್ನು ಆತ ಪುರಭವನದ ಮುಖ್ಯದ್ವಾರದ ತನಕ ಹಿಂಬಾಲಿಸಿದ. ಅಲ್ಲಿ ಅವಳನ್ನು ಬೀಳ್ಕೊಳ್ಳುವಾಗ "ಸಕೀನಾ ನಾಳೆ ರಜೆಯಲ್ಲವೆ? ಸಂಜೆ ಹಾಸ್ಟೆಲ್ಲಿನತ್ತ ಬರುವ ಕೆಲಸವಿದೆ ನನಗೆ. ಸ್ವಲ್ಪ ಹೊತ್ತು ನಿಮ್ಮನ್ನಲ್ಲಿ ಭೇಟಿಯಾಗಬಹುದಾ?" ಎಂದು ಕೇಳಿದ. ಆತನ ಧ್ವನಿಯ ಆರ್ದ್ರತೆ ಕಂಡ ಸಕೀನಾ, "ಶೂರ್ ಪ್ಲೀಸ್ ಕಮ್. ಸಂಜೆ ಐದು ಗಂಟೆ ಸುಮಾರಿಗೆ ಬನ್ನಿ. ಫ್ರೀಯಾಗಿರುತ್ತೇನೆ. ಗೇಟಿನ ಒಳಗೆ ಪ್ರವೇಶವಿಲ್ಲ. ನಾನೇ ಗೇಟ್ ತನಕ ಬರುತ್ತೇನೆ" ಎಂದವಳೇ ರಿಕ್ಷಾ ನಿಲ್ಲಿಸಿ ತನ್ನ ಪಟಾಲಂನೊಂದಿಗೆ ಹೊರಟುಹೋದಳು.

ಪುರಭವನದೆದುರಿನ ಪ್ರಖರ ವಿದ್ಯುದ್ದೀಪದ ಬೆಳಕಲ್ಲಿ ನೀಲಿ ಬಣ್ಣದ ಸೀರೆ; ಅದಕ್ಕೊಪ್ಪುವ ಬಿಳಿಯಂಚಿನ ಚಿತ್ತಾರದ ರವಿಕೆ, ಕೊರಳಲ್ಲಿ ಒಂದೆಳೆಯ ಸಪೂರವಾದ ನೀಲಿ ಹರಳಿನ ಚೈನು. ಧರಿಸಿದ್ದ ಸಕೀನಾ, ಮನಸ್ಸನ್ನು ಸೂರೆಗೊಳ್ಳುವಷ್ಟು ಸುಂದರವಾಗಿ ಕಾಣುತ್ತಿದ್ದಳು. ಅದನ್ನೇ ನೆನೆಯುತ್ತಾ ಕ್ಷಣಕಾಲ ಅಲ್ಲಿಯೇ ನಿಂತಿದ್ದ ಹೇಮಂತ ಮತ್ತೆ ಮನೆಯತ್ತ ಹೊರಟನಾದರೂ, ಮನಸ್ಸಿನಲ್ಲಿ ಸಕೀನಾಳೇ ತುಂಬಿಕೊಂಡಿದ್ದಳು. ಅವಳ ವ್ಯಕ್ತಿತ್ವದಲ್ಲಾದ ಆಮೂಲಾಗ್ರ ಪರಿವರ್ತನೆ ಗಮನಿಸಿ ಆತನಿಗೆ ಬೆರಗಾಗುವಂತಾಗಿತ್ತು! ಕಾಲೇಜು ದಿನಗಳಲ್ಲಿ ಚಿಪ್ಪಿನಲ್ಲಿ ಹುದುಗಿದ್ದ ಮುತ್ತಿನಂತಿದ್ದ ಸಕೀನಾ ಈಗ ನಂಬಲಾರದಷ್ಟು

ಬದಲಾಗಿರುವುದು ಆತನ ಗಮನಕ್ಕೆ ಬಂದಿತ್ತು...! ಬದಲಾಗುತ್ತಿರುವ ಆಧುನಿಕ ಪ್ರಪಂಚದ ಪರಿಸ್ಥಿತಿಗೆ ಹೊಂದಿಕೊಂಡ ಪ್ರಬುದ್ಧತೆಯಿಂದಲೋ ಏನೋ ಆಕೆಯ ವ್ಯಕ್ತಿತ್ವ ಮತ್ತು ಸೌಂದರ್ಯ ಈಗ ಮತ್ತಷ್ಟು ಮೆರಗು ಪಡೆದಿರುವಂತೆ ಆತನಿಗನಿಸಿತು.

ಮರುದಿವಸ ಅವಳನ್ನು ಭೇಟಿಯಾಗುವ ಖುಷಿಯಲ್ಲೇ ಆತ ಮನೆಗೆ ಬಂದು ಸೇರಿದ. ಕಳೆದ ಏಳೆಂಟು ವರುಷಗಳಲ್ಲಿ ಸಕೀನಾಳ ನೆನಪಾದಾಗೆಲ್ಲ ಹೃದಯದ ಆಳದಲ್ಲೆಲ್ಲೋ, ಅವಳು ತನ್ನ ಜೀವನದಲ್ಲಿ ಜತೆಗೂಡುವಂತಾಗಿದ್ದರೆ? ಎನ್ನುವ ಭಾವ ಆತನಲ್ಲಿ ಮೂಡುವುದಿತ್ತು. ಆದರೆ ಅದು ಈ ಜನ್ಮದಲ್ಲಿ ಕೈಗೂಡುವ ಸಾಧ್ಯತೆಯಾಗಿರಲಿಲ್ಲ ಎಂದಾತ ಆಗ ಅಂದುಕೊಳ್ಳುತ್ತಿದ್ದ. ಇಂದೇಕೋ ಆ ಕನಸು ಪುನಃ ಹೃದಯದಲ್ಲಿ ಮಿಸುಕಾಡಲಾರಂಭಿಸಿತ್ತು. ಅಂತೂ ಆತ ರಾತ್ರಿಯೆಲ್ಲಾ ಅದೇ ಕನಸು ಕಾಣುತ್ತ ಕಳೆದ.

*

ಹೇಮಂತನಿಂದ ಬೀಳ್ಕೊಂಡು ಹಾಸ್ಟೆಲ್ಲಿನತ್ತ ಹೊರಟು ಹೋದ ಸಕೀನಾಳ ಮನಸ್ಸು ಕೂಡ ಗತನೆನಪುಗಳನ್ನು ತಬ್ಬಿಕೊಳ್ಳಲು ತವಕಿಸಲಾರಂಭಿಸಿತ್ತು.

ಮುಂಜಾನೆ ಪುರಭವನದೆದುರು ಆತನನ್ನು ವರುಷಗಳ ನಂತರ ಸಂಧಿಸಿ, ಆತನೊಂದಿಗೇ ರಿಕ್ಷಾದಲ್ಲಿ ಆಫೀಸು ತನಕ ತಲುಪಿದವಳಿಗೆ, ಆನಂತರ ಕೆಲಸದ ಒತ್ತಡದ ನಡುವೆ ಹಿಂದಿನ ನೆನಪುಗಳನ್ನು ಹಿಂಬಾಲಿಸಲು ವ್ಯವಧಾನವೇ ಸಿಕ್ಕಿರಲಿಲ್ಲ. ಸಂಜೆಯೂ ಹಾಸ್ಟೆಲ್ಲಿಗೆ ಮರಳುವಷ್ಟರಲ್ಲಿ ನಾಟಕಕ್ಕೆ ಹೊರಡುವ ತರಾತುರಿ ಶುರುವಾಗಿತ್ತು.

ರಂಗಮಂದಿರದಲ್ಲಿ ಹೇಮಂತ ತನಗಾಗಿ ಖಂಡಿತಾ ಕಾಯುತ್ತಿರುತ್ತಾರೆ ಎಂದಾಕೆಯ ಅಂತರಂಗಕ್ಕೆ ಖಚಿತವಿತ್ತು. ಆದರೆ ಹಾಸ್ಟೆಲ್ಲಿನ ಈ ಸಂಗಾತಿಗಳನ್ನು ಕಟ್ಟಿಕೊಂಡು ಹೇಮಂತನೊಂದಿಗೆ ಕುಳಿತು ನಾಟಕ ನೋಡುವುದು ಆಕೆಗೆ ಹಿತವೆನಿಸಿರಲಿಲ್ಲ. ಹೊರಡುವಾಗಲೇ ತಡವೂ ಆಗಿತ್ತು.

ಅಂತೂ, ನಾಟಕ ಮುಗಿದು ಹೊರಟು ನಿಂತವಳಿಗೆ ಹೇಮಂತನಿಗೊಮ್ಮೆ ಸಿಕ್ಕಿಯೇ ಹೋಗಬೇಕೆಂಬ ಮನಸ್ಸಾಯಿತು. ಅದಕ್ಕೆ ಸರಿಯಾಗಿ ವರಾಂಡದ ಹೊರಬಾಗಿಲಿನಲ್ಲಿ ಯಾರದೋ ನಿರೀಕ್ಷೆಯಲ್ಲಿರುವವನಂತೆ ಕಾದು ನಿಂತಿದ್ದ ಹೇಮಂತನೂ ಕಣ್ಣಿಗೆ ಬಿದ್ದಿದ್ದ. ಕುಶಲೋಪರಿ ಮುಗಿದು ಅಲ್ಲಿಂದ ಹೊರಡುವಾಗ ಹೇಮಂತ, ನಾಳೆ ಹಾಸ್ಟೆಲ್ಲಿನತ್ತ ಬರಲಿಕ್ಕಿದೆ; ಭೇಟಿಯಾಗಬಹುದೆ?' ಎಂದು ಕೇಳಿದಾಗ, ಖುಷಿಯೂ, ಸಮಾಧಾನವೂ ಆಗಿತ್ತು.

ಕೊನೆಗೂ ಎಲ್ಲಾ ಜಂಜಾಟ ಮುಗಿದು ರೂಮು ಸೇರಿಕೊಂಡವಳಿಗೆ, 'ನಾಳೆಗಂತೂ ಭಾನುವಾರದ ರಜೆ; ಹೊತ್ತಾಗಿ ಎದ್ದರೂ ನಡೆದೀತು' ಎನ್ನುವ

ನೆಮ್ಮದಿ ಉಂಟಾಯಿತು. ನೈಟ್ ಲ್ಯಾಂಪು ಉರಿಸಿ ಹಾಸಿಗೆಯಲ್ಲಿ ಅಡ್ಡಾದವಳಿಗೆ, ಹೇಮಂತನ ಮರುಭೇಟಿಯು ಮನಸ್ಸಲ್ಲೆಬ್ಬಿಸಿದ ಗತಜೀವನದ ಒಂದೊಂದೇ ನೆನಪುಗಳೂ ಕಣ್ಮುಂದೆ ಹಾದು ಹೋಗತೊಡಗಿದವು.

ತನ್ನ 'ನಿಖಾ' ಪ್ರಕರಣದಿಂದ, ತಂದೆ ತುಮಕೂರಿನ ಕಾಲೇಜು ಹುದ್ದೆಗೆ ರಾಜಿನಾಮೆ ನೀಡಿ ಗಂಗಾಪುರ ಕಾಲೇಜಿಗೆ ಬಂದು ಸೇರುವಂತಾದುದು. ಆ ಊರನ್ನೇ ತೊರೆದು ಗಂಗಾಪುರಕ್ಕೆ ಸಂಸಾರ ಸಮೇತ ಅಲ್ಲಿ ಬಂದು ನೆಲೆಸುವಂತಾದುದು, ಒಂದು ವರುಷದ ಮನೆಯ ಅಜ್ಞಾತವಾಸದ ಬಳಿಕ ಗಂಗಾಪುರ ಕಾಲೇಜಲ್ಲಿ ಪಿ.ಯು.ಸಿ.ಗೆ ಸೇರಲು ತಾನು ಪಟ್ಟ ಪಡಿಪಾಟಲು; ಕಾಲೇಜಿಗೆ ಸೇರಿದ ಆರಂಭದ ಕೆಲ ತಿಂಗಳಲ್ಲಿ ಹೇಮಂತನೊಂದಿಗೆ ಬೆಸೆದ ಒಂದು ಅಗೋಚರ ಸ್ನೇಹ ಸಂಬಂಧ; ಅದಕ್ಕೆ ತಳಕು ಹಾಕಿಕೊಂಡು ವಿಷಾದದಿಂದ ಅಂತ್ಯವಾದ ಒಂದು ಅನಗತ್ಯ ಪ್ರಕರಣ; ಕಾಲೇಜಿನ ತನ್ನ ಒಂಟಿ ಜೀವನಕ್ಕೆ ತುಸುವಾದರೂ ನೆಮ್ಮದಿ ತರುತ್ತಿದ್ದ ಆತನ ನಿರುಪದ್ರವಿ ಅಗೋಚರ ಬಾಂಧವ್ಯವೂ ಕಡಿದು ಹೋದುದು; ಡಿಗ್ರಿ ಮುಗಿದ ಕೆಲ ಸಮಯದಲ್ಲೇ, ದೂರಾಗುವ ಒಂದು ಚಿಕ್ಕ ಸುಳಿವನ್ನೂ ನೀಡದೆ ಕೆಲಸ ಹಿಡಿದು ಹೇಮಂತ ದೂರ ಹೊರಟುಹೋದುದು; ಇದೆಲ್ಲದರ ಕುರಿತು ಮನಸ್ಸು ಸ್ವಗತ ಚಿಂತನೆಯಲ್ಲಿ ಮುಳುಗಿತು.

ನೆನಪು ಹಿಂದಿನ ದಿನಗಳತ್ತ ಸಾಗಿತು!

'ಹೌದು ಇದೆಲ್ಲವುದಕ್ಕೂ ಹೇತುವಾದುದೇ ನನ್ನ ನಿಖಾ ಪ್ರಕರಣವಲ್ಲವೆ!...?'

ಎರಡು

ತುಮಕೂರಲ್ಲಾಗ ಬದುಕು ಹೆಚ್ಚು ಏರಿಳಿತಗಳಿಲ್ಲದೆ ಒಂದು ಲಯದಲ್ಲಿ ಸಾಗುತ್ತಿತ್ತಲ್ಲ? ಆಗಷ್ಟೇ ನಾನು ಎಸ್.ಎಸ್.ಎಲ್.ಸಿ. ಪರೀಕ್ಷೆಯಲ್ಲಿ ಎಂಬತ್ತೊಂದು ಶೇಕಡ ಅಂಕ ಪಡೆದು ಪಾಸಾಗಿದ್ದೆ. ಮುಂದಕ್ಕೆ ಇನ್ನೂ ಕಲಿಯಬೇಕೆಂಬ ಮಹಾದಾಶೆ ಹೊಂದಿದ್ದೆ. ತಂದೆಯ ತಂಗಿಯಂದಿರಾದ ರೋಶನ್, ಸಾಹಿರಾ ಆಂಟಿಯರಂತೆ ನಾನು ನೌಕರಿಗೆ ಸೇರಬೇಕೆಂಬ ಹಂಬಲ ಹೃದಯದಲ್ಲಿ ಹೊತ್ತಿದ್ದೆ. ಅವರಂತೆ ನಾನೂ ದಿನಾ ಚೆಂದದ ಸೀರೆಯುಟ್ಟು, ಶಿಸ್ತಾಗಿ ಕೆಲಸಕ್ಕೆ ಹೋಗಿ ಬರಬೇಕು; ಅಪ್ಪನಿಗೂ ಆರ್ಥಿಕವಾಗಿ ಸಹಾಯ ಮಾಡಬೇಕು ಎಂದೆಲ್ಲಾ ಕನಸು ಕಾಣುತ್ತಲಿದ್ದೆ. ಆದರೆ ಆ ಕನಸುಗಳನ್ನೆಲ್ಲ 'ನಿಖಾ' ಎನ್ನುವ ಅನಿರೀಕ್ಷಿತ 'ಗ್ರಹಣ' ನುಂಗಿಬಿಟ್ಟಿತ್ತು!!

ಅದೊಂದು ಭಾನುವಾರದ ದಿವಸ ನನ್ನ ಅಮ್ಮನ ದೂರದ ಸಂಬಂಧಿಯೊಬ್ಬ ತನ್ನ ಐಷಾರಾಮಿ ಕಾರಲ್ಲಿ ಅಚಾನಕ್ ಆಗಿ ನಮ್ಮ ಮನೆಗೆ

ಬಂದಿದ್ದ. ದುಬೈ ಮತ್ತು ಮುಂಬಯಿಯಲ್ಲಿ ಆತ ಅದೇನೋ ವಹಿವಾಟು ನಡೆಸುತ್ತಿದ್ದನಂತೆ. ಸುಂದರಾಂಗನಾದ ಆತ ಥೇಟ್ ಸಿನಿಮಾ ನಟನ ಶೈಲಿಯಲ್ಲಿ ಮನೆಯೊಳಗೆ ಕಾಲಿಡುವಾಗ ಅಕಸ್ಮಾತ್ ಆಗಿ ನಾನಾತನ ಕಣ್ಣಿಗೆ ಬಿದ್ದಿದ್ದೆ! ತೀರಾ ಸಾದಾ, ಅಸ್ತವ್ಯಸ್ತ ಮನೆಯುಡುಗೆಯಲ್ಲಿದ್ದ ನಾನು ಒಳಗೋಡುವುದರೊಳಗೆ ಅಡಿಯಿಂದ ಮುಡಿ ತನಕ ನನ್ನನ್ನಾತ ನುಂಗುವವನಂತೆ ಆಸೆಕಂಗಳಿಂದ ನೋಡಿದ್ದ ನೆನಪು ಈಗಲೂ ಕಾಡುತ್ತಿದೆ...

ಯಾವುದೋ ಕೆಲಸದ ನಿಮಿತ್ತ ತುಮಕೂರಿಗೆ ಬಂದವನು ಅಮ್ಮ ಅಪ್ಪನನ್ನು ನೋಡಿ ಹೋಗಲೆಂದು ಬಂದಿರುವುದಾಗಿ, ಆತ ಹೇಳಿದ್ದ... ಕೆಲಕಾಲದಿಂದ ಆತನ ಕುಟುಂಬದೊಂದಿಗೆ ನಮಗೆ ಸಂಪರ್ಕವೇ ಇಲ್ಲದಿದ್ದರೂ ಅವನ ಈ ಸೌಜನ್ಯದಿಂದ ಅಮ್ಮ ಉಬ್ಬಿ ಹೋಗಿದ್ದಳು! ಆತನ ವಹಿವಾಟು, ಡೌಲು ದೌಲತ್ತನ್ನೆಲ್ಲ ಕೇಳಿಸಿಕೊಂಡವಳು ಅದಕ್ಕೆ ಪೂರ್ತಿ ಮಾರುಹೋಗಿದ್ದೂ ಆಗಿತ್ತು. ಈ ಸಂದರ್ಭವನ್ನುಪಯೋಗಿಸಿಕೊಂಡ ಆತ, ಅಮ್ಮ-ಅಪ್ಪನೆದುರು ನವಿರಾಗಿ ಆಮಿಷದ ಬಲೆಯೊಂದನ್ನು ಎಸೆದುಬಿಟ್ಟಿದ್ದ...!

'ನಾನು ಮನೆಯೊಳಗೆ ಬರುತ್ತಾ ಒಳಗೋಡಿದವಳು ನಿಮ್ಮ ಮಗಳಲ್ಲವೆ? ಏನವಳ ಹೆಸರು?' ಎಂದು ಉತ್ಸುಕನಾಗಿ ವಿಚಾರಿಸಿದ್ದ ಅಮ್ಮನಿಗೆ ಅಷ್ಟೇ ಸಾಕಾಗಿತ್ತು! ಮಗಳ ಭವಿಷ್ಯ ಜೀವನದ ಬಗ್ಗೆ ಅವಳ ಕನಸುಗಳೆಲ್ಲ ಆಗಲೇ ಗರಿಬಿಚ್ಚಿ ಹಾರಲಾರಂಭಿಸಿದವು! 'ತನ್ನ ಮಗಳಿಗಾಗಿ ದಯಾಮಯನೂ, ಸರ್ವಶಕ್ತನೂ ಆದ ಅಲ್ಲಾಹುವೇ ಆತನನ್ನು ನಮ್ಮಲ್ಲಿಗೆ ಕಳುಹಿಸಿರಬೇಕು' ಎಂದಾಕೆ ಪುಳಕಿತಳಾಗಿಬಿಟ್ಟಿದ್ದಳು... ಮಾತುಕತೆ ಮುಂದುವರಿದಂತೆಲ್ಲಾ 'ನಿಖಾ' ಕುರಿತು ಆತನಲ್ಲಿ ಪ್ರಸ್ತಾಪಿಸಿದ್ದೂ ಆಯಿತು! ಆತನಿಗೋ ಇದು ರೊಟ್ಟಿ ಜಾರಿ ತುಪ್ಪದಲ್ಲಿ ಬಿದ್ದಂತೆನಿಸಿರಬೇಕು! 'ಮನೆಯಲ್ಲಿ ನನ್ನ ನಿರ್ಧಾರವೇ ಅಂತಿಮ. ನೀವು ಸಂಪ್ರದಾಯಕ್ಕಾಗಿ ಅವರಲ್ಲಿ ಪ್ರಸ್ತಾಪ ಮುಂದಿಟ್ಟರೆ ಸಾಕು' ಎಂದು ಅಪ್ಪ ಅಮ್ಮನ ಮನವೊಲಿಸುವಲ್ಲಿ ಆತ ಸಫಲನಾಗಿಯೂ ಬಿಟ್ಟ! ತಾನು ಆದಷ್ಟು ಶೀಘ್ರ ದುಬೈಗೆ ಹೋಗಲಿಕ್ಕಿರುವುದರಿಂದ ಜರೂರಿಯಲ್ಲಿ ನಿಖಾ ಮಾಡಿಕೊಡಬೇಕೆನ್ನುವ ಬೇಡಿಕೆಯನ್ನೂ ಮುಂದಿಟ್ಟ. ಅಮ್ಮ, ಅಪ್ಪ ಅದಕ್ಕೆ ತಲೆಯಾಡಿಸಿಬಿಟ್ಟರು!

ಕೊನೆಗೂ ಸಂತುಷ್ಟ ಭೋಜನ ಮುಗಿಸಿ ಆತ ಮನೆಯಿಂದ ಹೊರಬೀಳುವಾಗ ನನ್ನದೇ ಜೀವನಕ್ಕೆ ಸಂಬಂಧಿಸಿದ, ನಿರ್ಧಾರಗಳೆಲ್ಲ ನನ್ನನ್ನು ಗಣನೆಗೆ ತಾರದೆ ಮುಗಿದು ಹೋಗಿದ್ದವು... ನನ್ನದೊಂದು ಮಾತು ಕೇಳಬೇಕೆಂದು ಯಾರಿಗೂ ಆಗ ಅನಿಸಿರಲಿಲ್ಲ! ಅಷ್ಟಕ್ಕೂ ಮಗಳಾದ ನನ್ನ ಉದ್ಧಾರಕ್ಕಾಗಿಯೇ ಅಲ್ಲವೆ ಈ ನಿರ್ಧಾರ?

ಮನಸ್ಸು ತಡೆಯದೆ ನಾನೇ ಸಂದರ್ಭ ನೋಡಿ ಧೈರ್ಯ ತಂದುಕೊಂಡು "ಅಮ್ಮಾ ಈಗಲೇ ನನಗೆ ನಿಖಾ ಬೇಡ. ಮುಂದಕ್ಕೆ ಓದಬೇಕೆಂದು ತುಂಬಾ

ಆಶೆ ಇದೆ" ಎಂದು ನನ್ನ ಅಳಲನ್ನು ತೋಡಿಕೊಂಡೆ. ನನ್ನ ಹತಾಶೆಯ ಮೊಗ ನೋಡಿ ಅಪ್ಪನಿಗೆ ಏನನಿಸಿತೋ ಏನೊ? "ಮರಿಯಾ, ನಾವು ಅವಸರ ಮಾಡುತ್ತಿಲ್ಲ ತಾನೆ? ಆಕೆಗಿನ್ನೂ ಸಣ್ಣಪ್ರಾಯ. ಓದು ಮುಂದುವರಿಸುವ ಆಶೆಯೂ ಇದೆ ಅವಳಿಗೆ" ಎಂದು ಕ್ಷೀಣ ಧ್ವನಿ ಎತ್ತಿದರು. "ಸುಮ್ಮನಿರಿ ನೀವು. ಎಂಥಾದ್ದು ಸಣ್ಣ ಪ್ರಾಯ? ಇವಳದೆ ಪ್ರಾಯದ ನನ್ನ ಅಕ್ಕನ ಮಗಳಿಗೆ ನಿಖಾ ಆಗಿ ಒಂದು ಗಂಡು ಮಗುವಾಗಿದೆ ಈಗ! ಇಷ್ಟು ಚೆಂದದ ಶ್ರೀಮಂತ ಹುಡುಗ ಮನೆಬಾಗಿಲಿಗೆ ಬಂದು ಒಪ್ಪಿಕೊಂಡು ಹೋಗಿರುವಾಗ ನಾವು ಹಿಂದೇಟು ಹಾಕುವುದಾ? ಅವನೊಂದಿಗೆ ರಾಣಿಯ ಹಾಗೆ ಜೀವನ ಮಾಡುವುದು ಬಿಟ್ಟು ಓದು ಮುಂದುವರಿಸುವುದಾ? ಓದು ಮುಂದುವರಿಸಿ ಏನು ಮಾಡಲಿಕ್ಕಿದೆ ಅವಳು?" ಎನ್ನುವ ಅಮ್ಮನ ವಾದಕ್ಕೆ ಅಪ್ಪನ ಕ್ಷೀಣ ಪ್ರತಿರೋಧದ ಧ್ವನಿಯೂ ಉಡುಗಿ ಹೋಯಿತು. ಅಮ್ಮನ ನಿರ್ಧಾರಗಳ ಬಗ್ಗೆ ಯಾವತ್ತೂ ಮೃದುಧೋರಣೆ ತೋರುವ ಅಪ್ಪ; ಸಮ್ಮತಿಯ ಮುದ್ರೆಯೊತ್ತಿದುದು ಅಚ್ಚರಿಯೇನಾಗಿರಲಿಲ್ಲ... ನನಗೆ ಬೇರೆ ದಾರಿ ಯಾವುದೂ ತೋಚುತ್ತಿರಲಿಲ್ಲ...

ಅಂತೂ, ನನ್ನ ನಿಖಾ ನೆರವೇರಿಬಿಟ್ಟಿತ್ತು...! ನಾನಾತನ ಮನೆಗೆ ಹೋಗಿ ಸೇರಿದ್ದೂ ಆಯಿತು! ಅಂದಿನಿಂದಲೇ ನನ್ನ ದಾಂಪತ್ಯ ಜೀವನದ ದಾರುಣ ದಿನಗಳು ಆರಂಭವಾದವು. ಬಂಗಲೆಯಂತಹ ಮನೆಯಿತ್ತು; ಮೂರು ಕಾರುಗಳಿದ್ದವು; ಮನೆ ತುಂಬಾ ಸದಾ ಗಿಜಿಗುಡುವ ಜನರಿದ್ದರು. ಆದರೆ ಮನೆಯೊಳಗಿದ್ದ ಹೆಂಗಸರಿಗೆ, ಮನೆ ಸುತ್ತಲಿನ ಏರು ಎತ್ತರದ ಆವರಣಗೋಡೆಯಾಚೆಗೂ ಒಂದು ಪ್ರಪಂಚವಿದೆ ಎಂಬ ಗೊಡವೆಯೇ ಇರಲಿಲ್ಲ... ಹೊರಗಿನ ಸ್ವಚ್ಛಗಾಳಿಯನ್ನೂ ಅವರು ನಿರಾಳವಾಗಿ ಉಸಿರಾಡುವುದಕ್ಕೂ ಆಸ್ಪದವಿರಲಿಲ್ಲ... ಅದೆಲ್ಲ ಹೇಗೆ ಇದ್ದರೂ ನನ್ನ ಗಂಡನಾದವನಾದರೂ ಪ್ರೀತಿ ತೋರುವವನಾಗಿದ್ದರೆ ನಾನಿದನ್ನೆಲ್ಲ ಸಹಿಸಿಕೊಳ್ಳುತ್ತಿದ್ದೆನೇನೋ? ಆ ತನಕ ಅಪ್ಪ, ಅಮ್ಮನ ಅನ್ಯೋನ್ಯ ಸಂಬಂಧವನ್ನು ಕಾಣುತ್ತಾ ಬೆಳೆದವಳಾಗಿದ್ದೆ ನಾನು. ಆದರೆ ನನ್ನನ್ನು ಉದ್ಧರಿಸಲೆಂದೇ ಬಂದವನೆಂದು ನನ್ನಮ್ಮ ಭಾವಿಸಿದ್ದ ಆತ ಮಾತ್ರ ಮನುಷ್ಯತ್ವವೇ ಇಲ್ಲದ ಸೈತಾನನಂತಿದ್ದ. ಹೊರನೋಟಕ್ಕೆ ಸುರಸುಂದರನಂತಿದ್ದರೂ, ಆತನಲ್ಲಿ ಕ್ರೌರ್ಯ ಮತ್ತು ವಿಕೃತ ಕಾಮನೆ ತುಂಬಿಕೊಂಡಿತ್ತು. ಪ್ರೀತಿ, ಅನುರಾಗ, ಅನುನಯದಿಂದ ಪಡೆಯಬೇಕಾದುದನ್ನು ಹಿಂಸೆಯಿಂದ ಕಿತ್ತುಕೊಳ್ಳುವುದೇ ಆತನ ಜಾಯಮಾನವಾಗಿತ್ತು. ರಾತ್ರಿ ಮತ್ತೇರಿಸಿಕೊಂಡು ಬಂದವನೇ ನನ್ನನ್ನೊಂದು ಭೋಗವಸ್ತುವಿನಂತೆ ಪರಿಗಣಿಸಿ ಆತ ಪೀಡಿಸುವ ಪರಿಯಿಂದ ನಾನು ತತ್ತರಿಸಿ ಹೋಗುವಂತಾಗುತ್ತಿತ್ತು. ಆತನಿಗಾಗಲೇ ಮುಂಬೈಲೊಬ್ಬಳು ಪತ್ನಿ ಇದ್ದಳಂತೆ. ಬೇರೆ ಕಡೆಯಲ್ಲೆಲ್ಲ ತಾನು ನಡೆಸುವ ವಿಕೃತಕೇಳಿಯನ್ನು ನನ್ನೆದುರು ನಿರ್ಲಜ್ಜನಾಗಿ

ಕೊಚ್ಚಿಕೊಳ್ಳುತ್ತ ಬಲವಂತವಾಗಿ ನನ್ನ ಮೇಲೆ ಅದನ್ನು ಪ್ರಯೋಗಿಸಲು ಮುಂದಾಗುತ್ತಿದ್ದ. ಪ್ರತಿಭಟಿಸಿ ನಿರಾಕರಿಸಿದಾಗ ತೀವ್ರವಾಗಿ ಥಳಿಸಿ ಹಿಂಸಿಸುತ್ತಿದ್ದ! ನಾನು ನಲುಗುತ್ತಾ ವಿಲವಿಲ ಒದ್ದಾಡುವುದನ್ನು ನೋಡುತ್ತಾ ವಿಕೃತ ಖುಷಿ ಪಡುತ್ತಿದ್ದ. ಆಗೆಲ್ಲ ನನ್ನ ಚೀತ್ಕಾರ ರೋದನ ಹೊರಗೆ ಕೇಳದಂತೆ ಬಾಯಿ ಒತ್ತಿ ಹಿಡಿದಿರುತ್ತಿದ್ದ. ರಾತ್ರಿ ಯಾಕಾದರೂ ಆಗುತ್ತದೆ ಎಂದು ಭಯದಿಂದ ದಿನವೂ ನಾನು ಕಂಪಿಸುತ್ತಿದ್ದೆ. ಯಾರಲ್ಲಿ ಹೇಳಿಕೊಳ್ಳಲಿ ನಾನಿದನ್ನೆಲ್ಲ? ಜೀವನ ಹೀಗೂ ಇರುವುದುಂಟೆ? ಯಾಕೆ ಬೇಕು ಇಂಥಹ ಯಾತನೆಯ ಬದುಕು? ಇಲ್ಲಿಗೇ ಮುಗಿದು ಹೋಗಲಿ ಅದು! ಅನಿಸುತ್ತಿತ್ತು. ಜರ್ಝರಿತವಾದ ಮೈ ಮನಸ್ಸು ಖಿನ್ನತೆಯೊಳಗಾಗಿ ಸಾವಿಗೆ ಶರಣಾಗಲು ತೀವ್ರವಾಗಿ ಭಯಸಲಾರಂಭಿಸಿತ್ತು...! ದೇವಾ! ಆ ನೆನಪು ಕೂಡಾ ಈಗ ಅಸಹನೀಯವೆನಿಸುತ್ತಿದೆ. ಅದೇ ದಿನಗಳಲ್ಲಿ ಪ್ರಾಯಶಃ ಎಲ್ಲಿಯೋ ಒಂದು ಚೂರು ಅದೃಷ್ಟ ಒಳ್ಳೆಯದಿತ್ತೇನೋ? ಒಮ್ಮೆ ತವರು ಮನೆಗೆ ನಾನು ಬರಬೇಕಾದ ಅನಿವಾರ್ಯತೆ ಒದಗಿ ಬಂದಿತು. ನನ್ನ ಪಾಸ್‌ಪೋರ್ಟ್ ಮಾಡಿಸಲು ಮುಂದಾಗಿದ್ದ ಆತನಿಗೆ ದಾಖಲೆಗಳಿಗಾಗಿ ನನ್ನನ್ನು ಮನೆಗೆ ಕರೆತರಬೇಕಾಯಿತು...!

ಮನೆಗೆ ಬಂದ ನನ್ನನ್ನು ಕಂಡು ಅಪ್ಪ, ಅಮ್ಮ ಹೌಹಾರಿ ಹೋದರು! ತಿಂಗಳೊಪ್ಪತ್ತಿನೊಳಗೆ ಜೀವಚ್ಛವದಂತಾಗಿದ್ದ 'ಹೊಸ ಮದುಮ'ಗಳಾದ ನನ್ನ ದುರವಸ್ಥೆ ಕಾಣುತ್ತಲೇ ಅವರ ಎದೆ ಬಿರಿದಿರಬೇಕು. ಅವರ ಕಣ್ಣಾಲಿಗಳಲ್ಲಿ ತನ್ನಿಂದ ತಾನೆ ನೀರು ತುಂಬಿಕೊಂಡಿತ್ತು. ನಾನು ಅವರಿಗೆ ಬಾಯ್ಬಿಟ್ಟು ಏನೂ ಹೇಳಬೇಕಾಗಿರಲಿಲ್ಲ. ಗಂಡನ ಮನೆ ನನ್ನ ಜೀವನ ಆರಂಭದಲ್ಲೇ ಏಕೋ ಹಳಿ ತಪ್ಪಿ ಯಾತನಾದಾಯಕವಾಗಿದೆ ಎಂಬುದು ಅವರಿಗೆ ಅರ್ಥವಾಗಿತ್ತು. "ಮರಳಿ ನಾನು ಆತನೊಂದಿಗೆ ಹೋಗಲಾರೆ. ಹೋದರೆ ಸತ್ತೇ ಹೋಗುತ್ತೇನೆ" ಎನ್ನುತ್ತಲೇ ಮರುಮಾತಿಲ್ಲದೆ ಅವರು ಧೃಢವಾಗಿ ನನ್ನ ಬೆಂಬಲಕ್ಕೆ ನಿಂತರು. "ನಾಲ್ಕು ದಿನ ಅವಳು ನಮ್ಮಲ್ಲಿರಲಿ. ಮತ್ತೆ ಅವಳನ್ನು ಕಳುಹಿಸಿಕೊಡುತ್ತೇವೆ" ಎಂದು ಅಪ್ಪ ಆತನಲ್ಲಿ ಹೇಳಿದರು... ಆತ ಅದಕ್ಕೆ ಒಪ್ಪಿಕೊಳ್ಳದೆ ತಕರಾರು, ಗಲಾಟೆ ಪ್ರಾರಂಭಿಸಿದ. ಕೊನೆಗದು ನನ್ನ ತಂದೆಗೆ ಧಮಕಿ ಹಾಕುವ ಮಟ್ಟಕ್ಕೂ ಮುಂದುವರಿಯಿತು! ಅಪ್ಪ ತಾಳ್ಮೆ ತಪ್ಪಿ ಆತನಿಗೊಂದು ಏಟು ಹಾಕಿ ಮನೆಯಿಂದ ಹೊರದೂಡಿದರು. ಆಗ ಎಲ್ಲರಿಗೂ ಬುದ್ಧಿ ಕಲಿಸುವುದಾಗಿ ಶಪಥ ಮಾಡಿಯೇ ಹೊರಟು ಹೋದ. ನಮ್ಮ ಸಂಬಂಧ ಅಲ್ಲಿಗೇ ಮುಗಿದಂತಾಯಿತು. ಇದಾದ ನಂತರ ನನ್ನ ತಂದೆಗೆ ನಾನಾ ತರದ ತೊಂದರೆಗಳು ಎದುರಾಗಲಾರಂಭಿಸಿದವು. ಆತನ ಸಂಬಂಧಿಯಾದ ಬೆಂಗಳೂರಿನ ಎಂ.ಎಲ್.ಎ.ಯೊಬ್ಬ ನಮಗೆ 'ಬುದ್ಧಿಕಲಿಸುವ' ಕಾರ್ಯತಂತ್ರಕ್ಕೆ ನೇತೃತ್ವ ವಹಿಸಿದ. ಕಾಲೇಜು ಆಡಳಿತ ಮಂಡಳಿಗೆ ಒತ್ತಡ ಹೇರಿ ನನ್ನ ತಂದೆಯನ್ನು ಬಗ್ಗು ಬಡಿಯುವ ಸತತ

ಪ್ರಯತ್ನವೂ ಶುರುವಾಯಿತು. ಆತನ ಗೂಂಡಾಗಳ ಕಾಟವೂ ಹೆಚ್ಚಾಯಿತು! ನೆಮ್ಮದಿಯೇ ನಾಶವಾಗತೊಡಗಿತ್ತು. ಅಲ್ಲಿಗೇ ತುಮಕೂರಿನ ತನ್ನ ಋಣ ತೀರಿತೆನ್ನುವ ನಿರ್ಧಾರಕ್ಕೆ ನನ್ನ ತಂದೆ ಬಂದರು. ದೂರದ ಗಂಗಾಪುರ ಕಾಲೇಜಿನಲ್ಲಿ ಪ್ರಾಧ್ಯಾಪಕ ಹುದ್ದೆ ಗಿಟ್ಟಿಸಿ, ತುಮಕೂರಿನ ಕಾಲೇಜು ಋಣ ಮತ್ತು ನನ್ನ ಮದುವೆಯ ಅಧ್ಯಾಯಕ್ಕೂ ವಿದಾಯ ಹೇಳಿ ಸಂಸಾರ ಸಮೇತ ಗಂಗಾಪುರಕ್ಕೆ ಬಂದು ನೆಲೆಸಿದರು...

*

ಕಡಲತೀರದ ಗಂಗಾಪುರ ಪುಟ್ಟ ನಗರವಾದರೂ ಸುಂದರವಾಗಿತ್ತು... ಬಹುತೇಕ ಜನರು ತಮ್ಮ ಪಾಡಿಗೆ ತಾವಿರುವ ಸೌಜನ್ಯವಂತರಾಗಿದ್ದರು. ಎಲ್ಲಾ ಕಡೆ ವಿವಿಧ ರೀತಿಯ ಕಲೆ, ಸಂಸ್ಕೃತಿಯ ವಾತಾವರಣವಿತ್ತು. ಹೆಚ್ಚಿನ ಮನೆಗಳಲ್ಲಿ ಚಿಕ್ಕದಾದರೂ ತೆಂಗು, ಕಂಗುಗಳ ತೋಟವಿತ್ತು. ಸುತ್ತಲೂ ಸದಾ ಕಾಲ ಹಸಿರು ಕಂಗೊಳಿಸುತ್ತಿತ್ತು. ನಿಸರ್ಗದ ಮಡಿಲಿನಲ್ಲೇ ಕಾಲೇಜಿದ್ದು ಅಲ್ಲಿಂದ ಅನತಿ ದೂರಕ್ಕೆ ಕಾಲೇಜು ಪ್ರಾಧ್ಯಾಪಕರುಗಳಿಗಾಗಿ ನಿರ್ಮಿಸಿದ ಚಿಕ್ಕದಾದರೂ ಸುಸಜ್ಜಿತವಾದ ಚೊಕ್ಕ ವಸತಿಗೃಹಗಳಿದ್ದವು. ಅದರಲ್ಲೇ ಒಂದನ್ನು ನನ್ನ ತಂದೆಗೆ ನೀಡಿದ್ದರು. ಇಲ್ಲಿಗೆ ಬಂದ ಅಲ್ಪ ಅವಧಿಯಲ್ಲೇ ಎಲ್ಲರೊಂದಿಗೂ ಹೊಂದಿಕೊಂಡು ಬದುಕು ಮತ್ತೆ ನೆಮ್ಮದಿಯತ್ತ ಹೊರಳಿತ್ತು.

ಗಂಗಾಪುರಕ್ಕೆ ಬಂದು ಸೇರಿದ ಆ ವರ್ಷವಿಡೀ ನಾನು ಮನೆಯಲ್ಲೇ ಕುಳಿತು ಕಳೆದಿದ್ದೆ. ಅಪ್ಪ ಲೈಬ್ರರಿಯಿಂದ ತಂದುಕೊಡುತ್ತಿದ್ದ ಪುಸ್ತಕಗಳೇ ನನ್ನ ಸಂಗಾತಿಗಳಾಗಿದ್ದವು. ಹೊರಗಿನ ವೈವಿಧ್ಯಮಯ ಪ್ರಪಂಚದ ಬಗ್ಗೆ ನನ್ನಲ್ಲಿ ಅರಿವು ವಿಸ್ತರಿಸಿದ್ದೇ ಈ ಹೊತ್ತಿಗೆಗಳ ಓದು ಎನ್ನಬಹುದು. ಲೇಖಕಿಯರು ಬರೆದ ಕಾದಂಬರಿಗಳನ್ನೋದುತ್ತ ಹೋದಂತೆ 'ಹೆಣ್ಣು ಹೆಂಡತಿಯಾಗುವುದಕ್ಕೆ, ಹೆರುವುದಕ್ಕಷ್ಟೇ ಸೀಮಿತಳಲ್ಲ, ಆಕೆಯೂ ಏನನ್ನಾದರೂ ಸಾಧಿಸಬಲ್ಲಳು' ಎನ್ನುವ ಮನೋಬಲ ಮೂಡಲಾರಂಭಿಸಿತ್ತು...

ಆಗೆಲ್ಲಾ ನಮ್ಮ ಮನೆಯೆದುರಿನ ಮಾರ್ಗದಲ್ಲಿ ಉಲ್ಲಾಸದಿಂದ ಹರಟುತ್ತಾ ಕಾಲೇಜಿಗೆ ಹೋಗಿ ಬರುವ ನನ್ನದೇ ವಯಸ್ಸಿನ ವಿದ್ಯಾರ್ಥಿನಿಯರು ನನ್ನ ಕಣ್ಮುಂದೆ ಬರುತ್ತಿದ್ದರು. ನನಗೆ ದೂರಾಗಿರುವ ಈ ಭಾಗ್ಯ ನೆನೆದು ದುಃಖವಾಗುತ್ತಿತ್ತು. ಮುಂದೆ ಓದಲು ನಾನೂ ಕಾಲೇಜಿಗೆ ಸೇರಬೇಕೆಂಬ ಹಂಬಲ ಅದಮ್ಯವಾಗುತ್ತಾ ಹೋಗುತ್ತಿತ್ತು!

ಅಂತೂ ಕೊನೆಗೊಮ್ಮೆ ಈ ಹಂಬಲ ಹತ್ತಿಕ್ಕಿಕೊಳ್ಳಲಾಗದೆ, ಅಪ್ಪ ಖುಷಿಯಲ್ಲಿರುವ ಹೊತ್ತಲ್ಲಿ ಅದೊಂದು ದಿವಸ ನನ್ನ ಆಶೆಯನ್ನು ಅವರಲ್ಲಿ ತೋಡಿಕೊಂಡೇ ಬಿಟ್ಟಿದ್ದೆ...!

"ಹೇಗೂ ನೀನಿರುವ ಕಾಲೇಜಲ್ಲವೆ? ನನಗೆ ಸೀಟು ಸಿಗದೆ ಇರದು. ನಾನೂ ಪಿ.ಯು.ಸಿ.ಗೆ ಸೇರಿಕೊಳ್ಳಲಾ? ನನ್ನ ಪಾಡಿಗೆ ನಾನು ಓದು ಮುಂದುವರಿಸುತ್ತೇನೆ. ಪ್ಲೀಸ್ ನನ್ನ ಇದೊಂದು ಆಶೆ ನಡೆಸಿಕೊಡಿ. ಅಪ್ಪಾ..." ಎಂದು ಬೇಡಿಕೊಂಡಿದ್ದೆ.

ಅಪ್ಪ ಅಲ್ಲಿದ್ದ ಅಮ್ಮನ ಮುಖ ನೋಡಿದರು... ನಿರೀಕ್ಷಿಸಿದಂತೆ ಅಮ್ಮನ ಪ್ರತಿರೋಧ ಶುರುವಾಗಿಯೇ ಬಿಟ್ಟಿತು!

"ಎಷ್ಟು ಮಾತ್ರಕ್ಕೂ ಅವಳು ಕಾಲೇಜಿಗೆ ಹೋಗುವುದು ಬೇಡ. ಆದಷ್ಟು ಬೇಗ ಬೇರೊಬ್ಬ ಒಳ್ಳೇ ಹುಡುಗ ನೋಡಿ ನಿಖಾ ಮಾಡಿ ಮುಗಿಸುವ. ಕಾಲೇಜು, ಗೀಲೇಜು ಎಂದು ಧರ್ಮಬಾಹಿರವಾಗಿ ನಡೆದುಕೊಳ್ಳಲು ಅವಳಿಗೆ ನೀವು ಉತ್ತೇಜನ ಕೊಡಬೇಡಿ..." ಎಂದು ಅಪ್ಪನಿಗೆ ಖಡಾಖಂಡಿತವಾಗಿ ಹೇಳಿದಳು ಅಮ್ಮ. ನನ್ನ ಬೇಡಿಕೆಗೆ ಮೊದಲಿಗೆ ಕರಗುವಂತೆ ಕಂಡಿದ್ದ ಅಪ್ಪ, ಈಗ ಮೀನಾ ಮೇಷ ಎಣಿಸತೊಡಗಿದರು. ಈ ಕುರಿತು ಅಪ್ಪ, ಅಮ್ಮನ ನಡುವೆ ಆಗಾಗ ವಾಗ್ವಾದ ನಡೆಯುತ್ತಲೇ ಇತ್ತು. ನಾನಂತು ಆಶೆ–ನಿರಾಶೆಯಲ್ಲಿ ತೊಳಲಾಡುತ್ತಲೇ ಇದ್ದೆ!

ಅದೇ ಸಮಯದಲ್ಲಿ ಪುಣ್ಯಕ್ಕೆ ಕೊರಟಗೆರೆಯಿಂದ ಬಂದಿದ್ದ ನನ್ನ ಅಜ್ಜನ (ಅಪ್ಪನ ತಂದೆ) ಕಿವಿಗೆ ಈ ವಾಗ್ವಾದವೊಮ್ಮೆ ಬಿತ್ತು. ಆಗವರು ಮಧ್ಯ ಪ್ರವೇಶ ಮಾಡಿದ್ದಲ್ಲವಾದರೆ, ಕಾಲೇಜು ಸೇರುವ ನನ್ನ ಕನಸು, ಕನಸಾಗಿಯೇ ಉಳಿಯುತ್ತಿತ್ತೇನೋ?! "ನೋಡು ಶಕೀಲ್, ನೀನು ಹೇಗೂ ಇದೇ ಕಾಲೇಜಿನಲ್ಲಿ ಪ್ರೊಫೆಸರ್. ನಿನ್ನೆದುರಿಗೇ ಸಕೀನಾ ಅಲ್ಲಿ ಅವಳ ಪಾಡಿಗೆ ಅವಳು ಓದು ಮುಂದುವರಿಸಿದರೇನು ತೊಂದರೆ? ನಮ್ಮ ಹೆಣ್ಮಕ್ಕಳಿಗೆ ಆತ್ಮಸ್ಥೈರ್ಯ, ತಿಳಿವಳಿಕೆ ಬರಬೇಕಾದರೆ ಅವರು ವಿದ್ಯೆ ಕಲಿಯಬೇಕು. ನಿನ್ನ ಸ್ವಂತ ತಂಗಿಯಂದಿರಿಬ್ಬರು ವಿದ್ಯೆ ಕಲಿತು ಶಿಕ್ಷಕಿಯರಾಗಿ ಸುಂದರವಾದ ಜೀವನ ನಡೆಸುತ್ತಿರುವುದನ್ನು ನೀವು ಕಾಣುತ್ತಿಲ್ಲವೆ? ಹೆಣ್ಣು ಮಕ್ಕಳನ್ನು ಮನೆಯಲ್ಲೇ ಕೂಡಿ ಹಾಕಬೇಕೆಂದು ಧರ್ಮ ಹೇಳುತ್ತದಾ?" ಎಂದು ನನ್ನ ತಂದೆಯ ಮನವೊಲಿಸಿದರು. ಅಮ್ಮನಿಗೂ ಅಷ್ಟೆ. "ಮರಿಯಾ. ಸ್ವಲ್ಪ ಯೋಚಿಸಿ ನೋಡು. ಮಕ್ಕಳಿಗೆ ವಿದ್ಯೆ, ವಿವೇಕ ಕಲಿಸದೆ ಅಂಧಶ್ರದ್ಧೆಗೆ ಜೋತು ಬಿದ್ದರೆ ಅವರ ಭವಿಷ್ಯವೇ ಹಾಳು ಮಾಡಿದಂತಲ್ಲವೆ? ಏನೂ ಅರಿಯದ ಪ್ರಾಯದಲ್ಲಿ ಹಿಂದೊಮ್ಮೆ ಅವಳಿಗೆ ತರಾತುರಿಯಲ್ಲಿ ನಿಖಾ ಮಾಡಿ ಏನು ಸಾಧಿಸಿದಿರಿ ನೀವು...?" ಎಂದು ಬುದ್ಧಿ ಮಾತು ಹೇಳಿದರು.

ಹಿಂದೆ ಅತೀ ಅವಸರವಾಗಿ ನಡೆದು ಹೋದ ನನ್ನ ನಿಖಾದ ಕಹಿ ಘಟನೆಯನ್ನು ಅಜ್ಜ ನೆನಪಿಸುತ್ತಲೇ ಅಮ್ಮನ ಬಾಯಿ ಕಟ್ಟಿತು... ಮನಸ್ಸಿಲ್ಲದ ಮನಸ್ಸಿನಿಂದಲೇ ಕೊನೆಗೆ ಆಕೆ ನನ್ನ ಕಾಲೇಜು ಸೇರ್ಪಡೆಗೆ ಸಮ್ಮತಿಸಿದಳು.

ಆದರೆ ಅದಕ್ಕೆ ಹತ್ತಾರು ಶರತ್ತು, ನಿರ್ಬಂಧ ಹೇರಿಯೇ ಒಪ್ಪಿಗೆ ನೀಡಿದಳು. 'ಅನ್ಯರೊಂದಿಗೆ ಹೆಚ್ಚು ಬೆರೆಯಬಾರದು... ಹೆಚ್ಚು ಶೃಂಗಾರ ಮಾಡಿಕೊಳ್ಳಬಾರದು. ಹುಡುಗರತ್ತ ತಪ್ಪಿಯೂ ಕೂಡ ಕತ್ತೆತ್ತಿ ನೋಡಬಾರದು...' ಇತ್ಯಾದಿ ಇತ್ಯಾದಿ ಶರತ್ತು ವಿಧಿಸಿದ್ದೂ ಆಯಿತು. ಆದರೆ ಬುರುಖಾ, ಹಿಜಾಬ್ ಧರಿಸಿಯೇ ಕಾಲೇಜಿಗೆ ಹೋಗಬೇಕೆಂಬ ಶರತ್ತಿಗೆ ಮಾತ್ರ ನಾನು ಒಪ್ಪಲೇ ಇಲ್ಲ. ಆ ಶರತ್ತು ಅಪ್ಪನಿಗೂ ಸಮಂಜಸವಾಗಿ ಕಾಣಲಿಲ್ಲವಾಗಿ ಕೊನೆಗೆ ಅರೆ ಮನಸ್ಸಿನಿಂದಲೇ ಅಮ್ಮನಿಂದ ಅದಕ್ಕೆ ವಿನಾಯಿತಿ ಸಿಕ್ಕಿತು...!

ಅಂತೂ ಎಲ್ಲಾ ಬವಣೆಗಳನ್ನು ದಾಟಿ ನಾನು ಪಿ.ಯು.ಸಿ.ಗಾಗಿ ಕಾಲೇಜಿಗೆ ಸೇರುವ ಕನಸು ನನಸಾಯಿತು.

ರಜಾಕಾಲ ಮುಗಿದು ಕಾಲೇಜು ಆರಂಭವಾಗಲು ಇನ್ನೇನು ಕೆಲವು ದಿನಗಳು ಮಾತ್ರ ಬಾಕಿ ಉಳಿದಿವೆ ಎನ್ನುವಾಗ ಅಡ್ಮಿಶನ್‌ಗೆಂದು ಅಪ್ಪ ನನ್ನನ್ನು ಕಾಲೇಜಿಗೆ ಕರೆದೊಯ್ದರು.

ಹೊಸದಾಗಿ ರೆಕ್ಕೆ ಬಂದ ಹಕ್ಕಿ ಹೊರಗೆ ಹಾರಲು ಹೊರಟಂತಾಗಿತ್ತು ನನ್ನ ಸ್ಥಿತಿ! ಕಾಲೇಜು ಕಾಂಪೌಂಡ್ ಗೋಡೆಗೆ ತಾಗಿಯೇ ಸಾಲಾಗಿ ಬೆಳೆದಿದ್ದ ಗುಲ್ಮೋಹರ್ ಮರಗಳು ಆ ದಿನಗಳಲ್ಲಿ ಹೂ ಬಿಟ್ಟು ಹೂವಿನ ತೇರಿನಂತೆ ನಯನ ಮನೋಹರವಾಗಿ ಕಂಗೊಳಿಸುತ್ತಿದ್ದವು... ಆವೊಂದು ದೃಶ್ಯ ಜೀವನ ಪರ್ಯಂತ ನೆನಪಿನಲ್ಲುಳಿವಂತದು! ಒಂದು ವರುಷಕ್ಕೂ ಮಿಕ್ಕಿ ಮನೆಯ ಅಜ್ಞಾತವಾಸ ಅನುಭವಿಸಿದ್ದ ನನಗದು ಚೇತೋಹಾರಿಯಾದ ಅನುಭವವಾಗಿತ್ತು! ಆದರೂ ಅಂದು ತುಸು ಅಧೀರಳಾಗಿಯೇ ನಾನು ಕಾಲೇಜಿನ ಆವರಣಕ್ಕೆ ಕಾಲಿರಿಸಿದ್ದೆ!

ತರಗತಿಗಳಿನ್ನೂ ಆರಂಭವಾಗಿರಲಿಲ್ಲವಾಗಿ ಕಾಲೇಜಲ್ಲಿ ವಿದ್ಯಾರ್ಥಿಗಳ ಕಲರವ ಇದ್ದಿರಲಿಲ್ಲ. ಉದ್ದಕ್ಕೆ ಹಾಸಿಕೊಂಡಿದ್ದ ಕಾರಿಡಾರಿನಲ್ಲಿ ಯಾರೋ ಅಲ್ಲೊಬ್ಬರು ಇಲ್ಲೊಬ್ಬರು ಆಫೀಸಿನತ್ತಲೋ, ಲೈಬ್ರರಿಯತ್ತಲೋ ಅಲೆದಾಡುವುದು ತೋರುತ್ತಿತ್ತು. ಆಫೀಸಿನಲ್ಲಿ ಅಡ್ಮಿಶನ್ ಕೆಲಸ ಮುಗಿದು ಅಪ್ಪ ನನ್ನನ್ನು ಲೈಬ್ರರಿ ತೋರಿಸಲೆಂದು ಕರೆದೊಯ್ದರು. ಅದಾಗುತ್ತಲೇ, "ಸಕೀನಾ, ನೀನೀಗ ಮನೆಗೆ ಹೋಗು. ನಾನೊಮ್ಮೆ ಡಿಪಾರ್ಟ್‌ಮೆಂಟಿಗೆ ಹೋಗಿ ಬರುತ್ತೇನೆ" ಎಂದು ನನ್ನನ್ನು ಅಲ್ಲಿಂದ ಕಳಿಸಿದರು. ನಿರ್ಜನವಾಗಿದ್ದ ಕಾರಿಡಾರಿನಲ್ಲಿ, ಕಾಲೇಜಿನ ಮುಖ್ಯದ್ವಾರದತ್ತ ನಾನು ನಿಧಾನಕ್ಕೆ ಹೆಜ್ಜೆ ಹಾಕುತ್ತಲಿದ್ದೆ. ಆಗ ಅದೆಲ್ಲಿಂದ ಪ್ರತ್ಯಕ್ಷನಾದನೋ ಈ ಪುಣ್ಯಾತ್ಮ!? ಈಗಲೂ ನೆನಪಿದೆ ನನಗೆ. ಇಳಿಬಿಟ್ಟ ಶುಭ್ರ ಬಿಳಿಪಂಚೆ, ತೋಳು ಅರ್ಧ ಮಡಿಚಿದ್ದ ನೀಲಿ ಶರ್ಟು; ಒಪ್ಪವಾಗಿ ಬಾಚಿದ ತುಂಬು ತಲೆಗೂದಲು, ಕಂಡೊಡನೆ ಯಾರನ್ನೂ ತನ್ನತ್ತ ಸೆಳೆಯಬಲ್ಲ ಸ್ನಿಗ್ಧ ಕಣ್ಣುಗಳು; ಅರೆ ಬಿರಿದ ತುಟಿಗಳಂಚಲ್ಲಿ ಕಂಡೂ ಕಾಣದಂತಿರುವ ಚಿಕ್ಕದೊಂದು

ಮುಗುಳುನಗೆ–ಎಡಗೈಯಲ್ಲೊಂದೆರಡು ಪುಸ್ತಕಗಳನ್ನು ಹಿಡಿದು ಎದುರಿಂದ ನನ್ನನ್ನೇ ದಿಟ್ಟಿಸುತ್ತ ಆತ ನಡೆದು ಬರುತ್ತಿದ್ದ. ಆತ ಸಮೀಪಿಸುತ್ತಿದ್ದಂತೆ ನಾನು ಇದೆಲ್ಲವನ್ನೂ ಸೂಕ್ಷ್ಮವಾಗಿ ಗಮನಿಸಿದ್ದೆ. ಆತನೋ ನನ್ನನ್ನು ಕಂಡೊಡನೆ ಪುಟ್ಟ ಮಗುವೊಂದು ತನಗೆ ಆಪ್ತವೆನಿಸುವ ವಸ್ತುವೊಂದು ಸಿಕ್ಕೊಡನೆ ಖುಷಿ ಪಡುವಂತೆ ನನ್ನ ಮೊಗದಿಂದ ಕಣ್ಣು ಕೀಳದೆ ತನ್ನ ನಡಿಗೆ ನಿಧಾನಗೊಳಿಸಿದ್ದ! ಆತ ಹಾಗೆ ನನ್ನತ್ತಲೇ ನೋಡುತ್ತಿರುವುದರಿಂದ ತುಸು ಮಜುಗರವೆನಿಸಿತಾದರೂ ಆ ನೋಟದಲ್ಲಿನ ಅಡಗಿಸಿಕೊಳ್ಳಲಾಗದ ತಣ್ಣನೆಯ ಆತ್ಮೀಯ ಭಾವ ನನ್ನ ಹೃದಯಕ್ಕಾಗಲೇ ತಟ್ಟಿಬಿಟ್ಟಿತ್ತು! ಜೀವನದಲ್ಲಿ ಅನ್ಯರೊಬ್ಬರ ಇಂತಹ ಆತ್ಮೀಯ ಭಾವದ ಅಭಾವದಲ್ಲೇ ಬೆಳೆದ ನನಗೇಕೋ ತಟ್ಟನೆ ಹೃದಯ ಆರ್ದ್ರವಾಗಿ ಬಿಟ್ಟಿತು. ಆದರೆ ತತ್‌ಕ್ಷಣವೇ ಕಾಲೇಜಿಗೆ ಸೇರಲು ನನ್ನ ಮೇಲೆ ಹೇರಿದ ನಿಬಂಧನೆಗಳ ನೆನಪಾಯಿತು! ತಕ್ಷಣ ತಲೆ ತಗ್ಗಿಸಿಕೊಂಡು ನಾನು ಮುಂದಕ್ಕೆ ನಡೆದು ಬಿಟ್ಟೆ! ಆದರೆ ಮನೆ ಸೇರುವ ತನಕವೂ ಆತನ ಆತ್ಮೀಯ ನೋಟ ನನ್ನ ಬೆಂಬತ್ತಿ ಬರುತ್ತಿರುವಂತೆ ಅನಿಸುತ್ತಲೇ ಇತ್ತು ನನಗೆ!

ದಿನಗಳುರುಳಿ, ರಜಾಕಾಲ ಮುಗಿದು ಕಾಲೇಜಿನ ತರಗತಿಗಳು ಪ್ರಾರಂಭವಾದವು... ನಾನೂ ಖುಷಿಯಿಂದ ಕಾಲೇಜಿಗೆ ಹೋಗಲಾರಂಭಿಸಿದೆ.

ಬೆಳಗಿನ ಹೊತ್ತು ಅಪ್ಪನೊಂದಿಗೆ ಕಾಲೇಜಿಗೆ ಹೋಗುತ್ತಿದ್ದರೆ, ಮಧ್ಯಾಹ್ನ ಊಟಕ್ಕೆ ಮತ್ತು ಸಂಜೆಗೆ ನನ್ನ ಪಾಡಿಗೆ ನಾನು ಮನೆಗೆ ಬರುತ್ತಿದ್ದೆ. ಹೀಗೆ ಕೆಲವು ದಿನಗಳಷ್ಟೇ ಕಳೆದಿದ್ದವು. ಆಗ ಅದೊಂದು ದಿವಸ, ನಾನು ಅಡ್ಮಿಶನ್‌ಗೆಂದು ಬಂದಂದು ಕಾರಿಡಾರಿನಲ್ಲಿ ನನಗೆದುರಾಗಿ ಮನಸ್ಸು ಕದಲಿಸಿದ್ದ ಆ ಮೊಗ, ನನ್ನ ಕ್ಲಾಸಿನ ಕಿಟಕಿಯಲ್ಲಿ ಪ್ರತ್ಯಕ್ಷವಾಯಿತು! ಮರೆತಂತಾಗಿದ್ದ ಆ ಮೊಗವನ್ನು ಕಾಣುತ್ತಲೇ ಪ್ರಥಮ ಬಾರಿಗೆ ಸಂಧಿಸಿದ ಸನ್ನಿವೇಶವೂ ನನಗೆ ನೆನಪಿಗೆ ಬಂದಿತು. ಇಂದೂ ಆತನ ಕಣ್ಣುಗಳು ನನ್ನ ಮೊಗದತ್ತಲೇ ಅನಿಮಿಷವಾಗಿ ನೆಟ್ಟಿರುವುದನ್ನು ಕಂಡವಳಿಗೆ ಆತ ನನ್ನನ್ನೇ ಹುಡುಕಿ ಬಂದಿರುವನೆಂಬುದು ಮನಸ್ಸಿಗೆ ಹೊಳೆದುಬಿಟ್ಟಿತು. ನನಗೂ ನನ್ನ ನೋಟವನ್ನೊಮ್ಮೆ ಆತನ ಕಂಗಳೊಡನೆ ಸಂಧಿಸದಿರಲು ಸಾಧ್ಯವಾಗದೆ ಹೋಯಿತು! 'ನಮ್ಮನ್ನು ಇಷ್ಟಪಡುವ, ನಮಗಾಗಿ ಹಾತೊರೆಯುವ ಜೀವವೊಂದಿಗೆ' ಎನ್ನುವ ಭಾವನೆ; ಹೃದಯದಲ್ಲಿ ಹೊಸ ಹರುಷ ಉಕ್ಕುವಂತೆ ಮಾಡಿತ್ತು. ಅಂದಿನ ಆ ಕ್ಷಣಿಕ ದೃಷ್ಟಿ ಮಿಲನದಿಂದಲೇ ಪುಳಕಿತಗೊಂಡವನಂತೆ ಆತ ಸಂತಸದಿಂದ ಹೊರಟು ಹೋಗಿದ್ದ.

ತದನಂತರ ಇದು ನಿತ್ಯದ ಪರಿಪಾಠವಾಗಿ ಹೋಯಿತು... ಅಷ್ಟೇ ಅಲ್ಲದೆ ಅವಕಾಶ ಸಿಕ್ಕಾಗಲೆಲ್ಲಾ ನಾನಿರುವಲ್ಲಿಗೆ ಬಂದು ಅಲ್ಲಿ ಸುಳಿದಾಡುತ್ತಾ ನನಗೆ ಸನಿಹವಾಗಲು ಏನೇನೋ ಕಸರತ್ತು ಮಾಡಲಾರಂಭಿಸಿದ್ದ. ಇದನ್ನೆಲ್ಲಾ

ಗಮನಿಸಿದ ನನಗೂ ಒಮ್ಮೊಮ್ಮೆ ಹೃದಯ ಕರಗಿ ಆತನೊಡನೆ ಒಂದೆರಡು ಲೋಕಾಭಿರಾಮದ ಮಾತನ್ನಾದರೂ ಆಡಬೇಕೆನಿಸುತ್ತಿತ್ತು. ಆದರೆ ಯಕಃಶ್ಚಿತ್ ಆಗಿ ಆತನೊಡನೆ ಏನು ಮಾತನಾಡಲೆಂದೇ ತೋಚದಾಗುತ್ತಿತ್ತು! ಮತ್ತು ಇದನ್ನೇ ನೆಪವಾಗಿಸಿಕೊಂಡು ಆತ ಇನ್ನಷ್ಟು ಹತ್ತಿರವಾಗಲು ಯತ್ನಿಸಿದರೆ? ಎಂದು ಭಯ ಉಂಟಾಗುತ್ತಿತ್ತು. ಹಾಗಾಗಿ ಆತನಿಂದ ಸುರಕ್ಷಿತವೆನಿಸುವ ಒಂದು ಅಂತರ ಕಾಪಾಡಿಕೊಂಡೇ ಮೌನದ ಪ್ರತಿಸ್ಪಂದನೆ ನೀಡುತ್ತಿದ್ದೆ.

ಅಂತೂ ಕೊನೆಗೊಮ್ಮೆ ನಮ್ಮಿಬ್ಬರ ಮುಖಾಮುಖಿಯಾಗುವ ಸಂದರ್ಭವೂ ಒದಗಿ ಬಂದಿತು...

ಅದೊಂದು ಸಂಜೆ, ಲೈಬ್ರೇಯನ್ ಶಾನುಭಾಗರಲ್ಲಿ ಯಾವುದೋ ಪುಸ್ತಕವೊಂದನ್ನು ಪಡೆಯಲೆಂದು ನಾನವರ ಕೊಠಡಿಗೆ ಹೋಗಿದ್ದೆ. ಶಾನುಭಾಗರು ನಾನು ಕೇಳಿದ ಪುಸ್ತಕವನ್ನು ಹುಡುತ್ತಿರುವಾಗಲೇ ಆತನೂ ಅನಿರೀಕ್ಷಿತವಾಗಿ ಅಲ್ಲಿಗೆ ಬಂದಿದ್ದ. ನಾನಲ್ಲಿರುವುದನ್ನು ಕಾಣುತ್ತಲೇ ಆತನ ಚಹರೆಯೇ ಬದಲಾಯಿತು! ಬಂದ ಕೆಲಸವನ್ನು ಮರೆತವನಂತೆ ನನ್ನನ್ನೇ ದಿಟ್ಟಿಸುತ್ತಾ ನಿಂತ. ಕೊನೆಗೆ ಸಾವರಿಸಿಕೊಂಡವನಂತೆ ಪುಸ್ತಕ ಹುಡುಕುವುದರಲ್ಲಿ ಮಗ್ನರಾಗಿದ್ದ ಶಾನುಭಾಗರತ್ತ ತಿರುಗಿ, 'ಸರ್' ಎಂದು ಅವರನ್ನು ಕರೆದ. ಯಾವುದೋ ಪುಸ್ತಕ ಮರಳಿಸಲು ಬಂದಿರುವುದಾಗಿಯೂ ಹೇಳಿದ. ಶಾನುಭಾಗರಿನ್ನೂ ನನಗೆ ಬೇಕಾಗಿದ್ದ ಪುಸ್ತಕವನ್ನು ಹುಡುಕುವುದನ್ನು ಮುಂದುವರಿಸಿದ್ದರು. ಆಗ ನಾನೇ "ಸರ್, ಮತ್ತೆ ಹುಡುಕಿಟ್ಟರೆ ಸಾಕು. ನಾಳೆ ಪಡೆಯುತ್ತೇನೆ" ಎಂದೆ. ಅದಕ್ಕೆ ಸಮ್ಮತಿಸಿ ತಮ್ಮ ಕುರ್ಚಿಗೆ ಮರಳಿ ಶಾನುಭಾಗರು ನನ್ನನ್ನು ಆತನಿಗೆ ಪರಿಚಯಿಸಿದರು. "ಈಕೆ ಯಾರು ಗೊತ್ತುಂಟಾ ಹೇಮಂತ್? ನಮ್ಮ ಪ್ರೊಫೆಸರ್ ಶಕೀಲ್ ಸಾಹೇಬರ ಮಗಳು ಸಕೀನಾ. ಪಿ.ಯು.ಸಿ. ವಿದ್ಯಾರ್ಥಿನಿ. ಎ ಪ್ರೆಟಿ ನೈಸ್ ಗರ್ಲ್..." ಎಂದೇನೋ ಹೇಳಿದರು. ಆತನನ್ನು ನನಗೆ ಪರಿಚಯಿಸುತ್ತ, "ಈತ ಹೇಮಂತ್ ಕುಮಾರ್, ಬಿ.ಎಸ್‌ಸಿ. ಫೈನಲ್ ಈಯರ್ ಸ್ಟೂಡೆಂಟ್. ತರುಣ ಕವಿ, ಕತೆಗಾರ ಎಂದೇನೋ ಎಲ್ಲಾ ಹೇಳಿದರು... ಆತನ ಪೂರ್ತಿ ಹೆಸರು ನನಗೆ ತಿಳಿದುದೇ ಆಗ. ಆತನೇಕೋ ಪರವಶನಾಗಿ ನಿಂತಂತೆ ಮತ್ತು ಏನೋ ಹೇಳಲು ತವಕಿಸುತ್ತಿರುವಂತೆ ನನಗನಿಸಿತ್ತು... ಪರಸ್ಪರ ವಂದಿಸಿದ ನಂತರ ಆತ ಕಳೆದು ಹೋದಂತೆ ನಿಂತಿದ್ದ. ಈ ನಡುವೆ ಹೊರಗೆ ಕಾರಿಡಾರಿನಲ್ಲಿ ತಂದೆ ಬಂದು ನನ್ನನ್ನು ಕಾಯುತ್ತಿದ್ದರೇನೋ ಎನ್ನುವ ಆತಂಕ ನನ್ನನ್ನು ಕಾಡತೊಡಗಿತು... ಅವರೇನಾದರೂ ಸೀದಾ ಶಾನುಭಾಗರ ಕೊಠಡಿಗೆ ಬಂದು ನಾನು ಹೇಮಂತನೊಡನೆ ಮಾತಾಡುವುದನ್ನು ನೋಡಿಬಿಟ್ಟರೆ? ಎನ್ನುವ ವಿನಾಕಾರಣ ದಿಗಿಲು ಶುರುವಾಯಿತು! (ನನ್ನ ಪರಿಸ್ಥಿತಿ ಹಾಗಿತ್ತಲ್ಲ?!) ಹಾಗಾಗಿ ನಾನು ಕೂಡಲೇ ಅಲ್ಲಿಂದ ಹೊರಟುಬಿಟ್ಟೆ. ಅದರೂ ಆತನಿನ್ನೂ

ಅಪ್ಯಾಯವಾದ ಆರ್ದ್ರ ದೃಷ್ಟಿಯಿಂದ ನನ್ನನ್ನು ನೋಡುತ್ತಲೇ ಇದ್ದ ನೆನಪು ಇಂದಿಗೂ ನನ್ನಲ್ಲಿ ಹಸಿರಾಗಿ ಉಳಿದುಬಿಟ್ಟಿದೆ. ಮನಸ್ಸಿನಲ್ಲೇ ಬೆಳೆಸಿಕೊಂಡಿದ್ದ ಪ್ರೀತಿ ಸದ್ದಿಲ್ಲದೆ ಚಿಗುರಲು ಅದು ನಾಂದಿಯಾಗಿತ್ತೇನೋ?

ಅಂತೂ ಅಗೋಚರವಾಗಿ ಆಂತರ್ಯದಲ್ಲಿ ಅಂಕುರಿಸಿದ ಪ್ರೀತಿಯು ಅಂದಿನ ಪರಸ್ಪರ ಮುಖಾಮುಖಿಯ ನಂತರ ಮೌನವಾಗಿ ಚಿಗುರುತ್ತದೆಯೆನ್ನುವಾಗ ಅಚಾತುರ್ಯವೊಂದು ನಡೆದು, ಅದನ್ನು ಹೊಸಕಿ ಹಾಕುವಂತಾಯಿತು! ಬಹುಶಃ ಆ ದಿನದ ಭೇಟಿಯ ನಂತರ ಹೇಮಂತ್ ಬಹಳವಾಗಿ ನನ್ನನ್ನು ಮನಸ್ಸಿಗೆ ಹಚ್ಚಿಕೊಂಡುದೇ ಇದಕ್ಕೆ ಕಾರಣವಾಯಿತೇನೋ? ಎಂದು ನನಗನಿಸಿದ್ದಿದೆ. ಲೈಬ್ರೇರಿಯನ್ ಶಾನುಭಾಗರ ಕೊಠಡಿಯಲ್ಲಿ ನಾವು ಪರಸ್ಪರ ಭೇಟಿಯಾದ ಕೆಲದಿನಗಳಲ್ಲಿ ಹೇಮಂತ ಬರೆದ 'ಅಭಿಶಪ್ತ ದೇವತೆ' ಎನ್ನುವ ಪ್ರೇಮಗೀತೆಯೊಂದು ಕಾಲೇಜಿನ ವಾಲ್ ಮ್ಯಾಗ್‌ಝಿನ್‌ನಲ್ಲಿ ಪ್ರಕಟವಾಯಿತು... ನನ್ನ ಕುರಿತಾದ ಆತನ ಪ್ರೀತಿಯೆಲ್ಲವನ್ನೂ ಧಾರೆ ಎರೆದಂತಿದ್ದ ಆ ಕವನದಲ್ಲಿ ನನ್ನ ಹೆಸರೂ ಸೇರುವಂತೆ ಆತ ಚಾಣಾಕ್ಷತೆಯಿಂದಲೇ ಅದನ್ನು ಬರೆದಿದ್ದ. 'ಅಭಿಶಪ್ತ ದೇವತೆ' ಎನ್ನುವ ಶಿರೋನಾಮೆ ಆತನಿಗೆ ಅದೇಕೆ ಹೊಳೆಯಿತೋ? ನನಗೆ ತಿಳಿಯದಾಗಿತ್ತು. ಅಂತೂ ಅದು ಆಗಿನ ನನ್ನ ಪರಿಸ್ಥಿತಿಯ ವಾಸ್ತವ ಸ್ಥಿತಿಯೆನ್ನುವುದಂತೂ ಸತ್ಯವಾಗಿತ್ತು!... ಪ್ರತಿದಿನವು ವಿದ್ಯಾರ್ಥಿನಿಯರ ಕೊಠಡಿಗೆ ಕಾಲಿರಿಸಿದವಳೇ ಅದನ್ನೊಮ್ಮೆ ನಾನು ಓದುತ್ತಿದ್ದೆ... ಯಾಕೋ ಅದರಲ್ಲಿನ ಭಾವನೆಗಳು ನನ್ನಲ್ಲಿ ಅತ್ಯಂತ 'ಮಧುರಯಾತನೆ'ಯನ್ನು ಉಕ್ಕಿಸುತ್ತಿದ್ದವು.

ಹೀಗಿರುತ್ತಾ, ಕವನದಲ್ಲಿ ನನ್ನ ಹೆಸರು ಮೂಡಿ ಬಂದಿರುವುದರಿಂದ ಅದು ನನಗಾಗಿ ಬರೆದ ಕವನ ಎಂದು ಯಾರೋ ಕಂಡು ಹಿಡಿದಿರಬೇಕು. ರಾದ್ಧಾಂತದ ಕಿಡಿ ಹೊತ್ತಿಕೊಳ್ಳಲು ಮತ್ತು ಸದ್ದಿಲ್ಲದೆ ಅರಳುತ್ತಿದ್ದ ಒಂದು ಪ್ರೀತಿಯ ಅನುಬಂಧ ಅಚಾನಕ್ ಆಗಿ ಅಂತ್ಯವಾಗಲು ಅದೇ ಕಾರಣವಾಗಿ ಹೋಯಿತು...! ನನ್ನ ಮತ್ತು ಹೇಮಂತನ ಕ್ಲಾಸ್ ರೂಮಿನ ಬೋರ್ಡಿನಲ್ಲಿ ದಿನವೂ ಏನೇನೋ ಅಸಹ್ಯಕರ ಬರಹಗಳು ಕಾಣಲಾರಂಭಿಸಿದವು... ವಾಲ್ ಮ್ಯಾಗ್‌ಝಿನ್‌ನಿಂದ ಆವೊಂದು ಕವನವನ್ನು ಮಾತ್ರ ಹರಿದು ತೆಗೆದುದೂ ಆಯಿತು!

ಅ ದಿನಗಳಲ್ಲೇ ಅದೊಂದು ಸಂಜೆ ಮನೆಯಲ್ಲಿ ನಾನು ಓದುತ್ತ ಕುಳಿತಿದ್ದ ಕೋಣೆಗೆ ಅಪ್ಪ ಬಂದರು. ಕೋಣೆಗೆ ಕಾಲಿಡುವಾಗಲೇ ಅವರು ವಿಚಲಿತರಾಗಿರುವುದು ನನಗೆ ಗೊತ್ತಾಗಿತ್ತು! ಒಳಗೆ ಬಂದವರೇ "ಬೇಟಿ, ಆ ಫೈನಲ್ ಬಿ.ಎಸ್‌ಸಿ.ಯ ಹೇಮಂತನೆನ್ನುವ ಸ್ಟುಪಿಡ್ ಫೆಲೋ ನಿನಗೆ ಗೊತ್ತಾ...?" ಎಂದು ಕೇಳಿದರು.

ಫಕ್ಕನೆ ಏನುತ್ತರಿಸಬೇಕೋ ತಿಳಿಯದೆ ಗಲಿಬಿಲಿಯಾಯಿತು!

ಮತ್ತೆ ಸಾವರಿಸಿಕೊಂಡು, ನಿಧಾನಕ್ಕೆ "ಡ್ಯಾಡೀ, ಲೈಬ್ರೇರಿಯನ್ ಶಾನುಭಾಗರೊಮ್ಮೆ ಆತನನ್ನು ನನಗೆ ಪರಿಚಯಿಸಿದ್ದರು ಅಷ್ಟೆ..." ಎಂದು ಉಗುಳು ನುಂಗಿದೆ. "ಆ ಲೈಬ್ರೇರಿಯನ್ ಒಬ್ಬ ಶುದ್ಧ ತಲೆಹರಟೆ. ಹಾಗೆ ಪರಿಚಯಿಸಿದ ಮಾತ್ರಕ್ಕೆ ಈ ಈಡಿಯಟ್ ನಿನ್ನ ಬಗ್ಗೆ ನೇರವಾಗಿ "ಅಭಿಶಪ್ತ ದೇವತೆ" ಎಂದೆಲ್ಲ ಕವನ ಬರೆಯುವಷ್ಟು ಧೈರ್ಯ ತೋರಿಸುವುದಾ? ಶಾನುಭಾಗನ ಕುಮ್ಮಕ್ಕಿನಿಂದಲೇ ಅವನು ಹಾಗೆ ಬರೆದಿದ್ದು ಮತ್ತು ಶಾನುಭಾಗ ಅದನ್ನು ವಾಲ್ ಮ್ಯಾಗ್‌ಝಿನ್‌ನಲ್ಲಿ ಹಾಕಿದ್ದು...! ಆತ ತಬ್ಬಲಿ ಹುಡುಗನೆಂದು ಸುಮ್ಮನಿದ್ದೇನೆ. ಇಲ್ಲದಿದ್ದರೆ ಆತನಿಗೆ ಸರಿಯಾದ ಬುದ್ಧಿ ಕಲಿಸುತ್ತಿದ್ದೆ. ಈ ಶಾನುಭಾಗನಿಗಾದರೂ ಬುದ್ಧಿ ಬೇಡವಾ? ಇರಲಿ, ಅವನಿಗೂ ತಕ್ಕ ಶಾಸ್ತಿ ಕಾದಿದೆ ನೋಡುತ್ತಿರು..." ಎಂದು ಸಿಟ್ಟಿನಿಂದಲೇ ಕೋಣೆಯಿಂದ ಹೊರಗೆ ನಡೆದಿದ್ದರು. ನಾನಂತೂ ಇದನ್ನೆಲ್ಲ ಕೇಳಿ ಕಂಗಾಲಾಗಿ ಹೋಗಿದ್ದೆ!

'ಹೇಮಂತ ತಬ್ಬಲಿ ಹುಡುಗ. ಆತನ ಭವಿಷ್ಯ ಹಾಳಾಗುವುದು ಬೇಡ ಎಂದು ಸುಮ್ಮನಿದ್ದೇನೆ' ಎಂದು ತಂದೆ ಹೇಳಿದ್ದು ಕೇಳಿ ನನ್ನ ಮನಸ್ಸು ವಿಷಾದದಿಂದ ಕದಡಿ ಹೋಯಿತು! ಈ ಪ್ರಕರಣ ಇಲ್ಲಿಗೇ ಮುಗಿಯಲಿ ಎಂದು ದೇವರಲ್ಲಿ ನಾನು ಮೊರೆಯಿಡಲಾರಂಭಿಸಿದೆ.

ನನ್ನ ಮೊರೆ ದೇವರಿಗೆ ಕೇಳಿಸಿತೋ ಏನೋ...? ದಿನಗಳೆದಂತೆ ಆ ಪ್ರಕರಣ ತಣ್ಣಗಾಯಿತು. ಆದರೆ ಹೇಮಂತ ಮಾತ್ರ ನನ್ನಿಂದ ದೂರಾಗಿ ಹೋದ. ಆತ ನನ್ನ ಕಣ್ಣಿಗೆ ಬೀಳುವುದೇ ವಿರಳವಾಯಿತು. ದಿನವೂ ನನ್ನನ್ನೊಮ್ಮೆ ಕಾಣಲು ತವಕಿಸುತ್ತಿದ್ದವನು ನನ್ನ ಕ್ಲಾಸಿರುವಲ್ಲಿಗೆ ಬರುವುದಿರಲಿ; ದೂರಕ್ಕೆಲ್ಲಾದರು ಕಣ್ಣಿಗೆ ಬಿದ್ದರೂ ಬೇರೆತ್ತಲೋ ನೋಡುತ್ತಾ ನಡೆದು ಬಿಡುತ್ತಿದ್ದ...! ಆಗೆಲ್ಲ ಮನಸ್ಸು ಬೇಸರದಿಂದ ಕುಗ್ಗಿ ಹೋಗುತ್ತಿತ್ತು. ಒಂದೆರಡು ಬಾರಿ ಮನಸ್ಸು ತಡೆಯದೆ ನಾನೇ ಆತನ ಕ್ಲಾಸಿರುವಲ್ಲಿಗೆ ಹೋದರೂ ಹೇಮಂತ ನನ್ನನ್ನು ಗಮನಿಸದಂತೆ ಉಳಿದು ಬಿಟ್ಟಿದ್ದ! ನನ್ನಿಂದ ಆತ ದೂರಾದುದು ಖಚಿತವಾಗಿತ್ತು. ಆ ನೋವು ನನಗೆ ಮರೆಯಲಾಗಲೇ ಇಲ್ಲ. ಮಿಕ್ಕುಳಿದ ನನ್ನ ಕಾಲೇಜು ಜೀವನದ ಅವಧಿಯಲ್ಲಿ ನಾನು ಒಂಟಿಯಾಗಿಯೇ ಇರ ಬಯಸಿದೆ. ಪ್ರತ್ಯಕ್ಷ, ಪರೋಕ್ಷ ಯಾರ ಸ್ನೇಹಕ್ಕೂ ಅಂಟಿಕೊಳ್ಳದೆ ನಾನು ಹಾಗೇ ಉಳಿದುಬಿಟ್ಟೆ. ಈ ಕಹಿ ಪ್ರಸಂಗದಿಂದಾಗಿ ಯಾರೂ ನನಗೆ ಸನಿಹವಾಗಲು ಪ್ರಯತ್ನಿಸಲೂ ಇಲ್ಲವೆನ್ನಬಹುದು!

ದಿನಗಳು ಅದೆಷ್ಟು ಬೇಗ ಉರುಳಿ ಹೋದವೋ ತಿಳಿಯಲೇ ಇಲ್ಲ... ಆ ಸಾಲಿನ ಫೈನಲ್ ಈಯರ್ ಪರೀಕ್ಷೆಗಳೆಲ್ಲ ಮುಗಿದು ಹೋದವು... ಕಾಲೇಜಿಗೆ ರಜೆಯೂ ಪ್ರಾರಂಭವಾಯಿತು. ಹೇಮಂತನ ನೆನಪೇಕೋ ಆಗಾಗ ಅಗುತ್ತಲೇ

ಇತ್ತು... ಆತ ಕಾಲೇಜು ಮುಗಿಯುತ್ತಲೇ ಎತ್ತ ಹೋದ? ಏನಾದ? ಎನ್ನವುದೇ ನನಗೆ ತಿಳಿಯದಾಯಿತು! ನನ್ನಿಂದಾಗಿ ಆತ ತುಂಬಾ ಮಾನಸಿಕ ಹಿಂಸೆ ಅನುಭವಿಸುವಂತಾಯಿತಲ್ಲ ಎನ್ನುವ ಕೊರಗು ಮಾತ್ರ ನನ್ನನ್ನು ಕಾಡುತ್ತಲೇ ಇತ್ತು. ಶಾನುಭಾಗರ ಬಗ್ಗೆ ನನ್ನ ತಂದೆ ಆಡಿದ್ದ ಕಟು ಮಾತುಗಳಿಂದ ಅವರನ್ನು ಭೇಟಿಯಾಗಲು ಮನಸ್ಸು ಹಿಂದೇಟು ಹಾಕುತ್ತಿದ್ದುದರಿಂದ ಅವರಲ್ಲಿಗೆ ಹೋಗಿ ಆತನ ಕುರಿತು ವಿಚಾರಿಸುವ ಯೋಚನೆಯನ್ನು ಬಿಟ್ಟುಬಿಟ್ಟಿದ್ದೆ. ಆದರೆ ನಾನು ಪ್ರಥಮ ವರ್ಷದ ಪದವಿ ಕ್ಲಾಸಿಗೆ ಹೋಗಲಾರಂಭಿಸಿದ ಕೆಲ ಸಮಯದಲ್ಲೇ ಶಾನುಭಾಗರು ಕಾಲೇಜು ತೊರೆಯುತ್ತಿರುವ ವಿಚಾರ ಗೊತ್ತಾಗಿ ನಾನು ಏನಾದರಾಗಲಿ ಎಂದು ಅವರನ್ನು ಭೇಟಿಯಾಗಲು ಹೋಗಿದ್ದೆ.

ಶಾನುಭಾಗರು ನನ್ನನ್ನು ಕಂಡು ತುಂಬ ಖುಷಿಪಟ್ಟರು. "ಬಾ ಸಕೀನಾ. ನೀನೂ ನನ್ನನ್ನು ದೂರ ಮಾಡಿಬಿಟ್ಟೆಯಲ್ಲ ಎನ್ನುವ ನೋವಿತ್ತು. ಈಗ ನಿನ್ನನು ಕಾಣುತ್ತಲೇ ಆ ನೋವೆಲ್ಲ ಮಾಯ!" ಎಂದು ವಿಷಾದದಿಂದ ನಕ್ಕರು. ನನಗೆ ಏನು ಹೇಳಲೂ ತೋಚದಾಗಿತ್ತು. ಆದರೆ ಕಣ್ಣಾಲಿಗಳು ಮಾತ್ರ ತನ್ನಿಂದತಾನೆ ತುಂಬಿ ಬರಲಾರಂಭಿಸಿದವು. "ಸಕೀನಾ, ಯಾಕೆ ಬೇಜಾರು ಮಾಡಿಕೊಳ್ಳುತ್ತಿ? ನಿನಗೆಲ್ಲ ವಿಚಾರ ತಿಳಿದಿದೆಯೋ ಇಲ್ಲವೋ ಗೊತ್ತಿಲ್ಲ; ಇರಲಿ ಬಿಡು ಆ ವಿಚಾರ. ಯಾಕೋ ಮೊದಲಿಗೆಲ್ಲ ನಿನ್ನನ್ನು ಕಂಡಾಗ 'ಅಭಿಶಪ್ತ ದೇವತೆ' ಎಂದೇನೋ ಅನಿಸುತ್ತಿದ್ದುದು ನಿಜ. ಅದಕ್ಕೆ ಕಾರಣ ನಿನ್ನ ಅಪೂರ್ವ ಸೌಂದರ್ಯವನ್ನು ಆವರಿಸಿಕೊಂಡಂತೆ ಕಾಣುತ್ತಿದ್ದ ಒಂದು ವಿಷಾದ ಛಾಯೆ. ಆದರೆ ನಿಜಕ್ಕೂ ನೀನೊಬ್ಬಳು ಏಂಜೆಲ್ ಲೈಕ್ ಗರ್ಲ್ ಸಕೀನಾ, ನನಗೆ ನಿನ್ನಂಥ ಮಗಳೊಬ್ಬಳು ಇರಬೇಕಾಗಿತ್ತು..." ಎಂದು ಸುಮ್ಮನಾದರು. ಅವರ ಕಣ್ಣುಗಳೂ ಒದ್ದೆಯಾಗಿದ್ದವು. ಅದನ್ನು ಕಂಡವಳಿಗೆ ಅಳುವೇ ಬಂದುಬಿಟ್ಟಿತ್ತು. ಆಗ ಸೀಟು ಬಿಟ್ಟೆದ್ದು ಬಂದು ನನ್ನ ತಲೆ ನೇವರಿಸುತ್ತಾ, "ಸಕೀನಾ ಅಳಬೇಡ ಮಗಳೇ, ನಾನು ಕಾಲೇಜು ಬಿಟ್ಟು ಹೋಗುತ್ತಿದ್ದೇನೆ ನಿಜ. ಆದರೆ ನಿನ್ನಂಥ ಮಗ್ಧ ಮನಸ್ಸಿನ ವಿದ್ಯಾರ್ಥಿಗಳ ಪ್ರೀತಿ, ವಿಶ್ವಾಸ ಜೀವನ ಪರ್ಯಂತ ನನ್ನೊಂದಿಗಿರುತ್ತದೆ. ಅದನ್ನು ಮರೆಯಲು ಶಕ್ಯವೆ? ದೇವರು ಸದಾ ನಿನಗೆ ಒಳಿತನ್ನೇ ಮಾಡಲಿ" ಎಂದರು. ತಟ್ಟನೆ ಅದೇನೋ ನೆನಪಾದಂತೆ "ನೋಡು, ನಾನು ನಿನಗೊಂದು ಸರ್‌ಪ್ರೈಝ್ ಗಿಫ್ಟ್ ಕೊಡುತ್ತಿದ್ದೇನೆ. ಈಗ ತಾನೇ ಮನಸ್ಸಿಗೆ ಹೊಳೆಯಿತು. ನಿನಗೆಂದು ತಂದುದೇನೂ ಅಲ್ಲ. ನಿನ್ನೆ ದಿವಸ 'ಸಿಂಚನ' ಪತ್ರಿಕೆಯ ವಿಶೇಷಾಂಕವೊಂದನ್ನು ನನಗೆ ಕಳುಹಿಸಿದ್ದಾರೆ. ತುಂಬಾ ಚೆನ್ನಾಗಿದೆ. ಅದು ನಿನ್ನಲ್ಲೇ ಇರಲಿ" ಎಂದವರು ಅದರ ಮೊದಲ ಪುಟದಲ್ಲಿ ಅದೇನೋ ಬರೆದು ಸಹಿಮಾಡಿ ನನ್ನ ಕೈಗಿತ್ತರು. ದುಃಖ ತಡೆದುಕೊಳ್ಳುತ್ತ ನಾನವರಿಗೆ ಶಿರಬಾಗಿಸಿ ನಮನ ಸಲ್ಲಿಸಿದವಳೇ ಕಣ್ಣೀರೊರಸಿಕೊಂಡು ಅಲ್ಲಿಂದ ಹೊರಟೆ.

ಯಾಕೋ ಈ ಸಂದರ್ಭದಲ್ಲಿ ಹೇಮಂತನ ಕುರಿತು ಅವರಲ್ಲಿ ವಿಚಾರಿಸಲು ನಾಲಿಗೆಯೇ ಏಳಲಿಲ್ಲ. ಆದರೆ ಅದನ್ನು ಗ್ರಹಿಸಿಯೇ ಎಂಬಂತೆ ನಾನು ನಾಲ್ಕು ಹೆಜ್ಜೆ ಹಾಕುವಷ್ಟರಲ್ಲೇ 'ಸಕೀನಾ ಒಂದ್ನಿಮಿಷ' ಎಂದು ಶಾನುಭಾಗರು ಮತ್ತೆ ನನ್ನನ್ನು ಕರೆದರು. "ನೋಡು ಆ ವಿಶೇಷಾಂಕ ನಿನ್ನಲ್ಲೇ ಜೋಪಾನವಾಗಿರಲಿ. ಬೇರಾರಿಗೂ ಕೊಡಬೇಡ. ಅದರಲ್ಲಿ ಹೇಮಂತ ಬರೆದಿರುವ ಒಂದು ಒಳ್ಳೆಯ ಕಥೆಯೂ ಇದೆ..." ಎಂದರು. "ಆಯ್ತು ಸರ್. ಥ್ಯಾಂಕ್ಯೂ ಸೋ ಮಚ್..." ಎಂದು ನಿಂತಲ್ಲಿಂದಲೇ ಮತ್ತೊಮ್ಮೆ ಅವರಿಗೆ ವಂದಿಸಿ ಹೊರಟು ಬಂದೆ.

ಮನೆಗೆ ತಲುಪಿದವಳು ಮಾಡಿದ ಮೊದಲ ಕೆಲಸವೆಂದರೆ ರೂಮಿಗೆ ಹೋಗಿ ಬಾಗಿಲೆಳೆದುಕೊಂಡು ವಿಶೇಷಾಂಕ ತೆರೆದು ನೋಡಿದ್ದು–ಮೊದಲ ಪುಟದಲ್ಲಿ ಶಾನುಭಾಗರು–'ಸುಂದರ ಮೊಗದ, ನಿಷ್ಕಲ್ಮಶ ಮುಗ್ಧ ಮನಸಿನ ಮಾನಸಪುತ್ರಿಗೆ, ಹೃದಯಪೂರ್ವಕ ಶುಭ ಹಾರೈಕೆಗಳೊಂದಿಗೆ' ಎಂದು ಬರೆದು, ಸಹಿಮಾಡಿ ದಿನಾಂಕ ಬರೆದಿದ್ದರು. ಮುಂದಿನ ಪುಟಗಳನ್ನು ತೆರೆಯುತ್ತಾ ಹೋದಂತೆ ಹದಿನೇಳನೇ ಪುಟದಲ್ಲಿ ಹೇಮಂತ ಬರೆದ ಕತೆ ಇತ್ತು! ಕಣ್ಣಂಚಲ್ಲಿ ನೀರ ಹನಿ ಇರುವ ಒಬ್ಬ ಸುಂದರ ತರುಣಿಯ ಮೊಗದ ಸಾಂದರ್ಭಿಕ ಚಿತ್ರ ಆ ಕಥೆಗಾಗಿ ಬಿಡಿಸಲಾಗಿತ್ತು... ಕಥೆಯ ಹೆಸರು–"ತಬ್ಬಲಿ"! ಇಂದಿಗೂ ಆ ವಿಶೇಷಾಂಕವನ್ನು ನನ್ನ ಬಳಿಯೇ ಉಳಿಸಿಕೊಂಡಿದ್ದೇನಲ್ಲ!

ಗಂಗಾಪುರದ ಕಾಲೇಜಿನಲ್ಲಿ ನನ್ನ ಪದವಿ ಶಿಕ್ಷಣವಂತೂ ಮುಗಿಯಿತು. ಅದನ್ನೇ ಕಾದಿದ್ದಂತೆ ಮತ್ತೆ ನನ್ನ ಮದುವೆಯ ಪ್ರಸ್ತಾಪ ಜೋರಾಗಿ ಪ್ರಾರಂಭವಾಯಿತು. ಆ ನಾಲ್ಕೈದು ವರುಷಗಳಲ್ಲಿ ಜೀವನದ ದೃಷ್ಟಿಕೋನವೇ ನನ್ನಲ್ಲಿ ಬದಲಾಗಿತ್ತು. ಆತ್ಮಸಾಕ್ಷಿಗೆ ವಿರುದ್ಧವಾದ ಯಾವ ನಿರ್ಧಾರವನ್ನೂ ಸಹಿಸಿಕೊಳ್ಳದಷ್ಟು ಮತ್ತು ಆ ನಿಟ್ಟಿನಲ್ಲಿ ಒತ್ತಡಕ್ಕೆ ಬಲಿಯಾಗದಷ್ಟು ಮಾನಸಿಕ ದೃಢತೆ ನನ್ನಲ್ಲಿ ಬೆಳೆದಿತ್ತು! ಹಾಗಾಗಿ, "ನನ್ನ ಕಾಲೇಜು ವಿದ್ಯಾಭ್ಯಾಸ ಮುಗಿದಿದೆಯಷ್ಟೆ. ಸದ್ಯಕ್ಕಂತೂ ನನಗೆ ಮದುವೆ ಬೇಡವೇ ಬೇಡ... ಎಲ್ಲಾದರೂ ನೌಕರಿಗೆ ಸೇರಿಕೊಳ್ಳಲು ಪ್ರಯತ್ನಿಸುತ್ತೇನೆ. ಅಪ್ಪನಿಗೂ ಇದರಿಂದ ಆರ್ಥಿಕವಾಗಿ ಸಹಾಯವಾಗುತ್ತದೆ" ಎಂದು ಖಡಾಖಂಡಿತವಾಗಿ ಅಮ್ಮನಲ್ಲಿ ಹೇಳಿಬಿಟ್ಟೆ...! ಈ ಹಿಂದೆ ಆದ ಕಹಿ ಅನುಭವ ಮತ್ತು ಯಾವ ರಗಳೆಯೂ ಇಲ್ಲದೆ ನಾನು ಕಾಲೇಜು ವಿದ್ಯಾಭ್ಯಾಸ ಮುಗಿಸಿದ್ದರಿಂದ ಅಮ್ಮ ಹೆಚ್ಚು ಹಠ ಹಿಡಿಯಲಿಲ್ಲ. ಹಾಗೆಂದು ನನ್ನ ನಿರ್ಧಾರಕ್ಕೆ ಅವಳ ಪೂರ್ಣ ಸಮ್ಮತಿಯೂ ಇರಲಿಲ್ಲ. "ಒಳ್ಳೆಯ ನೌಕರಿ ದೊರೆತರೆ ಆಗ ನೋಡೋಣ..." ಎಂದು ಅಪ್ಪನೂ ಅನುಮೋದಿಸಿದ್ದಾಯಿತು...

ಅದೃಷ್ಟ ಚೆನ್ನಾಗಿತ್ತು. ನೌಕರಿಗೆ ಸೇರಲು ನಾನು ಮಾಡಿದ ಪ್ರಯತ್ನ ನಿರೀಕ್ಷೆಗಿಂತ ಬೇಗನೆ ಫಲ ನೀಡಿತು. ಸ್ಟೇಟ್ ಬ್ಯಾಂಕಿನ ನೌಕರಿಗೆ ಆಯ್ಕೆಯಾಗಿ,

ತರಬೇತಿ ಮುಗಿಸಿ ಇಲ್ಲಿನ ಶಾಖೆಗೆ ಬಂದು ಕೆಲಸಕ್ಕೂ ಸೇರಿಕೊಂಡೆ. ಬ್ಯಾಂಕ್ ನೌಕರಿಯಾದ್ದರಿಂದ ಅಪ್ಪ ಅಮ್ಮನಿಗೆ ಸಂತಸವಾಗಿತ್ತು. ಅಪ್ಪನೇ ಇಲ್ಲಿಯ ತನಕ ಬಂದು ಮಹಿಳಾ ಹಾಸ್ಟೆಲ್ಲೊಂದರಲ್ಲಿ ನನಗೆ ಉಳಿದುಕೊಳ್ಳಲು ವ್ಯವಸ್ಥೆ ಮಾಡಿ ಹೋಗಿದ್ದರು. ರಿಟೈರ್ ಆದ ಮೇಲೆ ಇಲ್ಲಿಯೇ ಎಲ್ಲಾದರೂ ಸ್ವಂತ ಫ್ಲ್ಯಾಟ್ ಖರೀದಿಸಿ ಖಾಯಂ ಆಗಿ ನೆಲೆಸುವ ಯೋಚನೆಯನ್ನೂ ಮಾಡಿದ್ದರು...

ಸರಿಸುಮಾರು ಎರಡು ವರುಷಗಳಷ್ಟು ಕಾಲ ಜೀವನದಲ್ಲಿ ಹೆಚ್ಚು ಏರುಪೇರಿಲ್ಲದೆ ಸಾಗಿ ಹೋಗಿತ್ತು. ಪ್ರತಿವಾರದ ರಜೆಯಲ್ಲಿ ಮನೆಗೆ ಹೋಗಿ ಬರುತ್ತಿದ್ದೆ. ಮನೆಯಲ್ಲಿ ಪ್ರತಿ ಸಲವೂ ಅಮ್ಮನಿಂದ ಮದುವೆಯ ಕುರಿತಾದ ಒತ್ತಾಸೆ ಬರುತ್ತಿತ್ತು. ಅದರೆ ಇತ್ತೀಚೆಗಂತೂ ಆ ಒತ್ತಡ ತೀವ್ರವಾಗತೊಡಗಿತ್ತು...! ನಾನದನ್ನು ತಳ್ಳಿಹಾಕುತ್ತಲೇ ಇದ್ದೆ. ಕಿರಿಕಿರಿಯೆನಿಸಿ ಮನೆಗೆ ಹೋಗುವುದನ್ನೂ ಕಡಿಮೆ ಮಾಡಿದ್ದೆ. ಆದರೆ ಒಂದಂತೂ ಸತ್ಯ! ಇಂದು ಮುಂಜಾನೆಯಷ್ಟೇ ವರುಷಗಳ ನಂತರ ತೀರ ಅನಿರೀಕ್ಷಿತವಾಗಿ ಹೇಮಂತನ ಭೇಟಿಯಾದ ಗಳಿಗೆಯಿಂದ, ಎಂದೂ ಕಾಡದಿದ್ದ ಸೂಕ್ಷ್ಮ ನವಿರು ಭಾವಗಳು ಹೃದಯದಲ್ಲಿ ಮೂಡಲು ಆರಂಭವಾಗಿತ್ತು! ಗಂಗಾಪುರದಲ್ಲಿ ಕಾಲೇಜು ದಿನಗಳ ಆರಂಭದಲ್ಲಿ ಚಿಗುರದೆ ಬಾಡಿ ಹೋಗಿದ್ದ ನನ್ನ ಕನಸುಗಳಿಗೆ ಅಂದು ತನ್ನ ಮೌನ ಪ್ರೀತಿಯಿಂದಲೇ ಜೀವ ಸೆಲೆ ತುಂಬಿ ಮತ್ತೆ ದೂರಾಗಿದ್ದ ಹೇಮಂತ ಇಂದು ಬೆಳಿಗ್ಗೆ ಪುನಃ ಸಿಕ್ಕಾಗ ಆತ ಹೇಳಿದ್ದ ಮಾತೊಂದು ಶಾಂತವಾಗಿದ್ದ ಕೊಳಕ್ಕೆ ಕಲ್ಲೆಸೆದಂತೆ ನನ್ನಲ್ಲಿ ಸಣ್ಣದೊಂದು ವಿಪ್ಲವವನ್ನೆ ಸೃಷ್ಟಿಸಿತ್ತು...!ಲೋಕಾಭಿರಾಮವಾಗಿ ಮದುವೆಯ ಬಗ್ಗೆ ವಿಚಾರಿಸಿದಾಗ 'ನನ್ನಂಥಹ ಅನಾಥರನ್ನು ಯಾರು ಮದುವೆಯಾಗ್ತಾರೆ ಸಕೀನಾ?' ಎಂದ ಹೇಮಂತನ ಉತ್ತರ ನನ್ನಲ್ಲಿ ಅಚ್ಚರಿ ಹುಟ್ಟಿಸಿತ್ತು! ಯಾಕೋ ಆತ ಹೇಳಿದ ಕಾರಣ ಸತ್ಯವೆಂದು ನನಗನಿಸದಾಯಿತು! ಆತನ ಸಾಧನೆ, ಯೋಗ್ಯತೆ, ಸ್ಥಾನಮಾನ, ಆಕರ್ಷಕ ವ್ಯಕ್ತಿತ್ವದ ಮುಂದೆ ತಬ್ಬಲಿತನ ಅಡ್ಡ ಬರುವುದು ಶಕ್ಯವೇ ಇಲ್ಲ ಅನಿಸಿತು. ಅಲ್ಲಿಂದಲೇ ಮನಸ್ಸಿನಲ್ಲಿ ಏನೇನೋ ಕಲ್ಪನೆಗಳು ಅಂಡಲೆಯಲಾರಂಭಿಸಿದ್ದವು. ಬೆಳಿಗ್ಗೆ ಆಫೀಸಿನ ಕೆಲಸದ ಒತ್ತಡ, ಗಡಿಬಿಡಿಯಿಂದಾಗಿ ಅವುಗಳನ್ನು ಹಿಂಬಾಲಿಸಲು ಸಾಧ್ಯವಾಗಿರಲಿಲ್ಲ... ಆದರೂ ಹುಚ್ಚು ಹಗಲುಗನಸು ಆಗಾಗ ಇಣುಕುತ್ತಲೇ ಇತ್ತು...! ಇದನ್ನು ನೆನೆದು ಕೆಲವೊಮ್ಮೆ ನನಗೇ ಮಜುಗರವಾಗುತ್ತಿತ್ತು...!!

ಏನೇ ಆಗಲಿ, ನಾಳೆ ಸಂಜೆ ಭೇಟಿಯಾದಾಗ ಕಾಲೇಜಿನ ದಿನಗಳಲ್ಲಿ ನನ್ನಿಂದಾಗಿ ಆತನಿಗಾಗಿರಬಹುದಾದ ಮಾನಸಿಕ ನೋವಿಗೆ ಕ್ಷಮೆಯನ್ನಂತು ಕೇಳಲೇ ಬೇಕು. 'ತನ್ನ ಪಾಡಿಗೆ ತಾನಿದ್ದು ಮೌನವಾಗಿಯೇ ನನ್ನತ್ತ ಪ್ರೀತಿ ಹರಿಸಿದ್ದ ಆತನಿಗೆ ನಾನು ನೋವು ಕೊಟ್ಟೆ ಎಂದು ಆಗಾಗ ನನ್ನನ್ನು ಕಾಡುತ್ತಿದ್ದ ಅಪರಾಧಿ ಭಾವವಾದರೂ ತೊಡೆದು ಹೋಗುತ್ತದೆ' ಅನಿಸಿತು...!

ಯಾಕೋ ಏನೋ ನನ್ನಂತೆಯೇ ಆತನೂ ಏಕಾಂಗಿತನ ಅಪ್ಪಿಕೊಂಡುದು ವಿಪರ್ಯಾಸವಾಗಿಯೂ ನನಗೆ ಕಾಣಿಸಿತು...! ನಾಳೆ ಆತನನ್ನು ಭೇಟಿಯಾದಾಗ ಇದನ್ನೆಲ್ಲ ಹೇಳಿಕೊಳ್ಳಲು ಸಾಧ್ಯವಾಗುತ್ತದೋ ಇಲ್ಲವೋ ಅನಿಸತೊಡಗಿತ್ತು.

ಹೀಗೆ ಗತ ನೆನಪುಗಳ ಆಳದಲ್ಲಿ ಮುಳುಗಿದ್ದವಳಿಗೆ ರಾತ್ರಿ ಯಾವಾಗ ನಿದ್ರೆ ಆವರಿಸತೊಡಗಿತೋ ಗೊತ್ತೇ ಆಗಲಿಲ್ಲ ನನಗೆ...

ಮೂರು

ಮರುದಿವಸ ಸಂಜೆ ಗಂಟೆ ಐದಾಗುವ ಮುನ್ನವೇ ಹೇಮಂತ್ ಸಕೀನಾಳಿದ್ದ ಹಾಸ್ಟೆಲ್ಲಿನ ಗೇಟಿನೆದುರು ಹಾಜರಾಗಿದ್ದ! ಆಕೆಯೂ ಆತನಿಗಾಗಿ ಕಾಯುತ್ತಿರುವಂತೆ ಹಾಸ್ಟೆಲ್ಲಿನ ವರಾಂಡದಲ್ಲೇ ನಿಂತಿದ್ದಳು. ಮೊದಲೇ ಸುಂದರಳಾಗಿದ್ದ ಆಕೆ ಚೆಂದದ ಉಡುಗೆ ತೊಟ್ಟು ಮತ್ತಷ್ಟು ರೂಪಸಿಯಾಗಿ ಕಾಣುತ್ತಿದ್ದಳು. ಹೇಮಂತನನ್ನು ಕಂಡವಳೇ ಹಾಸ್ಟೆಲ್ಲಿನಿಂದ ಹೊರಟು ಗೇಟಿನತ್ತ ಬಂದಳು.

ಗೇಟು ತೆರೆದು ಹೊರ ಬಂದ ಆಕೆ ತನ್ನನ್ನು ಸಮೀಪಿಸುತ್ತಲೇ, ಕಣ್ಣರಳಿಸಿ ಅವಳನ್ನು ದಿಟ್ಟಿಸಿದ ಹೇಮಂತ, “ಸಕೀನಾ ನೀವಿಂದು ದೇವತೆ ತರಹ ಕಾಣಿಸ್ತಿದ್ದೀರಿ. ಖಂಡಿತಾ ಅಭಿಶಪ್ತ ದೇವತೆಯಂತಲ್ಲ...” ಎಂದು ಮೆಚ್ಚುಗೆ ಸೂಚಿಸಿದ. “ಥ್ಯಾಂಕ್ಸ್ ಹೇಮಂತ್. ಮರುಸೊತ್ತಿತ್ತಲ್ಲ? ಸ್ವಲ್ಪ ನೀಟಾಗಿ ಬಟ್ಟೆ ತೊಟ್ಟಿದ್ದೇನೆ ಅಷ್ಟೇ...” ಎಂದು ನಕ್ಕಳು ಸಕೀನಾ. ‘ಅಂದ ಹಾಗೆ ಇಲ್ಲೇನೋ ಕೆಲಸವಿತ್ತೆಂದು ಹೇಳಿದ್ದೀರಲ್ಲ ನಿನ್ನೆ...? ಆ ಕೆಲಸ ಆಯಿತಾ?’ ಎಂದು ಕೇಳಿದಳು. “ಇಲ್ಲ ಸಕೀನಾ. ಅದು ಇನ್ನಷ್ಟೆ ಆರಂಭವಾಗಬೇಕಿದೆ” ಎಂದು ಅರ್ಥಗರ್ಭಿತವಾಗಿ ಹೇಮಂತ ನಸುನಕ್ಕ.

“ಏನು ಕೆಲಸವದು...?” ಎಂದು ಸಕೀನಾ ಪ್ರಶ್ನಾರ್ಥಕವಾಗಿ ಆತನ ಮೊಗ ದಿಟ್ಟಿಸಿದಳು.

“ಅದನ್ನೆಲ್ಲ ಮತ್ತೆ ಹೇಳುತ್ತೇನೆ ಸಕೀನಾ. ನಿಮಗಭ್ಯಂತರವಿಲ್ಲವಾದರೆ ತುಸು ವೇಳೆ ಹೊರಗೆಲ್ಲಾದರೂ ಹೋಗಿ ಬರೋಣವೇ? ನನ್ನೊಂದಿಗೆ ಬರಬಹುದಾ?” ಎಂದಾತ ಯಾಚಿಸುವಂತೆ ಅವಳಲ್ಲಿ ಕೇಳಿಕೊಂಡ. (ಆಕೆ ತನ್ನೊಂದಿಗೆ ಬಂದಾಳೆಂಬ ಪೂರ್ಣ ಭರವಸೆ ಹೇಮಂತನಿಗಿರಲಿಲ್ಲ!) ಸಕೀನಾಳಿಗೂ ಈ ಅನಿರೀಕ್ಷಿತ ಬೇಡಿಕೆಯಿಂದ ತುಸು ಕಸಿವಿಸಿಯಾಯಿತು. ಈ ತನಕ ಅನ್ಯರಾರೊಂದಿಗೂ ಆಕೆ ಹೀಗೆ ಒಬ್ಬಳೇ ಹೊರ ಹೊರಟವಳಲ್ಲವಾದ್ದರಿಂದ ಕ್ಷಣ ಹೊತ್ತು ಯೋಚಿಸಿ ನಿಂತಳು. ಅದಾಗಲೇ ಹಾಸ್ಟೆಲ್ಲಿನ ಕಿಟಕಿಯಿಂದ ಹಲವು

ಕುತೂಹಲದ ಕಣ್ಣುಗಳು ತಮ್ಮತ್ತ ನೆಟ್ಟಿರುವುದನ್ನು ಅವಳು ಗಮನಿಸಿದಳು. ಹಾಗಾಗಿ ತಕ್ಷಣವೇ "ಸರಿ ಹೇಮಂತ್, ಹೋಗೋಣ; ಆದ್ರೆ ಏಳುಗಂಟೆಗೆ ಮೊದಲೇ ಕಡ್ಡಾಯವಾಗಿ ನನಗೆ ಹಾಸ್ಟೆಲು ತಲುಪಬೇಕು. ಏಳುಗಂಟೆಗೆಲ್ಲ ಗೇಟಿನ ಬೀಗ ಹಾಕುತ್ತಾರೆ..." ಎಂದು ಮೀನಾಮೇಷ ಎಣಿಸದೆ ಬೈಕಿನ ಹಿಂಬದಿ ಸೀಟನ್ನೇರಿ ಕುಳಿತುಕೊಂಡಳು.

ಮುಂದಿನ ಹದಿನೈದು ನಿಮಿಷಕ್ಕೆಲ್ಲಾ ಅವರು ನಗರದ ಹೊರ ವಲಯದಲ್ಲಿದ್ದ ಸಮುದ್ರತೀರಕ್ಕೆ ಬಂದು ತಲುಪಿದರು.

ಸಕೀನಾ ಈ ನಗರಕ್ಕೆ ಬಂದು ಎರಡು ವರುಷ ಕಳೆದಿದ್ದರೂ ಎಲ್ಲರ ಬಾಯಲ್ಲಿ ಕೇಳಿ ಬರುವ ಈ ಕಡಲ ತೀರಕ್ಕೆ ಬಂದಿರಲಿಲ್ಲ. ಅಂತೂ ಈಗ ಒಂದು ದಿನದ ಹಿಂದಷ್ಟೇ ಸಂಧಿಸಿದ, ಕಾಲೇಜು ದಿನಗಳ ಮೂಕ ಪ್ರೀತಿಯ ಸ್ನೇಹಿತ ಹೇಮಂತನೊಂದಿಗೆ ಬರುವಂತಾಗಿತ್ತು! ತುಸು ದೂರಕ್ಕಿದ್ದ ನೆರಳೊಂದರಲ್ಲಿ ಬೈಕು ನಿಲ್ಲಿಸಿ ಕಡಲಿನತ್ತ ಅವರಿಬ್ಬರು ಹೆಜ್ಜೆ ಹಾಕಿದರು. ಶಾರ್ನುರೆಯುತ್ತಿದ್ದ ಕಡಲಿನಲೆಗಳು ಅವರನ್ನು ಸ್ವಾಗತಿಸಲೆಂಬಂತೆ ಬೆಳ್ನೊರೆ ಚೆಲ್ಲುತ್ತಾ ತೀರದತ್ತ ಧಾವಿಸಿ ಬರುತ್ತಿದ್ದವು. ಅದೇಕೋ ರಜಾ ದಿನವಾದರೂ ಕಡಲ ತೀರದಲ್ಲಿ ಜನಸಂದಣಿ ಕಡಿಮೆ ಇತ್ತು. ಬಿಸಿಲಿನ್ನೂ ಬಾಡಿರಲಿಲ್ಲವಾದರೂ ಚುಮುಚುಮು ಗಾಳಿ ಬೀಸಲಾರಂಭಿಸಿತ್ತು. ಆ ಗಾಳಿಗೆ ಮೈಯೊಡ್ಡಿ, ಅವರೀರ್ವರು ಕಡಲಿನಲೆ ತೊಳೆದು ಹೋದ ಮರಳ ಹಾಸಿನ ಮೇಲೆ ತುಸು ದೂರದವರೆಗೆ ಮೌನವಾಗಿ ಹೆಜ್ಜೆ ಹಾಕಿದರು. (ಇಬ್ಬರ ಮನಸ್ಸು ಮಾತ್ರ ಮೌನವಾಗಿರಲಿಲ್ಲ!)

ಸಕೀನಾ ಕಡಲಿನ ಈ ಅದ್ಭುತ ಸೌಂದರ್ಯ ಕಂಡು ಮಂತ್ರ ಮುಗ್ಧಳಂತಾಗಿದ್ದಳು. ಹೀಗೆ ಪರಪುರುಷನೊಂದಿಗೆ ಏಕಾಂಗಿಯಾಗಿ ತಿರುಗಾಡಲು ಬಂದ ಅನುಭವವೂ ಅವಳಿಗೆ ಹೊಚ್ಚ ಹೊಸದಾಗಿತ್ತು...! ಕರೆದೊಡನೆ ಆತನೊಂದಿಗೆ ಹೊರಟ ಆತಂಕವೀಗ ನಿಧಾನಕ್ಕೆ ಕರಗತೊಡಗಿತು!

ಹೇಮಂತನೂ ತನ್ನದೇ ಆದ ಏನೇನೋ ಯೋಚನೆಯಲ್ಲಿ ಹೆಜ್ಜೆ ಹಾಕುತ್ತಲ್ಲಿದ್ದ. ಗಳಿಗೆಗೊಮ್ಮೆ ಸಂಜೆ ಬಿಸಿಲಿಗೆ ರಂಗೇರುತ್ತಿದ್ದ ಸಕೀನಾಳ ಮೊಗದತ್ತಲೂ ನೋಟ ಬೀರುತ್ತಿದ್ದ. ಬೀಸುತ್ತಿರುವ ಗಾಳಿಯಿಂದಾಗಿ ಮೊಗಕ್ಕೆ ಬಂದು ಎರಗುತ್ತಿದ್ದ ಸುರುಳಿ ಮುಂಗುರುಳನ್ನು ಆಗಾಗ ಹಿಂದಕ್ಕೆ ತಳ್ಳುತ್ತಾ ನಡೆಯುತ್ತಿದ್ದ ಸಕೀನಾಳ ಮೊಗದಲ್ಲಿ ಅದಾಗಲೇ ಬೆವರ ಹನಿಗಳು ಮುತ್ತಿನಂತೆ ಮೂಡಿದ್ದವು. ಇದನ್ನು ಕಂಡ ಹೇಮಂತ, "ಸಕೀನಾ, ಬಿಸಿಲಿನ ಝಳವಿನ್ನೂ ಕಮ್ಮಿಯಾಗಿಲ್ಲ. ತುಸು ಹೊತ್ತು ಎದುರಿನ ದಿಬ್ಬದಲ್ಲಿರುವ ಆ ನೆರಳಲ್ಲಿ ಹೋಗಿ ಕುಳಿತುಕೊಳ್ಳೋಣವಾ?" ಎಂದು ಅವಳ ಉತ್ತರಕ್ಕೂ ಕಾಯದೆ ನೇರವಾಗಿ, ಯಾರೋ ನೆರಳಿನಾಶ್ರಯಕ್ಕಾಗಿ ಜೋಡಿಸಿಟ್ಟಿದ್ದ ಮಡಲ ತಡಿಕೆಯ ನೆರಳಿನತ್ತ ನಡೆದ.

ಅವರಲ್ಲಿ ಕುಳಿತು ವಿರಮಿಸಿಕೊಳ್ಳುತ್ತಿರುವಾಗಲೇ, ತುಸು ದಣಿದಂತೆ ಕಂಡ ಸಕೀನಾಳ ಮೊಗವನ್ನೊಮ್ಮೆ ಹತ್ತಿರದಿಂದ ದಿಟ್ಟಿಸಿ ನೋಡಿದವನು, "ದಣಿವಾಯ್ತಾ ಸಕೀನಾ...?" ಎಂದು ಕೇಳಿದ. ಮರುಕ್ಷಣವೇ ಆಕೆಯ ಮೊಗದಲ್ಲೇನೋ ವಿಶೇಷ ಕಂಡವನಂತೆ, "ನೀವು ಯಾವಾಗಲೂ ಹಣೆಗೆ ಬೊಟ್ಟಿಟ್ಟುಕೊಳ್ಳುತ್ತೀರಲ್ಲ ಸಕೀನಾ? ಅದನ್ನು ನಿಮ್ಮಲ್ಲಿ ಯಾರೂ ಆಕ್ಷೇಪಿಸುವುದಿಲ್ಲವೆ...?" ಎಂದು ಕೇಳಿದ.

ಹೇಮಂತನ ಈ ದಿಢೀರ್ ಪ್ರಶ್ನೆ ಕೇಳಿಸಿಕೊಂಡ ಸಕೀನಾಳೊಮ್ಮೆ ಮುಗುಳ್ನಕ್ಕಳು. "ನಿಮಗೆ ಈಗದು ಹೊಳೆದುದು ಆಶ್ಚರ್ಯ!? ಕಾಲೇಜಿಗೆ ಬರುವಾಗಲೂ ಬೊಟ್ಟು ಇರುತ್ತಿತ್ತಲ್ಲ? ಆಗ ಕಂಡಿಲ್ಲವೆ ನೀವೂ? ಈ ಬೊಟ್ಟನ್ನು ಯಾವ ಸಂಪ್ರದಾಯವೂ ಆಕ್ಷೇಪಿಸಲು ಸಾಧ್ಯವಿಲ್ಲ! ಸರಿಯಾಗಿ ಗಮನಿಸಿ ನೋಡಿ; ಹುಬ್ಬುಗಳು ಕೂಡುವಲ್ಲಿರುವುದು ನಾನು ಹುಟ್ಟುವಾಗಲೇ ಇದ್ದ ಒಂದು ಉರುಟು ಮಚ್ಚೆ ಅಷ್ಟೆ! ಬೊಟ್ಟಲ್ಲ" ಎಂದಳು. ಹೇಮಂತನಿಗದು ನಿಜಕ್ಕೂ ಅಚ್ಚರಿ ಅನಿಸಿತು. "ಇರಲಿ. ಬಿಡಿ. ನಿಮ್ಮ ಸುಂದರ ಮೊಗಕ್ಕೆ 'ದೃಷ್ಟಿ' ಬೀಳದಿರಲಿ ಎಂದು ಹುಟ್ಟುವಾಗಲೇ ದೇವರು ಅದನ್ನು ಸೃಷ್ಟಿಸಿರಬೇಕು" ಎಂದು ಆತನೂ ನಕ್ಕ!

ತದನಂತರ ತುಸು ಹೊತ್ತು ಅವರ ಕಂಗಳು ಎದುರಿನ ಮಹಾಸಾಗರದತ್ತಲೇ ನೆಟ್ಟವು. ಸಂಜೆಯ ಸೂರ್ಯ ಕ್ಷಿತಿಜದಂಚಿನತ್ತ ಇಂಚಿಂಚೇ ಸರಿಯುತ್ತಿದ್ದ. ಕ್ಷಣಕ್ಷಣಕ್ಕೂ ಬದಲಾಗುತ್ತಲಿದ್ದ ಬಾನಂಗಳ ವರ್ಣರಂಜಿತವಾಗುತ್ತಲ್ಲಿತ್ತು. ಕಡಲಲ್ಲಿದ್ದ ಸಣ್ಣಸಣ್ಣ ದೋಣಿಗಳು ಅಲೆಗಳ ಮೇಲೆ ಲಾಸ್ಯವಾಡುತ್ತ ದೂರದೂರದ ತೀರದತ್ತ ಸಾಗುತ್ತಿದ್ದವು. ಈ ವಿಹಂಗಮ ದೃಶ್ಯ ಹೃದಯದಲ್ಲಿ ಸಂತಸದ ತರಂಗವನ್ನೆಬ್ಬಿಸುತ್ತಿತ್ತು; ರೋಮಾಂಚನ ತರುತ್ತಿತ್ತು!

ಹೊತ್ತು ತನ್ನ ಪಾಡಿಗೆ ತಾನು ಸರಿಯುತ್ತಲೇ ಇತ್ತು. ದೂರದ ಆಳ ಸಮುದ್ರದಲ್ಲಿ ಬೀಡು ಬಿಟ್ಟಿದ್ದ ಹಡಗೊಂದರ ಮೇಲಂತಸ್ತಿನ ದೀಪಗಳು ಹೊತ್ತಿಕೊಂಡು ಮಿನುಗಲಾರಂಭಿಸಿದ್ದವು. ಕೆಂಪು ಗೋಲದಂತಾದ ಸೂರ್ಯ ಕಡಲಿನಾಳದಲ್ಲಿ ಕರಗಲು ಧಾವಿಸುತ್ತಿದ್ದ... ಮಾತನಾಡಬೇಕೆಂದು ಕೊಂಡಿದ್ದೆಲ್ಲವನ್ನೂ ಮರೆತು ಹೀಗೆ ಮೌನವಾಗಿ ಕುಳಿತಿದ್ದುದು ಮನಸ್ಸಿಗೆ ಹೊಳೆಯುತ್ತಲೇ ಹೇಮಂತ, "ಸಕೀನಾ ನಾವೇನೂ ಮಾತಾಡದೆ ಸುಮ್ಮನೆ ಕುಳಿತು ಬಿಟ್ಟೆವಲ್ಲ? ಕತ್ತಲಾಗುತ್ತಾ ಬಂತು. ಅದಲ್ಲದೆ ಏಳುಗಂಟೆಯೊಳಗೆ ನಿಮ್ಮನ್ನು ಹಾಸ್ಟೆಲ್ಲಿಗೆ ತಲುಪಿಸಬೇಕಲ್ಲ..." ಎಂದ.

"ನೀವೇ ಏನಾದರೂ ಮಾತನಾಡಿ ಹೇಮಂತ್. ನನಗಂತೂ ನಿಮ್ಮನ್ನು ಪುನಃ ಭೇಟಿಯಾದುದು; ಇಲ್ಲಿಗೆ ಒಟ್ಟಿಗೇ ಬಂದದ್ದು. ಎಲ್ಲಾ ಒಂದು ಅಚ್ಚರಿಯಾಗಿ ಕನಸಾಗಿ ಕಾಣ್ತಿದೆ. ಏನು ಮಾತಾಡಬೇಕೋ ತೋಚುತ್ತಿಲ್ಲ.

ಕಾಲೇಜು ಬಿಟ್ಟು ಇಷ್ಟು ವರುಷವಾಗಿದ್ದರೂ, ಹಿಂದಿನ ನೆನಪೊಂದೂ ಮಾಸಿಲ್ಲ ನನಗೆ. ಒಂದು ಲೆಕ್ಕದಲ್ಲಿ ನನ್ನಿಂದಾಗಿಯೇ ಕಾಲೇಜಿನ ಕೊನೆಯ ಅವಧಿಯನ್ನು ನೀವು ನೊಂದುಕೊಂಡೇ ಮುಗಿಸಬೇಕಾಗಿ ಬಂದಿತ್ತೇನೋ? ಎನ್ನುವ ನೋವು ನನ್ನನ್ನು ಯಾವಾಗಲೂ ಕಾಡುತ್ತಿತ್ತು. ಕಾಲೇಜು ಬಿಡುವಾಗಲಾದರೂ ಒಮ್ಮೆ ನೀವು ಸಿಕ್ಕಿದ್ದರೆ ವಿದಾಯದೊಂದಿಗೆ ವಿಷಾದವನ್ನೂ ಹೇಳಿ ನಿಮ್ಮ ಕ್ಷಮೆ ಕೇಳಬೇಕೆಂದಿದ್ದೆ. ಅದೂ ಸಹ ಸಾಧ್ಯವಾಗಲಿಲ್ಲ. ಆದರೂ ಈಗಲೂ ನೀವು ನನ್ನ ಮೇಲೆ ತೋರುವ ಪ್ರೀತಿ, ವಿಶ್ವಾಸ ಕಂಡಾಗ, ಆ ಕಹಿ ಪ್ರಸಂಗದ ನೋವನ್ನು ಮರೆತಿರುವಿರೆಂದು ಸಮಾಧಾನವಾಗುತ್ತದೆ. ಥ್ಯಾಂಕ್ಯೂ ಸೋ ಮಚ್ ಹೇಮಂತ್" ಎಂದಳು. "ಓಹ್ ಸಕೀನಾ. ನಿಮ್ಮದೇನು ತಪ್ಪಿದೆ ಅದರಲ್ಲಿ? ಹೇಗಾದರೂ ನನ್ನ ಪ್ರೀತಿ ನಿಮಗೆ ತಿಳಿಸಬೇಕೆಂದು ಆತುರ ಪಟ್ಟು ಆ ಕವನ ಬರೆದಿದ್ದೇ ನನ್ನ ಅಚಾತುರ್ಯ! ಅದರಲ್ಲಿ ಬರುವ 'ಅಭಿಶಪ್ತ ದೇವತೆ' ಎನ್ನುವ ಒಂದು ಸಾಲನ್ನೇ ಶಿರೋನಾಮೆಯನ್ನಾಗಿ ನೀಡಿ ಶಾನುಭಾಗರು ಪ್ರಕಟಿಸಿಬಿಟ್ಟರು! ಇರಲಿ ಬಿಡಿ. ಆದುದೆಲ್ಲ ಒಳಿತೇ ಆಯಿತು. ಇಲ್ಲದಿದ್ದರೆ ಡಿಗ್ರಿಯನ್ನು ನಾನು ಸಾಭೀತಿಯಲ್ಲಿ ಮುಗಿಸುತ್ತಿದ್ದೆನೋ ಇಲ್ಲವೋ? ನನ್ನಿಂದಾಗಿ ನಿಮಗಂದು ನೋವು, ಹಿಂಸೆಯಾಗಿದ್ದರೆ ಈಗ ನಿಮ್ಮಲ್ಲಿ ನಾನು ಕ್ಷಮೆಯಾಚಿಸುತ್ತೇನೆ. ಆ ತಪ್ಪಿಗೆ ನೀವೀಗ ಪ್ರೀತಿಯಿಂದ ಕೊಡುವ ಯಾವ ಶಿಕ್ಷೆ ಅನುಭವಿಸಲೂ ನಾನು ತಯಾರು..." ಎಂದು ಹೇಮಂತ್ ನಗುತ್ತಾ ಹೇಳಿದ.

ಅದಾಗಲೇ ಆಳ ಸಮುದ್ರದ ಆ ಹಡಗಿನಿಂದ ಸೈರನ್ ಮೊಳಗಿದ ಸದ್ದು ಕೇಳಿಸಿತು. ವಾಚು ನೋಡಿಕೊಳ್ಳುತ್ತಾ ಅವರಿಬ್ಬರೂ ಹೊರಡಲು ಎದ್ದು ನಿಂತರು.

ಅಲ್ಲಿಂದ ಮರಳಿ ಹೆಜ್ಜೆ ಹಾಕುತ್ತಿರುವಾಗ ಹೇಮಂತ್, ತನ್ನನ್ನು ಕಾಡುತ್ತಿದ್ದ ಸಂದೇಹದ ಬಗ್ಗೆ 'ಸಕೀನಾಳಲ್ಲಿ ಈಗಲೇ ಕೇಳಿಬಿಡಬೇಕು' ಎಂದುಕೊಂಡ. ಅದಕ್ಕೆ ಪೀಠಿಕೆಯಾಗಿ, "ಸಕೀನಾ ಊರಿಗೆ ಬಂದವನಿಗೆ ಯಾಕೋ ಹಿಂದಿನ ತಬ್ಬಲಿತನ ಮತ್ತೆ ಕಾಡತೊಡಗಿತ್ತು ನನಗೆ! ಯಾಕೆ ಊರಿನತ್ತ ಬಂದೆನೋ ಅನಿಸತೊಡಗಿತ್ತು! ಆದರೆ ನಿಮ್ಮನ್ನು ಭೇಟಿಯಾದಂದಿನಿಂದ ವರ್ಗವಾಗಿ ಬಂದಿರುವುದು ಸಾರ್ಥಕವಾಯಿತು ಅನಿಸಲಾರಂಭಿಸಿದೆ. ಅಂದ ಹಾಗೆ ನಿಮ್ಮಲ್ಲೊಂದು ಮಾತು ಕೇಳುತ್ತೇನೆ. ತಪ್ಪೆಣಿಸಬಾರದು ನೀವು. ನೀವೇಕೆ ಒಬ್ಬರೇ ಹೀಗೆ ಹಾಸ್ಟೆಲ್ಲಿನಲ್ಲಿ ವಾಸವಾಗಿದ್ದೀರಿ? ಎನ್ನುವುದನ್ನು ತಿಳಿಯಬಹುದಾ...?" ಎಂದ. ಸಕೀನಾಳಿಗೆ ಈ ಪ್ರಶ್ನೆಯ ಹಿಂದಿರುವ ಮನೋಗತ ತಟ್ಟನೆ ಮನಸ್ಸಿಗೆ ಹೊಳೆಯಿತು. ಒಮ್ಮಿಗೆ ಮನಸ್ಸು ಕುಗ್ಗಿದರೂ, ಚೇತರಿಸಿಕೊಂಡು. "ಹೌದು ಹೇಮಂತ್, ಒಬ್ಬಳೇ ಇರುವುದಲ್ಲವೆ? ಅದಕ್ಕೇ ವರ್ಕಿಂಗ್ ವುಮೆನ್ ಹಾಸ್ಟೆಲ್ಲಿನಲ್ಲಿ ವಾಸವಾಗಿದ್ದೇನೆ..." ಎಂದಳು ಆದಷ್ಟು ಸಹಜವಾಗಿರುವಂತೆ

ಯತ್ನಿಸುತ್ತ! 'ಯಾಕೆ ಸಕೀನಾ? ನೀವೂ...?" ಎಂದ ಹೇಮಂತ ಆಕೆಯ ಕುಂದಿದ ಮೊಗ ಕಂಡವನು ಮುಂದೇನೂ ಹೇಳದೆ ಅಲ್ಲಿಗೇ ಮಾತು ತುಂಡರಿಸಿದ! ಯಾಕೋ ಆಕೆಯ ಕಣ್ಣಾಲಿಗಳಲ್ಲಿ ನೀರ ಸೆಲೆ ಉಕ್ಕಿತು. ಇದನ್ನು ಕಂಡು ಒಮ್ಮೆಲೆ ಪೆಚ್ಚಾದ ಆತ "ಐ ಆ್ಯಮ್ ಸೊ ಸಾರಿ ಸಕೀನಾ. ವೈಯಕ್ತಿಕ ವಿಚಾರ ನಾನು ಕೇಳಬಾರದಿತ್ತು. ರಿಯಲಿ ಸ್ಸಾರಿ. ನನ್ನನ್ನು ಕ್ಷಮಿಸಿ..." ಎಂದು ದೈನ್ಯದಿಂದಲೇ ಅವಳಲ್ಲಿ ಕೇಳಿಕೊಂಡ.

"ನೋ ನೋ ಹೇಮಂತ್, ನೀವು ಕೇಳಿದ್ದರಲ್ಲಿ ಏನೂ ತಪ್ಪಿಲ್ಲ. ಯಾಕೆ ನೀವು ನನ್ನ ಕ್ಷಮೆ ಕೇಳುತ್ತಿದ್ದೀರಿ? ನನಗೇ ಏನೋ ಹಿಂದಿನದೆಲ್ಲ ನೆನಪಾಗಿ ದುಃಖವಾಯಿತು ಅಷ್ಟೇ. 'ಪ್ರೀತಿ ಇಲ್ಲದ ಬದುಕು ಶುಷ್ಕ; ಅದೆಷ್ಟು ಸುಂದರವಾಗಿ ಕಂಡರೂ ಕಾಗದದ ಹೂಗಳಿಗೆ ಜೀವವಿಲ್ಲ. ಸುಗಂಧವಿಲ್ಲ' ಎಂದು ನೀವೊಂದು ಕಥೆಯಲ್ಲಿ ಬರೆದಿದ್ದೀರಿ. ನನ್ನ ಪರಿಸ್ಥಿತಿಯೂ ಹಾಗೇ ಆಗಿದೆ. ಪ್ರೀತಿಯನ್ನು ಅಂಗಡಿಯಲ್ಲಿ ಕೊಂಡುಕೊಳ್ಳಲು ಸಾಧ್ಯವೇ ಹೇಮಂತ್? ನೀವು ಇನ್ನೂ ಒಬ್ಬಂಟಿಯಾಗಿರುವುದು ಕೂಡ ಕಾಕತಾಳೀಯವಲ್ಲವೇನೋ? ಇಬ್ಬರ ಸ್ಥಿತಿಯೂ ಒಂದೇ ಏನೋ ಎಂದು ನನಗೆ ಅನಿಸುತ್ತಿದೆ. ಇರಲಿ; ಈಗ ಹೊತ್ತಾಯಿತು. ಹೊರಡೋಣ. ಇನ್ನೊಮ್ಮೆ ಭೇಟಿಯಾದಾಗ ಅದನ್ನೆಲ್ಲ ವಿಸ್ತಾರವಾಗಿ ಮಾತಾಡೋಣ..." ಎಂದಳು. "ಆಯ್ತು ಸಕೀನಾ. ಇನ್ಯಾವಾಗ ಭೇಟಿಯಾಗಲು ಸಾಧ್ಯವಾಗಬಹುದು ನಿಮಗೆ? ನಿಮ್ಮಲ್ಲಿ ತುಂಬ ಮಾತಾಡ ಬೇಕೆನಿಸ್ತದೆ ನನಗೆ" ಎನ್ನುತ್ತಾ ಬೈಕ್ ನಿಲ್ಲಿಸಿದತ್ತ ಸಕೀನಾಳೊಂದಿಗೆ ಹೊರಟ ಹೇಮಂತ್.

"ವರ್ಕಿಂಗ್ ಡೇಸ್‌ನಲ್ಲಿ ಕಷ್ಟ ಹೇಮಂತ್. ಆಫೀಸಿನಿಂದ ಹೊರಡುವಾಗಲೇ ಕತ್ತಲಾಗಿರುತ್ತದೆ. ನಾಡಿದ್ದು ಇಪ್ಪತ್ತೈದನೆ ತಾರೀಖು ಗುರುವಾರ ಬ್ಯಾಂಕಿಗೆ ರಜೆ ಇದೆಯಲ್ಲ? ಅಂದು ನಾನು ಊರಿಗೆ ಹೋಗುವುದಿಲ್ಲ. ಆಗ ಸಿಗೋಣ..." ಎಂದು ಸಕೀನಾ ಸೂಚಿಸಿದಳು. "ಓಕೆ ದಟ್ಸ್ ಗ್ರೇಟ್" ಎಂದ ಹೇಮಂತ ಬೈಕು ಸ್ಟಾರ್ಟ್ ಮಾಡಿದ.

ಏಳು ಗಂಟೆಗೆ ಐದು ನಿಮಿಷಗಳಿರುವಾಗಲೇ ಸಕೀನಾಳನ್ನು ಹಾಸ್ಟೆಲ್ಲಿಗೆ ತಲುಪಿಸಿದವನು ಆಕೆಯೊಂದಿಗೆ ಕಡಲತೀರದಲ್ಲಿ ಕಳೆದ ಕ್ಷಣಗಳನ್ನು ಮೆಲುಕು ಹಾಕುತ್ತಾ ತನ್ನ ಮನೆಯತ್ತ ಹೊರಟ.

*

ಹಲವು ವರುಷಗಳ ಹಿಂದೊಮ್ಮೆ ಕಾಲೇಜಿನ ಲೈಬ್ರೇರಿಯಲ್ಲಿ ಶಾನುಭಾಗರ ಕೊಠಡಿಯಲ್ಲಿ ಸಕೀನಾಳನ್ನು ಮುಖಾಮುಖಿ ಸಂಧಿಸಿ ಮರಳಿ ಹೊರಟಾಗ ಪಟ್ಟ ಸಂತಸವೇ ಇಂದು ಮತ್ತೆ ಮರುಕಳಿಸಿದಂತಾಗಿತ್ತು!... ಆದರೆ

'ಇಲ್ಲಿ ಒಂಟಿಯಾಗಿರುವುದೇಕೆ?' ಎಂಬ ಪ್ರಶ್ನೆಗೆ ಸಕೀನಾಳಲ್ಲಿ ಉಂಟಾದ ವಿಷಾದಭಾವ ಮಾತ್ರ ಆತನಿಗೆ ಒಗಟಾಗಿ ಕಾಡತೊಡಗಿತ್ತು. 'ನಾಡಿದ್ದು ಸಿಕ್ಕಾಗ ಆ ಕುರಿತು ಸ್ಪಷ್ಟವಾಗಿ ಆಕೆಯಲ್ಲಿ ಕೇಳಬೇಕು. ಅನಿವಾರ್ಯವೆನಿಸಿದರೆ ಹಿಂದೊಮ್ಮೆ ಪ್ರೀತಿಸಿ ಸೋತಿದ್ದರೂ ಈಗಲೂ ಪ್ರತಿಕ್ಷಣವೂ ತನ್ನ ಹೃದಯ ಅವಳಿಗಾಗಿ ಹಂಬಲಿಸುತ್ತಿದೆ–ಎನ್ನುವುದನ್ನು ನೇರವಾಗಿ ತಿಳಿಸಿ ಬಿಡಬೇಕು' ಅಂದುಕೊಳ್ಳುತ್ತಾ ಆತ ಮನೆ ತಲುಪಿದ.

ಮರುದಿವಸದಿಂದ ಹೇಮಂತ, ಪ್ರತಿ ದಿನವೂ ಎನ್ನುವಂತೆ ಇಪ್ಪತ್ತೈದನೇ ತಾರೀಖಿನಂದು ಭೇಟಿಯಾಗಲಿಕ್ಕಿರುವುದನ್ನು ಸಕೀನಾಳಿಗೆ ನೆನಪು ಮಾಡುತ್ತಲೇ ಇದ್ದ.

ಅಂತೂ ಕಾತರದಿಂದ ಕಾಯುತ್ತಿದ್ದ ಇಪ್ಪತ್ತೈದನೆ ತಾರೀಖೂ ಬಂದಿತು.

ಬಿಸಿಲು ಬಾಡುವುದನ್ನೂ ಕಾಯದ ಹೇಮಂತ್ ಅಂದು ಮಧ್ಯಾಹ್ನ ದಾಟುತ್ತಲೇ ಸಕೀನಾಳ ಹಾಸ್ಟೆಲ್ಲಿನತ್ತ ಹೊರಟು ಬಂದಿದ್ದ...! ಅವಳು ಬಂದು ಕೂಡಿಕೊಳ್ಳುತ್ತಲೇ ಸುಲ್ತಾನ್ ಬತ್ತೇರಿಯತ್ತ ಆತನ ಬೈಕು ಓಡಿತು.

ಸುಲ್ತಾನ್ ಬತ್ತೇರಿಯಿಂದ ಸಾಗರ ತೀರಕ್ಕೆ ಹೋಗ ಬೇಕಿದ್ದರೆ ಅವರು ಫಲ್ಗುಣಿ ನದಿ ದಾಟಿ ಹೋಗಬೇಕಿತ್ತು...! ಹಾಗಾಗಿ ಅಲ್ಲಿಯೇ ಒಂದು ಕಡೆ ಬೈಕು ನಿಲ್ಲಿಸಿ ನದಿ ತಟದತ್ತ ಅವರು ನಡೆದರು. ಅದೃಷ್ಟದಿಂದೆಂಬಂತೆ ಅವರಿಗೇ ಎಂಬಂತೆ ಕಾದಿದ್ದ ಒಬ್ಬ ಪುಟ್ಟ ದೋಣಿಯಾತ, ಹೇಮಂತ್ ಮತ್ತು ಸಕೀನಾರಳನ್ನು ಕಾಣುತ್ತಲೇ "ಬಲೆ, ಬಲೆ ಸರ್. ಪೊಸತ್ ಮದಿಮೆಯಾತಿನಕ್ಲೇಗ್ ಉಂದು ಬೆಸ್ಟ್ ಜಾಗೆ. ಇರೇಗ್ ಆ ತಡೀಗ್ ಬುಡುಪೆ. ಪಿರ ಏತ್ ಗಂಟೆಗ್ ಬರೋಡ್ ಪನ್ಲೆ. ರೆಡಿಯಾದ್ ಬರ್ಪೆ...!" ಎಂದು ತುಳುವಿನಲ್ಲಿ ಸ್ವಾಗತಿಸಿದ. ("ಬನ್ನಿ ಬನ್ನಿ ಸರ್, ಹೊಸದಾಗಿ ಮದುವೆಯಾದ ಜೋಡಿಗೆ ಇದು ಹೇಳಿಸಿದ ಸ್ಥಳ! ನಿಮ್ಮನ್ನು ನದಿಯ ಆ ತೀರಕ್ಕೆ ಬಿಡುತ್ತೇನೆ. ವಾಪಾಸ್ಸು ಕರೆತರಲು ಎಷ್ಟು ಗಂಟೆಗೆ ಬರಬೇಕು ಹೇಳಿ. ಆ ಹೊತ್ತಿಗೆ ಬಂದು ತಯಾರಿರುತ್ತೇನೆ...")

ಬಿಸಿಲಿಗೆ ಈಗಾಗಲೇ ಕೆಂಪಾಗಿದ್ದ ಸಕೀನಾಳ ಸುಕೋಮಲ ಮೊಗ, ಆತನ ಈ ಮಾತು ಕೇಳಿ ಮತ್ತಷ್ಟು ಕೆಂಪಾಯಿತು...! ಆಕೆ ತಟ್ಟನೆ ಮೊಗ ಕೆಳ ಮಾಡಿದಳು. (ಸರಳವಾಗಿದ್ದರೂ ಒಪ್ಪವಾಗಿ ಉಡುಪು ಧರಿಸಿದ್ದ ಆಕೆ ನಿಜಕ್ಕೂ ನವ ವಧುವಿನಂತೆ ಕಾಣಿಸುತ್ತಿದ್ದಳು!) ನಾವಿಕನಿಗೆ ಯಾಕೆ ಹಾಗನಿಸಿತೋ ತಿಳಿಯದಾದ ಹೇಮಂತ್ ಆತನ ಮಾತಿಗೇನೂ ಪ್ರತಿಕ್ರಿಯಿಸದ ಸಕೀನಾಳ ಕೆಂಪಡರಿದ ಮೊಗ ನೋಡುತ್ತಾ ದೋಣಿಯನ್ನೇರಲುಸೂಚಿಸಿದ.

ದೋಣಿ, ಫಲ್ಗುಣಿಯಲ್ಲಿ ನಿಧಾನಕ್ಕೆ ಸಾಗುತ್ತ ಕಡಲಂಚಿನ ಎದುರು ತೀರಕ್ಕೆ ಬಂದು ತಲುಪಿತು. ದೋಣಿಯಿಂದಿಳಿದು, ಆರು ಗಂಟೆಯ ಹೊತ್ತಿಗೆ

ಬರುವಂತೆ ನಾವಿಕನಿಗೆ ತಿಳಿಸಿ, ಹೇಮಂತ ಮತ್ತು ಸಕೀನಾ ಅನತಿ ದೂರಕ್ಕಿದ್ದ ಗಾಳಿ ಮರಗಳ ತೋಪಿನತ್ತ ಹೆಜ್ಜೆ ಹಾಕಿದರು.

ನಡೆಯುತ್ತಲೇ ಒಮ್ಮೆ ಹೇಮಂತನತ್ತ ತಿರುಗಿದ ಸಕೀನಾ "ನಿಜ ಹೇಳಬೇಕೆಂದರೆ ಇವತ್ತು ಮನೆಗೆ ಬರುವಂತೆ ನನಗೆ ಕರೆ ಬಂದಿತ್ತು ಹೇಮಂತ್. ಆದರೆ ನೀವು ಬೇಸರಿಸುತ್ತೀರೆಂದು 'ಇಲ್ಲ ನಾಡಿದ್ದು ಶನಿವಾರ ಖಂಡಿತಾ ಬರುತ್ತೇನೆ' ಎಂದು ಹೇಳಿ ತಪ್ಪಿಸಿಕೊಂಡೆ..." ಎಂದಳು.

"ಥ್ಯಾಂಕ್ಯೂ ಸಕೀನಾ. ನೀವಿಂದು ಭೇಟಿಯಾಗದಿದ್ದರೆ ನನಗೆ ಖಂಡಿತಾ ನಿರಾಶೆಯಾಗುತ್ತಿತ್ತು. ನಾವಿಲ್ಲಿ ಸ್ವಲ್ಪ ಹೊತ್ತು ಈ ಮರದ ನೆರಳಲ್ಲಿ ಕುಳಿತುಕೊಳ್ಳೋಣ. ಬಿಸಿಲು ಪೂರ್ತಿ ಬಾಡಿದ ನಂತರ ಕಡಲತ್ತ ಹೋಗೋಣ. ಆಗದೆ...?" ಎಂದು ದೈತ್ಯ ಗಾಳಿ ಮರವೊಂದರ ಬುಡದತ್ತ ಹೇಮಂತ ಕೈ ತೋರಿದ. ಸಕೀನಾ ಗೋಣಲ್ಲಾಡಿಸಿ ಒಪ್ಪಿಗೆ ಸೂಚಿಸಿದಳು...

ಅಲ್ಲಿ ಹೋಗಿ ಕುಳಿತುಕೊಳ್ಳುತ್ತಲೇ, ಹೇಮಂತ್ "ಸಕೀನಾ ಪ್ರತಿವಾರವೂ ನೀವು ಊರಿಗೆ ಹೋಗುತ್ತೀರಾ? ಶಕೀಲ್ ಸರ್, ನಿಮ್ಮಮ್ಮ ಎಲ್ಲಾ ಹೇಗಿದ್ದಾರೆ?" ಎಂದು ಕೇಳಿದ.

"ಮೊದಲಿಗೆಲ್ಲ ಪ್ರತಿವಾರ ರಜೆಯಲ್ಲಿ ಊರಿಗೆ ಹೋಗುತ್ತಿದ್ದೆ ಹೇಮಂತ್. ಇತ್ತೀಚೆಗೆಲ್ಲ ಎರಡು ದಿವಸದ ರಜೆ ಒಟ್ಟಿಗೇ ಬಂದಾಗ ಮಾತ್ರ ಹೋಗುತ್ತಿದ್ದೇನೆ. ಒಂದು ದಿನದ ಮಟ್ಟಿಗೆ ಹೋಗಿ ಬರುವುದೆಂದರೆ ತುಂಬಾ ಸುಸ್ತಾಗುತ್ತದೆ. ಅದಲ್ಲದೆ ಈಗೀಗ ಮನೆಗೆ ಹೋದಾಗೆಲ್ಲ ಅದೇನೋ, ಕಿರಿಕಿರಿಯಾಗಿ ಮನಸ್ಸಿನ ನೆಮ್ಮದಿ ಕೆಡುತ್ತದೆ..." ಎಂದು ಸುಮ್ಮನಾದಳು.

"ಅದ್ಯಾಕೆ ಕಿರಿಕಿರಿಯಾಗ್ತದೆ ಸಕೀನಾ? ಮನೆಯಲ್ಲಿ ಖುಷಿಯಾಗಿ ರಜೆ ಕಳೆದು ಬರಬಹುದಲ್ಲ?" ಎಂದು ಸಕೀನಾಳ ಮೋರೆ ದಿಟ್ಟಿಸಿದ ಹೇಮಂತ!

"ನೀವನ್ನುವುದೇನೋ ನಿಜ, ಹೇಮಂತ್, ಆದರೆ ಇತ್ತೀಚೆಗೆ ಮನೆಗೆ ತಲುಪಿದ ಕ್ಷಣದಿಂದಲೇ ನನ್ನ ಮದುವೆ ವಿಚಾರ ಎತ್ತಿ ಕಿರಿಕಿರಿ ಮಾಡ್ತಾರೆ. ನಾನು ಒಪ್ಪದೇ ಹೋದಾಗ ಮಾತಿಗೆ ಮಾತು ಬೆಳೆದು ಮನಸ್ತಾಪ ಉಂಟಾಗುತ್ತದೆ. ಆ ಬೇಸರದಲ್ಲೇ ಹೊರಟು ಬಂದರೆ ನಾಲ್ಕಾರು ದಿವಸ ಅದೇ ಕೊರಗು ಕಾಡುತ್ತಿರುತ್ತದೆ. ನಿಮ್ಮಲ್ಲಾದುದಕ್ಕೆ ಹೇಳುತ್ತಿದ್ದೇನೆ. ಆ ಕಾರಣಕ್ಕಾಗಿಯೇ ನಾನು ಮನೆಗೆ ಹೋಗುವುದನ್ನೀಗ ಅವಾಯ್ಡ್ ಮಾಡುತ್ತಿದ್ದೇನೆ. ಅದರೂ ನಾನು ಮದುವೆಗೆ ಒಪ್ಪಿಕೊಳ್ಳುವ ತನಕ ಅವರ ಒತ್ತಡವಂತೂ ತಪ್ಪುವುದಿಲ್ಲ" ಎಂದಳು. "ಓ ಗಾಡ್! ಈಸ್ ಇಟ್?" ಸಕೀನಾಳ ಕೊನೆಯ ವಾಕ್ಯ ಕೇಳಿಸಿಕೊಂಡ ಹೇಮಂತ್ ತಟ್ಟನೆ ಹೀಗೆ ಉದ್ಗರಿಸಿಬಿಟ್ಟ! ಆತ ಹೀಗೆ

ಒಮ್ಮೆಲೆ ಗಂಭೀರವಾದುದು ಮತ್ತು ಕಳವಳಗೊಂಡುದು ಕಂಡ ಸಕೀನಾಳಿಗೆ ಅಚ್ಚರಿಯಾಯಿತು! "ಯಾಕೆ? ಏನಾಯ್ತು ಹೇಮಂತ್?" ಎಂದು ಆಪ್ತವಾಗಿ ಕೇಳಿದಳು. ಆಕೆಯ ಸಹಾನುಭೂತಿ ತುಂಬಿಕೊಂಡ ಈ ಪ್ರಶ್ನೆಗಳನ್ನು ಕೇಳುತ್ತಲೇ ಹೇಮಂತನ ಎದೆ ಕರಗಿಹೋಗುವಂತಾಯಿತು! ಭಾವೋದ್ವೇಗಕ್ಕೊಳಗಾದ ಆತ ಫಕ್ಕನೆ, ಪಕ್ಕದಲ್ಲಿ ಕುಳಿತಿದ್ದ ಸಕೀನಾಳ ಕೈಗಳನ್ನು ಬಾಚಿ ತನ್ನ ಕೈಯಲ್ಲಿ ಹಿಡಿದುಕೊಂಡ...! ಆಕೆಯ ಕಣ್ಣಲ್ಲಿ ಕಣ್ಣಿಟ್ಟು ದಿಟ್ಟಿಸುತ್ತ "ಪ್ಲೀಸ್ ಸಕೀನಾ, ಇನ್ನು ನನ್ನಿಂದ ದೂರಾಗುವ ನಿರ್ಧಾರವೊಂದನ್ನು ಮಾತ್ರ ಮಾಡಬೇಡಿ. ನಿಮಗಿನ್ನೂ ಮದುವೆಯಾಗಿಲ್ಲ ಎಂದು ತಿಳಿದು ನನಗೊಮ್ಮೆ ನಿರಾಳವಾಗಿತ್ತು. ಆದರೆ ಇದನ್ನೆಲ್ಲ ಕೇಳಿದರೆ ನನಗೆ ಕಳವಳವುಂಟಾಗುತ್ತಿದೆ..." ಎಂದ. ಹೇಮಂತನ ಈ ಅನಿರೀಕ್ಷಿತ ಭಾವಾವೇಶ ಕಂಡು ಸಕೀನಾ ಅಪ್ರತಿಭಳಾದಳು! ಆದರೂ ತಕ್ಷಣವೇ ಚೇತರಿಸಿಕೊಂಡು, "ಕಾಮ್‌ಡೌನ್ ಹೇಮಂತ್. ಪ್ರಬುದ್ಧರಾದ ನೀವೇ ಹೀಗೆ ಅಪ್ಸೆಟ್ ಆಗುವುದಾ? ಸದ್ಯ ಅಂಥದ್ದೇನೂ ಆಗಿಲ್ಲವಲ್ಲ...? ಮದುವೆಯಾದರೂ ನೀವು ನನ್ನ ಮನಸ್ಸಿನಿಂದ ದೂರಾಗುತ್ತೀರಿ ಎಂದು ಯಾಕಂದುಕೊಳ್ಳುತ್ತೀರಿ?..." ಎಂದು ಆತನನ್ನು ಸಮಾಧಾನ ಪಡಿಸಲು ಮುಂದಾದಳು.

ಹೇಮಂತನಿನ್ನೂ ಅವಳ ಮೊಗವನ್ನು ಮೌನವಾಗಿ ನೋಡುತ್ತಲೇ ಇದ್ದ. ಆತನ ಅಂತರ್ಯದಲ್ಲಾಗುತ್ತಿರುವ ತಲ್ಲಣವನ್ನು ಆ ನೋಟ ಸೂಸುತ್ತಿತ್ತು. "ಸಾರಿ ಹೇಮಂತ್, ಹಿಂದಿನ ಒಂದು ಸಣ್ಣ ಸ್ನೇಹದ ಎಳೆ ಹಿಡಿದು ಈಗ ಮತ್ತೆ ನಾವು ಆತ್ಮೀಯರಾಗಿದ್ದೇವೆ. ಅದೂ ಇತ್ತೀಚೆಗಷ್ಟೆ. ಈಗಲೇ ಇಂಥಹದೊಂದು ಪರಿಸ್ಥಿತಿ ಉಂಟಾಗಬಹುದೆಂದು ನಾನು ಊಹಿಸಿಯೂ ಇರಲಿಲ್ಲ. ನಿಜ ಹೇಳಬೇಕೆಂದರೆ ಈ ತನಕ ನಾನು ಯಾರೊಂದಿಗೂ ಹೀಗೆ ಹೊರಗೆ ತಿರುಗಾಡಲು ಬಂದಿದ್ದೇ ಇಲ್ಲ... ಯಾಕೆ ನಿಮ್ಮೊಂದಿಗೆ ಬರಲು ಮನಸ್ಸು ಪ್ರೇರೇಪಿಸಿತೋ ನನಗೆ ಗೊತ್ತಾಗುತ್ತಿಲ್ಲ. ನನ್ನ ಹೃದಯವೂ ನಿಮ್ಮ ಬಾಂಧವ್ಯದಿಂದ ದೂರಾಗಲು ಬಯಸುತ್ತಿಲ್ಲ ಹೇಮಂತ್. ಅಲ್ಲಿ ಯಾವತ್ತಿಗೂ ನಿಮಗೊಂದು ಜಾಗವಿದೆ. ನಿಮ್ಮ ಪ್ರೀತಿ, ಸ್ನೇಹ; ಒಟ್ಟಿಗೆ ಕಳೆದ ಕ್ಷಣಗಳನ್ನು ಈ ಜನ್ಮದಲ್ಲಂತೂ ನಾನು ಖಂಡಿತಾ ಮರೆಯಲಾರೆ..." ಎಂದು ತನಗನಿಸಿದುದನ್ನು ಪ್ರಾಂಜಲವಾಗಿ ಆತನಲ್ಲಿ ಹೇಳಿಕೊಂಡಳು.

ಆಗ, ಆಕೆಯ ಕೈಗಳನ್ನು ಮತ್ತಷ್ಟು ಗಟ್ಟಿಯಾಗಿ ಹಿಡಿದುಕೊಂಡ ಹೇಮಂತ, "ಹಾಗಿದ್ದರೆ ನಾವು ಮದುವೆಯಾಗೋಣ ಸಕೀನಾ. ನಿಮ್ಮನ್ನು ಬಿಟ್ಟು ಬದುಕುವುದಿನ್ನು ನನಗೆ ಕಷ್ಟ. ಐ ಲವ್ ಯೂ ಸಕೀನಾ. ಬಿಲೀವ್ ಮಿ. ನಿಮ್ಮ ಮನೆಯವರನ್ನು ಹೇಗಾದರೂ ಒಪ್ಪಿಸಿ; ಪ್ಲೀಸ್... ಪ್ರೀತಿಯ ಮುಂದೆ ಎಂಥೆಂಥ ಮಹಾನುಭಾವರೂ ಮಂಡಿಯೂರುತ್ತಾರೆ ಸಕೀನಾ. ಪ್ರಬುದ್ಧತೆಯ ಸೋಗು ಹಾಕಿದರೆ ಆತ್ಮವಂಚನೆ ಮಾಡಿದಂತಾಗುತ್ತದೆ. ಬದುಕಿಡೀ ಒಂಟಿತನ

ಅನುಭವಿಸಿದ ನನಗೆ 'ನೆನಪಾಗಷ್ಟೇ ಅನಾಥವಾಗಿ ಉಳಿದುಹೋಯಿತು' ಎಂದುಕೊಂಡಿದ್ದ ಪ್ರೀತಿ ಈಗ ಮತ್ತೆ ಸಿಕ್ಕಿದಂತಾಗಿದೆ. ಖಂಡಿತಾ ನಿಮ್ಮಲ್ಲಿಂದು ಈ ಪ್ರಸ್ತಾಪ ಮಾಡಬೇಕೆಂದುಕೊಂಡೇನೂ ನಾನು ಬಂದಿರಲಿಲ್ಲ. ಆದರೆ ಸಂದರ್ಭ ಹಾಗೆ ಒದಗಿ ಬಂದಿತು..." ಎಂದು ಒಂದೇ ಉಸಿರಿಗೆ ಹೇಳಿಬಿಟ್ಟ!

ಹೇಮಂತನ ಈ ಮಾತುಗಳನ್ನು ಕೇಳಿಸಿಕೊಂಡ ಸಕೀನಾಳ ಮೊಗವೊಮ್ಮೆ ಅರಳಿ ಮರುಕ್ಷಣಕ್ಕೇ ಪೆಟ್ಟು ತಿಂದ ಮಗುವಿನ ಮೊಗದಂತೆ ಬಾಡಿ ಹೋಯಿತು...! ಕಂಗಳಲ್ಲಿ ನೀರಾಡಲಾರಂಭಿಸಿತು. ಅದು ತುಳುಕದಂತೆ ತಡೆಯಲು ಮತ್ತು ಈ ಸಂದಿಗ್ಧ ಪರಿಸ್ಥಿತಿ ನಿಭಾಯಿಸಲು ಆಕೆಯ ಅಂತರಂಗ ಚಡಪಡಿಸಲಾರಂಭಿಸಿತ್ತು. ತುಸು ಹೊತ್ತು ಅಲ್ಲಿ ಮೌನ ಮಾತ್ರ ನೆಲೆಸಿತು! ಅನತಿ ದೂರದಲ್ಲಿದ್ದರೂ ಕಡಲಿನಲೆಗಳ ಭೋರ್ಗರೆತವೀಗ ಜೋರಾಗಿ ಕೇಳಿಸಲಾರಂಭಿಸಿತು.

ಕೊನೆಗೊಮ್ಮೆ ನನ್ನ ಭಾವನೆಗಳ ಒತ್ತಡವನ್ನು ತಹಬಂದಿಗೆ ತಂದುಕೊಂಡ ಸಕೀನಾ "ಹೇಮಂತ್ ನಿಮ್ಮ ಮನಸ್ಸಿಗೆ ಘಾಸಿ ಮಾಡಲು ನನ್ನ ಮನಸೊಪ್ಪುತ್ತಿಲ್ಲ. ಆದರೆ ವಾಸ್ತವ ವಿಚಾರಗಳನ್ನು ನಾನು ನಿಮಗೆ ಹೇಳಲೇಬೇಕಾಗಿದೆ. ಸಾರಿ ಹೇಮಂತ್, ನಿಮ್ಮ ಈ ಇಚ್ಛೆಯನ್ನು ಒಪ್ಪಿಕೊಳ್ಳುವ ಸ್ಥಿತಿಯಲ್ಲಿ ನಾನಿಲ್ಲ... 'ಪ್ರಿಯವಾದ ಜೀವವನ್ನು ನೋಯಿಸಿದ ಪಾಪ...' ಎನ್ನುವುದೊಂದು ವಾಕ್ಯ ನಿಮ್ಮದೊಂದು ಕಥೆಯಲ್ಲಿ ಬಂದುದು ನನಗೆ ನೆನಪಿದೆ. ನಾನೀಗ ಆ ಪಾಪ ಮಾಡುತ್ತಿದ್ದೇನೆ. ನನ್ನನ್ನು ಕ್ಷಮಿಸಿಬಿಡಿ ಹೇಮಂತ್. ನಡೆಯಿರಿ ನಾವು ಕಡಲಿನ ಸನಿಹ ಹೋಗಿ ಬರೋಣ" ಎಂದವಳೇ ಆತನಿಂದ ಕೈ ಬಿಡಿಸಿಕೊಂಡು ಎದ್ದು ನಿಂತಳು.

ತುಸು ಉದ್ವಿಗ್ನತೆಯಿಂದಲೇ ಎಂಬಂತೆ ತಾನೂ ಎದ್ದು ನಿಂತ ಹೇಮಂತ್. ಅವಳನ್ನು ಒತ್ತಾಯದಿಂದ ಮತ್ತೆ ಅಲ್ಲಿಯೇ ಕುಳಿತುಕೊಳ್ಳುವಂತೆ ಮಾಡಿದವನು, "ಸಕೀನಾ ಬಟ್ ವೈ? ಯಾಕೆ ಸಾಧ್ಯವಿಲ್ಲ...? ನಾನು ಅನ್ಯಧರ್ಮದವನೆಂದೆ? ನನಗೆ ಗೊತ್ತಿರುವುದೊಂದೇ ಧರ್ಮ ಸಕೀನಾ, ಮಾನವ ಧರ್ಮ. ನೀವು ನೀವಾಗಿಯೇ ಇರಿ. ನಿಮ್ಮ ಸ್ವಾತಂತ್ರ್ಯಕ್ಕೆ ನಾನೆಂದೂ ಅಡ್ಡ ಬರಲಾರೆ. ನನ್ನ ಪ್ರೀತಿಯಲ್ಲಿ ನಿಮಗೆ ನಂಬಿಕೆ ಇಲ್ಲವೆ ಸಕೀನಾ...? ನಿಮ್ಮ ಪ್ರೀತಿಗೆ ನಾನು ಅಪಾತ್ರನೆ...?" ಎಂದು ವಿಹ್ವಲನಾಗಿ ಕೇಳಿದ.

"ಪ್ಲೀಸ್, ಹಾಗೆಲ್ಲಾ ಹೇಳಬೇಡಿ ಹೇಮಂತ್. ನನಗೆ ಮತ್ತಷ್ಟು ನೋವು ಮತ್ತು ಸಂಕಟವಾಗುತ್ತದೆ. ತುಸು ಶಾಂತವಾಗಿ, ಸಮಾಧಾನದಿಂದ ಯೋಚಿಸಿ ನೋಡಿ. ಇದು ನಂಬಿಕೆ ಮತ್ತು ಪ್ರೀತಿಯ ಪ್ರಶ್ನೆಯಷ್ಟೇ ಅಲ್ಲ ನಮ್ಮಿಬ್ಬರ ಮುಂದಿನ ಇಡೀ ಜೀವನದ ಪ್ರಶ್ನೆ. ನಿಮ್ಮದೇನೋ ಸ್ವಾತಂತ್ರ್ಯದ ಬದುಕು

ಹೇಮಂತ್. ನನ್ನದು ಹಾಗಲ್ಲವಲ್ಲ. ತಾಯ್ತಂದೆಯ ರಕ್ತ ಸಂಬಂಧ ಮತ್ತು ಅವಲಂಬನದಿಂದ ನಾನು ಪೂರ್ತಿಯಾಗಿ ಮುಕ್ತಳಾಗಿ ನಿರ್ಧಾರ ಮಾಡಲು ಸಾಧ್ಯವೇ...? ಅವರನ್ನು ಈ ಮದುವೆಗೆ ಒಪ್ಪಿಸುವುದು ಖಂಡಿತಾ ದುಸ್ತರ ಹೇಮಂತ್. ಪ್ರಪಂಚ ಎಷ್ಟೇ ಬದಲಾಗಿ ಮುಂದುವರಿಯುತ್ತಿದ್ದರೂ ಅವರು ಮನಸ್ಸನ್ನು ಬದಲಾಯಿಸುವುದು ಕಷ್ಟ! ಯಾವ ವಾದವೂ ಅವರ ನಂಬಿಕೆಗಳೆದುರು ನಿಲ್ಲಲಾರವು. ಅದೂ ಅಲ್ಲದೆ ಮತ್ತೊಂದು ಮುಖ್ಯ ವಿಚಾರವನ್ನು ನಾನೀಗ ನಿಮ್ಮಲ್ಲಿ ಹೇಳಿ ಬಿಡುತ್ತೇನೆ ಹೇಮಂತ್. ನಾನದನ್ನು ನಿಮ್ಮಿಂದ ಮುಚ್ಚಿಟ್ಟರೆ ನಿಮ್ಮ ನಿಷ್ಕಲ್ಮಶ ಪ್ರೀತಿಗೆ ಎರಡೆಣಿಸಿದ ಪಾಪ ತಟ್ಟೀತು ನನಗೆ. ಹಿಂದಿನ ಆ ಕಹಿ ನೆನಪನ್ನು ಪುನಃ ನೆನಪು ಮಾಡಿಕೊಳ್ಳಲು ಸಹಾ ನಾನು ಬಯಸುವುದಿಲ್ಲವಾದರೂ ಅನಿವಾರ್ಯವಾಗಿ ನಿಮ್ಮಲ್ಲೀಗ ಹೇಳುತ್ತಿದ್ದೇನೆ. ನಾವು ತುಮಕೂರಿನಲ್ಲಿರುವಾಗ, ನಾನು ಎಸ್.ಎಸ್.ಎಲ್.ಸಿ. ಪಾಸಾಗುತ್ತಲೇ ನನಗೆ ಮದುವೆಯಾಗಿತ್ತು ಹೇಮಂತ್..." ಎಂದು ಸುಮ್ಮನಾದಳು. ಇದನ್ನು ಕೇಳಿಸಿಕೊಂಡ ಹೇಮಂತ್, "ಸಕೀನಾ. ಮದುವೆಯಾಗಿತ್ತು ಎನ್ನುತ್ತೀರಿ. ಮತ್ತೆ ಅದೇಕೆ ಹೀಗೆ ಒಂಟಿಯಾಗಿಯೇ ಇದ್ದೀರಿ? ಐ ಕಾಂಟ್ ಜಸ್ಟ್ ಡೈಜೆಸ್ಟ್ ಇಟ್" ಎಂದ, ಅಕೆಯ ಮಾತನ್ನು ನಂಬಲಾರದವನಂತೆ.

"ಇದು ನಿಜ ಹೇಮಂತ್, ಮದುವೆಯ ಆ ಕರ್ಮಕಾಂಡದಿಂದಾಗಿಯೇ ನಾವು ತುಮಕೂರು ತೊರೆದು ಗಂಗಾಪುರಕ್ಕೆ ಬಂದು ನೆಲೆಸಿದ್ದು. ಅದೃಷ್ಟದಿಂದ ನನ್ನ ತಂದೆಯವರಿಗಿಲ್ಲಿನ ಕಾಲೇಜಲ್ಲಿ ಕೆಲಸವೂ ಸಿಕ್ಕಿತು. ಒಂಚೂರು ಪ್ರಪಂಚ ಜ್ಞಾನವಿಲ್ಲದ ನಾನು ಹೆತ್ತವರ ಆತುರಕ್ಕಾಗಿ ಆಗ ಮದುವೆಗೆ ಕೊರಳೊಡ್ಡಿದೆ. ಒಂದು ಭದ್ರ ಇಮೋಶನಲ್ ಬಾಂಡೇಜ್‌ಗಾಗಿ ಹಂಬಲಿಸಿದೆ. ಆದರೆ ಸಿಕ್ಕಿದುದು ಮಾತ್ರ ಕ್ರೌರ್ಯದಿಂದ ದೇಹ ಕಾಮನೆ ತೀರಿಸಬೇಕಾದ ಶಿಕ್ಷೆ. ಹಿಂದಿನ ಆ ಕಹಿ ನೆನಪು ಈಗಲೂ ಮನಸ್ಸನ್ನು ಕಾಡುತ್ತದೆ ಹೇಮಂತ್. ಅದನ್ನೆಲ್ಲಾ ಇನ್ನೊಮ್ಮೆ ಸಾವಕಾಶವಾಗಿ ನಿಮಗೆ ತಿಳಿಸುತ್ತೇನೆ. ಗಂಗಾಪುರಕ್ಕೆ ಬಂದ ಮೇಲೂ ಒಂದು ವರುಷ ನಾನು ಮನೆಯಲ್ಲೇ ಇದ್ದೆ. ಅನಂತರ ಅಪ್ಪ, ಅಮ್ಮನಲ್ಲಿ ಕಾಡಿ, ಬೇಡಿ ಪಿ.ಯು.ಸಿ.ಗೆ ಸೇರಿದೆ. ಕಾಲೇಜಿಗೆ ಅಡ್ಮಿಶನ್‌ಗೆಂದು ಬಂದ ದಿನವೇ ನೀವು ನನ್ನ ಕಣ್ಣಿಗೆ ಬಿದ್ದಿರಿ. ಮತ್ತೆ ನೀವು ಕಾಲೇಜು ಬಿಡುವ ತನಕ ನಡೆದುದೆಲ್ಲವೂ ನಿಮಗೇ ಗೊತ್ತಿದೆ. ಕಾಲೇಜಿಗೆ ಸೇರಿದಂದಿನಿಂದ ಆ ಮೂರ್ನಾಲ್ಕು ತಿಂಗಳು ನಿಮ್ಮದೊಂದು ಪ್ರೀತಿಯ ಕಣ್ಣೋಟದಿಂದಲೇ ನಾನು ಸಂತಸಪಟ್ಟು ಸುಮ್ಮನಾಗುತ್ತಿದ್ದೆ. ಕೊನೆಗೆ ಆ ಸಂತಸವೂ ದೂರಾಗಿ ಸಮಾಧಿಯಾಗಿ ಉಳಿದು ಅನಾಥವಾಗಿ ಹೋಯಿತು. ನಂತರ ಡಿಗ್ರಿ ಮುಗಿಯುತ್ತಲೇ ಮನೆಯಲ್ಲಿ ಮತ್ತೊಮ್ಮೆ ಹಠ ಮಾಡಿಯೇ ಎನ್ನುವಂತೆ ಕೆಲಸಕ್ಕೆ ಸೇರಿದೆ. ತದನಂತರ ಜೀವನ ಪ್ರೀತಿ ವಂಚಿತವಾಗಿಯೇ ಎನ್ನುವಂತೆ ಈ ತನಕ ಸಾಗಿ ಬಂದಿತು.

ಅದ್ಯಾವ ಋಣಾನುಬಂಧವೋ ಏನೋ? ತಿಳಿಯುತ್ತಿಲ್ಲ ಹೇಮಂತ್. ಪವಾಡದಂತೆ ಮತ್ತೆ ನೀವು ಸಿಕ್ಕಿದಿರಿ. ಅದೀಗ ಕೆಲವು ದಿನಗಳಲ್ಲೇ ಈ ಮಟ್ಟಿಗೆ ಬಂದು ತಲುಪಿತು. ನೇರವಾಗಿ ಹೇಳುವುದಾದರೆ ಜೀವನದಲ್ಲಿ ನನ್ನ ಮೊದಲ ಪ್ರೀತಿಪಾತ್ರರಾದವರು ನೀವು ಹೇಮಂತ್. ಆದರೂ ನೀವಂದಂತೆ ಒಂದು ದೃಷ್ಟಿಯಲ್ಲಿ ನಾನು 'ಅಭಿಶಪ್ತಳೆಂದೇ' ಹೇಳಬಹುದು. ಹೀಗಿರುತ್ತಾ ನನ್ನಿಂದಾಗಿ ನಿಮ್ಮ ಬದುಕಿನ ದಿಕ್ಕು ತಪ್ಪಬಾರದಲ್ಲವೆ...? ಹಿಂದೊಮ್ಮೆ ನನ್ನಿಂದಾಗಿ ನೀವು ತುಂಬ ನೋವು, ಅವಮಾನ ಅನುಭವಿಸಿದ್ದೀರಿ. ಈಗ ಇನ್ನೊಮ್ಮೆ ಹಾಗಾದಲ್ಲಿ ನನ್ನನ್ನು ನಾನೇ ಕ್ಷಮಿಸಿಕೊಳ್ಳಲಾರೆ. ನಮ್ಮ ಈ ಸ್ನೇಹ ಸಂಬಂಧ ಹೀಗೇ ಉಳಿಯಲಿ. ನನ್ನನ್ನು ಕ್ಷಮಿಸಿ ಹೇಮಂತ್. ಈ ಆಶೆ ಕೈ ಬಿಡಿ..." ಒಂದೇ ಉಸಿರಿಗೆ ಇದನ್ನೆಲ್ಲ ಹೇಳಿದ ಸಕೀನಾ ಮತ್ತೆ ಒಮ್ಮೆಲೆ ಮುಖಮುಚ್ಚಿ ಸಣ್ಣಗೆ ಬಿಕ್ಕಲಾರಂಭಿಸಿದಳು...

ಸಕೀನಾ ಬಿಡಿಸಿಟ್ಟ ಅವಳ ಮುರಿದುಹೋದ ಮದುವೆಯ ಸಂಗತಿಯಿಂದ ಹೇಮಂತ್ ಒಂದಿನಿತು ವಿಚಲಿತನಾಗದಿದ್ದರೂ ಅವಳು ಬಿಕ್ಕಿದುದನ್ನು ಕಂಡು ಕಳವಳಕ್ಕೀಡಾಗಿ ಬಿಟ್ಟ! ತಟ್ಟನೆ ಆಕೆಯ ಶಿರಕ್ಕೆ ಮೃದುವಾಗಿ ಕೈಯಿರಿಸಿದ ಆತ, "ಅಳಬೇಡಿ ಸಕೀನಾ ಪ್ಲೀಸ್. ನನಗೂ ದುಃಖವಾಗುತ್ತದೆ. ನಿಮಗೆ ಖುಷಿಯಾಗಲೆಂದು ಇಲ್ಲಿಗೆ ಕರೆತಂದು ನೋಯಿಸುವಂತಾಯಿತಲ್ಲ? ಇಂದೇ ನಾನು ಹೀಗೆಲ್ಲಾ ಭಾವೋದ್ವೇಗದಿಂದ ಮಾತಾಡಿ ನಿಮ್ಮ ಮನಸ್ಸನ್ನು ನೋಯಿಸಬಾರದಿತ್ತು. ನನಗೇ ಈಗ ಪಶ್ಚಾತ್ತಾಪವಾಗುತ್ತಿದೆ, ಐ ಆ್ಯಮ್ ಸೊ ಸ್ಸಾರಿ ಸಕೀನಾ" ಎಂದ ಹೇಮಂತ್. ಸಾವರಿಸಿಕೊಂಡು ಕಣ್ಣುಜ್ಜಿಕೊಳ್ಳುತ್ತಾ ತಲೆ ಎತ್ತಿದ ಸಕೀನಾ, "ಛೆ ಛೆ ಹಾಗನ್ನಬೇಡಿ ಹೇಮಂತ್. ನಿಮ್ಮ ಪ್ರೀತಿ; ನನ್ನ ಅಸಹಾಯಕತೆಯನ್ನೆಲ್ಲಾ ನೆನೆದು ನನಗೆ ದುಃಖವಾಯಿತು ಅಷ್ಟೇ. ನಿಮ್ಮನ್ನು ಭೇಟಿಯಾದ ಗಳಿಗೆಯಿಂದಲೇ ನನ್ನಲ್ಲೇ ಅದೇನೋ ಬದಲಾವಣೆ ಆದಂತೆ ನನಗನಿಸುತ್ತಿತ್ತು. ಯಾಕೋ ಗೊತ್ತಿಲ್ಲ, ಯಾವತ್ತೂ ಅನುಭವಕ್ಕೆ ಬಾರದ ಒಂದು ನೆಮ್ಮದಿಯ ಭಾವ ನನ್ನಲ್ಲೀಗ ಮೂಡಿದೆ. ಅದಕ್ಕಾಗಿ ನಿಮಗೆ ನಾನು ಥ್ಯಾಂಕ್ಸ್ ಹೇಳಬೇಕು. ಅದೆಲ್ಲ ಏನೇ ಇದ್ದರೂ ಎಲ್ಲವೂ ನಾವು ಬಯಸಿದಂತೆ ಆಗಲಾರದಲ್ಲವೆ ಹೇಮಂತ್...?" ಎಂದಳು.

"ಅದಿರಲಿ ಸಕೀನಾ, ಮನೆಯವರು 'ಮದುವೆಗೆ ಒತ್ತಡ ಹಾಕುತ್ತಿದ್ದಾರೆ' ಎಂದಿರಲ್ಲ? ಅದನ್ನು ಎಷ್ಟು ಕಾಲ ಹೀಗೆ ತಪ್ಪಿಸುತ್ತ ಹೋಗುತ್ತೀರಿ ನೀವು? ಹೇಳಿ ನನಗೆ..." ಎಂದು ಕೇಳಿದ ಹೇಮಂತ್. "ಗೊತ್ತಿಲ್ಲ ಹೇಮಂತ್... ಮನಸ್ಸೊಪ್ಪಬೇಕಲ್ಲ..." ಎಂದಳು ಸಕೀನಾ ವಿಷಾದದಿಂದ. ತುಸುವೇಳೆ ಸುಮ್ಮನಿದ್ದ ಹೇಮಂತನೀಗ ಎದ್ದು ನಿಲ್ಲುತ್ತ, "ಬನ್ನಿ ಸಕೀನಾ. ಬಿಸಿಲೀಗ ಸೌಮ್ಯವಾಗಿದೆ. ಸಮುದ್ರದತ್ತ ಹೋಗಿ ಬರೋಣ. ಆರುಗಂಟೆಗೆಲ್ಲಾ ನಮ್ಮನ್ನು

ಆಚೆಗೆ ಕರೆದೊಯ್ಯಲು ದೋಣಿಯಾತ ಬರುತ್ತಾನೆ. ನಾವು ದೋಣಿ ಏರಬೇಕು. ಹಾಗಾಗಿ ಈಗಲೇ ನಿಮ್ಮಲ್ಲೊಂದು ಮಾತು ಹೇಳಿ ಬಿಡುತ್ತೇನೆ ಕೇಳಿ; ನನ್ನ ನಿರ್ಧಾರದಲ್ಲೇನೂ ಬದಲಾವಣೆ ಇಲ್ಲ. ಹಿಂದೆ ಆಗಿ ಹೋದುದನ್ನು ನಾವು ಬದಲಾಯಿಸಲಾರೆವು. ಆದರೆ ಮುಂದಿನ ಬದುಕಿನ ನಿರ್ಧಾರ ನಮ್ಮ ಪಾಲಿನದ್ದು. ಅದನ್ನೇ ಹೇಳುತ್ತಿದ್ದೇನೆ. ನನ್ನ ಮುಂದಿನ ಜೀವನದಲ್ಲಿ ನೀವಲ್ಲದೆ ಬೇರಾರೂ ಭಾಗಿಗಳಾಗುವುದು ನಾನು ಊಹಿಸಿಕೊಳ್ಳಲೂ ಇಷ್ಟಪಡಲಾರೆ. ಅದೇಕೋ ಗೊತ್ತಿಲ್ಲ ಸಕೀನಾ. ನಿಮ್ಮ ಪ್ರೀತಿಯಿಂದ ವಂಚಿತನಾದೆ ಎಂದು ನಿರಾಶನದವನು ಕಳೆದ ಏಳೆಂಟು ವರುಷಗಳಲ್ಲಿ ಮದುವೆಯ ಕುರಿತು ತೀವ್ರವಾಗಿ ಚಿಂತಿಸಿದ್ದೇ ಇಲ್ಲ ನಾನು! ಒಂಟಿಯಾಗಿಯೇ ಉಳಿಯುವುದು ನನ್ನ ಹಣೆಬರಹ ಅಂದುಕೊಂಡಿದ್ದೆ! ಅದು ಹಾಗೆಯೇ ಉಳಿಯುವುದು ನಿಮಗೆ ಸಮ್ಮತವಾದರೆ ಹೇಳಿಬಿಡಿ! ನಾನು ಪಡೆದು ಬಂದದ್ದೇ ಇಷ್ಟು ಎಂದು ತಿಳಿದುಕೊಳ್ಳುತ್ತೇನೆ. ಹಾಗಾಗಬಾರದು; ನನಗೆ ಪ್ರೀತಿಯ ಹೊಸ ಜೀವನವೊಂದು ಇನ್ನು ಮುಂದಾದರೂ ಸಿಗಬೇಕು ಎಂದು ನೀವು ಬಯಸುತ್ತಿರಾದರೆ ನನ್ನ ಕೋರಿಕೆಯನ್ನು ಒಪ್ಪಿಕೊಳ್ಳಿ; ನೀವು ನನ್ನೊಂದಿಗೆ ಗಟ್ಟಿಯಾಗಿ ನಿಂತರೆ ಸಾಕು. ಯಾವ ಅಡೆತಡೆ ಸಂಕಷ್ಟ ಬಂದರೂ ಒಟ್ಟಾಗಿಯೇ ಎದುರಿಸಿ ಹೊಸ ಬದುಕು ಕಟ್ಟೋಣ. ಪರಸ್ಪರ ಹೃದಯಪೂರ್ವಕ ಪ್ರೀತಿಸಿದವರನ್ನೇ ಬಾಳಿನ ಸಂಗಾತಿಗಳಾಗಿ ಪಡೆಯುವ ಭಾಗ್ಯ ಎಲ್ಲರಿಗೂ ಸಿಗಲಾರದು ಸಕೀನಾ. ಅದನ್ನು ಯಾವುದೇ ಕಾರಣಕ್ಕೂ ಕಳೆದುಕೊಳ್ಳುವುದು ಬೇಡ. ನಾವಿಬ್ಬರೂ ಪ್ರಾಯ ಪ್ರಬುದ್ಧರು ಮತ್ತು ಸ್ವತಂತ್ರರು. ನಮ್ಮ ವೈಯಕ್ತಿಕ ಜೀವನದ ಬಗ್ಗೆ ಯಾವ ನಿರ್ಧಾರವಿದ್ದರೂ ಅದು ನಮಗೆ ಸಂಬಂಧಿಸಿದ್ದು. ದಯಮಾಡಿ ನನ್ನನ್ನು ಮತ್ತೆ ತಬ್ಬಲಿಯನ್ನಾಗಿ ಮಾಡಬೇಡಿ..." ಎಂದ ಹೇಮಂತ. ಭರವಸೆ ಮತ್ತು ಪ್ರೀತಿ ಉಕ್ಕುತ್ತಿದ್ದ ಆತನ ಆಗ್ರಹಕ್ಕೆ ಏನುತ್ತರಿಸಲೂ ಸಕೀನಾಳಿಗೆ ತೋಚದಂತಾಗಿತ್ತು. ಅಂತರಂಗದಲ್ಲಿ ಕೋಲಾಹಲವೆದ್ದು ಮನಸ್ಸು ಡೋಲಾಯಮನವಾಯಿತು. ಅವಳ ಉತ್ತರಕ್ಕಾಗಿ ಹೇಮಂತ್ ಕಾತರದಿಂದ ಅನಿಮಿಷ ನೇತ್ರನಾಗಿ ಅವಳ ಮೊಗ ದಿಟ್ಟಿಸುತ್ತಲೇ ಇದ್ದ! ಚಿಂತಿತಳಾದ ಆಕೆಗೆ ಪ್ರೀತಿಯ ಈ ಅನನ್ಯ ಸಂಬಂಧ ಕೈ ತಪ್ಪಿ ಹೋದರೆ ಬದುಕಿಡೀ ತಾನು ಕೊರಗುವಂತಾಗುವುದೇನೋ ಎನ್ನುವ ಭಾವನೆ ಮನಸ್ಸನ್ನು ಕೊರೆಯುತ್ತಿತ್ತು. ಈ ತೊಳಲಾಟ ತಪ್ಪಿಸಿಕೊಳ್ಳಲು ಸದ್ಯಕ್ಕೆ ಈ ವಿಚಾರ ಮುಂದೂಡಿದರೂ ತಾವಿಬ್ಬರು ಮಾನಸಿಕವಾಗಿ ಬೇಯುತ್ತ ಕಳೆಯ ಬೇಕಾಗುತ್ತದೆನ್ನುವುದೂ ಆಕೆಗೆ ಗೊತ್ತಿತ್ತು. ಕೊನೆಗೂ ಅವಳು ಬುದ್ಧಿ ಮನಸ್ಸಿನ ಹೊಯ್ದಾಟವನ್ನು ಬದಿಗಿಟ್ಟು ಹೃದಯದ ತುಡಿತಕ್ಕೇ ಶರಣಾದಳು...!

"ಇಲ್ಲ ಹೇಮಂತ್, ಇನ್ನು ನೀವು ತಬ್ಬಲಿ ಆಗಲಾರಿರಿ. ಹಾಗೆಂದುಕೊಳ್ಳಲೇಬಾರದು ನೀವು..." ಎಂದಳು.

ಹಾಗೆ ಹೇಳುವಾಗ ಆಕೆಯ ಕಂಗಳಲ್ಲಿ ತುಳುಕಿದ ಭರವಸೆಯ ಬೆಳಕನ್ನು ಕಂಡ ಹೇಮಂತ, ಸಮಾಧಾನದ ನಿಟ್ಟುಸಿರೊಂದನ್ನು ಹೊರಚೆಲ್ಲಿದ. ತಟ್ಟನೆ ಆಕೆಯ ಕರಗಳನ್ನು ಕಣ್ಣಿಗೊತ್ತಿಕೊಂಡವನು "ಥ್ಯಾಂಕ್ ಯೂ ಸೋ ಮಚ್ ಸಕೀನಾ. ಐ ಲವ್ ಯೂ. ಯು ಆರ್ ಮೈ ಲೈಫ್..." ಎಂದು ತನ್ನ ಖುಷಿಯನ್ನು ವ್ಯಕ್ತಪಡಿಸಿದ. ಸಕೀನಾ ತನ್ನ ಕಣ್ಣಂಚನ್ನು ಒರೆಸಿಕೊಂಡಳು.

ಮತ್ತೆ ಆ ಬಗ್ಗೆ ಹೆಚ್ಚಿಗೇನೂ ಚರ್ಚಿಸದೆ ಉಸುಕಿನಲ್ಲಿ ಹೆಜ್ಜೆ ಇಡುತ್ತಾ ಅವರು ಕಡಲಿನತ್ತ ನಡೆದರು.

ಅಲ್ಲಿ ಮರಳ ದಂಡೆಯಲ್ಲಿ ಕುಳಿತಿರುತ್ತಾ ಮತ್ತು ಅಲ್ಲಿಂದೆದ್ದು ದೋಣಿಯಾತ ಬಂದು ಕಾಯುತ್ತಿರುವ ಫಲ್ಗುಣಿಯ ತೀರಕ್ಕೆ ಮರಳಿ ಬರುವತನಕ ಮುಂದೆ ಎದುರಿಸಬೇಕಾಗಿ ಬರುವ ಸಂಕಷ್ಟಗಳನ್ನು ಸಕೀನಾ ಬಿಡಿಬಿಡಿಯಾಗಿ ಒಂದೊಂದೇ ಹೇಮಂತನಲ್ಲಿ ಹೇಳಿಕೊಂಡಳು. ತನ್ನ ಹೃದಯವನ್ನು ಹೊಕ್ಕಿರುವ ಆ ಕುರಿತಾದ ಭಯ ದೂರಾಗುವುದು ಹೇಗೆಂದು ಕಳವಳ ತೋಡಿಕೊಂಡಳು. "ಸಕೀನಾ. ಇದೆಲ್ಲದರ ಬಗ್ಗೆ ಸಾವಕಾಶವಾಗಿ ಯೋಚಿಸೋಣ. ನೀವು ಕೊರಗಬೇಡಿ. ನಿಮ್ಮೊಂದಿಗೆ ನಾನಿದ್ದೇನಲ್ಲ...? ನೀವು ಸದಾ ಖುಷಿಯಾಗಿಯೇ ಇದ್ದರಾಯಿತು..." ಎಂದಾತ ಆಕೆಯಲ್ಲಿ ಧೈರ್ಯ ತುಂಬಿದ.

ಫಲ್ಗುಣಿಯ ತಟದಲ್ಲಿ ದೋಣಿಯಾತ ಬಂದು ಕಾಯುತ್ತಿದ್ದ. ಇವರನ್ನು ಕಾಣುತ್ತಲೇ "ಬತ್ತೇರಾ. ಸ್ವಾಮೀ? ನಿಕ್ಲೇನಾ ಪೊರ್ಲು ಜೋಡಿ ತೂನಾಗ ಎಂಕ್ ಭಾರಿ ಖುಷಿ ಆಪುಂಡು... ಯ್ಯಾಪಲ ನಿಕ್ಲ್ ಇಂಚೇನೇ ಸಂತೋಷಡ್ ಉಪ್ಪೋಡು" ಎಂದ. (ಸ್ವಾಮೀ, ನಿಮ್ಮ ಚೆಂದದ ಜೋಡಿ ನೋಡಿ ನನಗೆ ತುಂಬಾ ಖುಷಿಯಾಯಿತು. ಯಾವಾಗಲೂ ನೀವು ಸಂತೋಷವಾಗಿರಬೇಕು.)

ದೋಣಿಯೇರಿದ ಅವರನ್ನು ಸುಲ್ತಾನ್ ಬತ್ತೇರಿಯ ದಡಕ್ಕೆ ತಂದು ಬಿಟ್ಟವನು ಬಾಡಿಗೆ ಎಷ್ಟೆಂದು ಕೇಳಿದರೆ, 'ನೀವು ಎಷ್ಟು ಕೊಟ್ಟರೂ; ಕೊಡದಿದ್ದರೂ ನನಗೆ ಸಂತೋಷವೇ' ಎಂದು ಬಿಟ್ಟ! ಹೇಮಂತ್ ತುಸು ಜಾಸ್ತಿಯೇ ಕೊಟ್ಟ ಹಣವನ್ನು ಬೊಗಸೆಯಲ್ಲಿ ಹಿಡಿದ ವಯಸ್ಸಾದ ದೋಣಿವಾಲ ಹಿರಿಯಣ್ಣ! 'ದೇವರ್ ನಿಕ್ಲೇಗ್ ಯ್ಯಾಪಾಲ ಎಡ್ಡೆ ಮಲ್ಪಾಡ್' (ದೇವರು ನಿಮಗೆ ಯಾವಾಗಲೂ ಒಳ್ಳೆಯದು ಮಾಡಲಿ) ಎಂದು ಮನಃಪೂರ್ವಕ ಹರಸಿ ಬೀಳ್ಕೊಟ್ಟ.

ಆ ಗಳಿಗೆಯಿಂದ ಹೇಮಂತ್, ಸಕೀನಾರ ಸಾಂಗತ್ಯದ ಹೊಸ ಅಧ್ಯಾಯವೊಂದು ತೆರೆದುಕೊಂಡಿತು. ಆಫೀಸಿನ ವೇಳೆಯನ್ನು ಬಿಟ್ಟು ಉಳಿದೆಲ್ಲ ಹೊತ್ತು ಅವರು ಹೆಚ್ಚಾಗಿ ಒಟ್ಟಾಗಿಯೇ ಇರಲಾರಂಭಿಸಿದರು.

ನಾಲ್ಕು

ಮುಂದಿನೆರಡು ತಿಂಗಳ ಅವಧಿಯಲ್ಲಿ ಸಕೀನಾ ಒಂದು ಸಲ ಮಾತ್ರ ರಜಾ ದಿನದಲ್ಲಿ ಗಂಗಾಪುರದ ತನ್ನಮನೆಗೆ ಹೋಗಿದ್ದಳು.

ಹಾಗೆ ಹೋದುದೆ ಮುಂದಿನ ಘಟನಾವಳಿಗಳು ಚುರುಕಿನಲ್ಲಿ ಸರದಿಯಂತೆ ಹಿಂಬಾಲಿಸಲು ಹೇತುವಾಯಿತು. ಮನೆಗೆ ಬಂದ ಸಕೀನಾಳಲ್ಲಿ ಹೆತ್ತವರು ಯಥಾ ಪ್ರಕಾರ ಮದುವೆಯ ಪ್ರಸ್ತಾಪ ಎತ್ತಿದ್ದರು. ಮದುವೆಯ ಬಗ್ಗೆ; ಆಕೆಯ ನಡವಳಿಕೆಯ ಬಗ್ಗೆ ಆಕ್ಷೇಪ ಮತ್ತು ಅದಕ್ಕಾಗಿ ಧಾರ್ಮಿಕ ಪ್ರವಚನವೂ ನಡೆಯಿತು. "ಹೀಗೆ ನೀನು ಕಾಫೀರಳಂತೆ ಸಾರ್ವಜನಿಕವಾಗಿ ನಿನ್ನ ಉಡುಗೆ ತೊಡುಗೆ ತೋರಿಸಿಕೊಂಡು ತಿರುಗಾಡುವುದು ಎಲ್ಲಾ ಮಾಡಿದರೆ ನಿಖಾ ಮಾಡಲು ನಮಗೆ ಖಂಡಿತಾ ಕಷ್ಟವಾಗ್ತದೆ. ಧಾರ್ಮಿಕ ಕಟ್ಟುಕಟ್ಟಳೆಗಳ ಬಗ್ಗೆ ಹೀಗೆ ಉಡಾಫೆ ತೋರಿಸಿದರೆ, ಯಾರೂ ನಿನ್ನನ್ನು ನಿಖಾ ಮಾಡಿಕೊಳ್ಳಲು ಒಪ್ಪಲಾರರು." ಇತ್ಯಾದಿ ಆಕ್ಷೇಪ ಜೋರಾಗಿ ಸಾಗಿತು. ಕೊನೆಗೊಮ್ಮೆ ತಾಳ್ಮೆ ಕಳೆದುಕೊಂಡ ಸಕೀನಾ, "ಹಿಂದೊಮ್ಮೆ ನಿಮ್ಮ ಮರ್ಜಿಯಂತೆ ನಿಖಾ ಮಾಡಿ ನನ್ನ ಉದ್ಧರಿಸಿದ್ದು ಸಾಕು. ನನಗೆ ಮದುವೆಯಾಗ ಬೇಕೆನಿಸಿದರೆ ನನ್ನನ್ನು ಪ್ರೀತಿಸುವ ಯಾರಾದರು ಸಿಕ್ಕರೆ ನಾನೇ ಆರಿಸಿಕೊಳ್ಳುತ್ತೇನೆ. ಅದಕ್ಕೆ ಒಪ್ಪಿ ಮನಃಪೂರ್ವಕ ಆಶೀರ್ವಾದ ಮಾಡಿದರೆ ಸಾಕು!" ಎಂದುಬಿಟ್ಟಳು! ಮನೆಯವರ ಅಸಮಾಧಾನದ ಸಿಡಿಮದ್ದಿಗೆ ಸಕೀನಾಳ ಈ ಒಂದು ಮಾತು ಕಿಡಿ ಹೊತ್ತಿಸಿಯೇ ಬಿಟ್ಟಿತು. ತಾಯಿಯಂತೂ ರಾಣಾರಂಪವನ್ನೇ ಎಬ್ಬಿಸಿಬಿಟ್ಟರು. "ಕಾಲೇಜಿಗೆ ಸೇರಲು ಅವಳು ಹೊರಟಾಗಲೇ ಬೇಡವೆಂದು ನಿಮ್ಮಲ್ಲಿ ಬಾಯಿ ಬಡಿದುಕೊಂಡೆ. ಆಗ ನನ್ನ ಮಾತು ಕೇಳಲಿಲ್ಲ, ನೀವು. ಕೆಲಸಕ್ಕೆ ಸೇರುವಾಗಲೂ 'ಮೊದಲು ನಿಖಾ ಆಗಲಿ ಮತ್ತೆ ಬೇಕಾದರೆ ಕೆಲಸಕ್ಕೆ ಹೋಗಲಿ' ಎಂದು ಎಚ್ಚರಿಸಿದೆ. ಆಗಲೂ ನನ್ನ ಮಾತನ್ನು ನೀವು ಕಿವಿಗೆ ಹಾಕಿಕೊಳ್ಳಲಿಲ್ಲ. ನಿಮ್ಮ ಅಪ್ಪನ ಮಾತೇ ನಡೆಯಿತು. ಯಾ ಅಲ್ಲಾಹ್, ಇನ್ನು ಏನೇನು ಅನುಭವಿಸಲಿಕ್ಕಿದಿಯೋ ಏನೋ...?" ಎಂದು ಗಂಡ ಶಕೀಲರನ್ನು ಹಾಗೂ ಅವರ ತಂದೆಯನ್ನು ಮೂದಲಿಸಿದ್ದೂ ಅಯಿತು. ಶಕೀಲರಂತೂ ಹೆಂಡತಿಯ ರಂಪಾಟಕ್ಕೆ ರೋಸಿ ಹೋಗಿ ಯಾವುದಕ್ಕೂ ಪ್ರತಿಕ್ರಿಯಿಸದೆ ಸುಮ್ಮನುಳಿದು ಬಿಟ್ಟಿದ್ದರು. ಕೊನೆಯ ಅಸ್ತ್ರವಾಗಿ ತಾಯಿ ಕಣ್ಣೀರು ಹಾಕುತ್ತಾ "ಇನ್ನೊಮ್ಮೆ ನೀನು ಮನೆಗೆ ಬರುವುದರೊಳಗೆ ನಿನ್ನ ನಿಖಾ ನಿಶ್ಚಯಿಸಿಯೇ ಬಿಡುತ್ತೇವೆ. ನೀನು ಒಪ್ಪದೇ ತಕರಾರು ಮಾಡಿದರೆ ನಾನು ಪ್ರಾಣ ಕಳೆದುಕೊಳ್ಳುತ್ತೇನೆ" ಎನ್ನುವ ಬೆದರಿಕೆಯನ್ನೂ ಹಾಕಿದ್ದಾಯಿತು!

ಸಕೀನಾಳಿಗೆ ಅಂದು ಒಮ್ಮೆ ಮನೆಯಿಂದ ಹೊರಟು ಬಂದರೆ ಸಾಕೆನಿಸಿತ್ತು. ತನ್ನ ಭವಿಷ್ಯದ ಜೀವನ ತಾನೆಣಿಸಿದಷ್ಟು ಸರಳವಾಗಿರುವುದು ದುಸ್ತರವೆನಿಸಿ ಮನಸ್ಸು ಖಿನ್ನವಾಗತೊಡಗಿತು. ಆ ವಿಷಣ್ಣ ಮನಸ್ಥಿತಿಯಲ್ಲೇ ಆಕೆ ಮನೆಯಿಂದ ಹೊರಟು ಬಂದಳು.

ವಿಪರ್ಯಾಸವೆಂದರೆ ಇದಾಗಿ ಕೆಲವು ದಿನಗಳಲ್ಲೇ ಅವಳ ಮಾನಸಿಕ ತುಮುಲಗಳಿಗೆ ತೆರೆ ಬೀಳುವ ಒಂದು ಕಾಕತಾಳೀಯ ಅನಿರೀಕ್ಷಿತ ವಿದ್ಯಮಾನ ನಡೆಯುವಂತಾಯಿತು!

*

ಮನೆಯಿಂದ ಮರಳಿದ ಸಕೀನಾ ಅ ದಿನ ಕರ್ತವ್ಯಕ್ಕೇನೋ ಹಾಜರಾಗಿದ್ದಳು. ಆದರೆ ಮನೆಯಲ್ಲಾದ ರಾದ್ಧಾಂತದಿಂದ ಕುಗ್ಗಿಹೋದ ಮನಸ್ಥಿತಿ ಇಡೀ ದಿನ ತಿಳಿಯಾಗಲಿಲ್ಲ. ಅದನ್ನೆಲ್ಲ ಒಮ್ಮೆ ಹೇಮಂತನಲ್ಲಿ ಹೇಳಿಕೊಳ್ಳುವ ತನಕ ಆಕೆಗೆ ಸಮಾಧಾನವೂ ಇಲ್ಲವಾಗಿತ್ತು. ಹಾಗಾಗಿ, ಸಂಜೆ ಬೇಗನೆ ಕೆಲಸ ಮುಗಿಸಿದವಳು ಹೇಮಂತನ ಆಫೀಸಿಗೇ ನೇರವಾಗಿ ರಿಕ್ಷಾದಲ್ಲಿ ಬಂದು ತಲುಪಿದಳು.

ಆಗಷ್ಟೇ, ಹೇಮಂತ ಆಫೀಸಿನಿಂದ ಹೊರಡುವ ತಯಾರಿಯಲ್ಲಿದ್ದ. ಹೋಗುತ್ತಾ, ಊರಿನಿಂದ ಮರಳಿದ ಸಕೀನಾಳನ್ನು ಭೇಟಿಯಾಗಿ ಮನೆಯಲ್ಲಿ ಏನಾದರೂ ವಿಶೇಷ ನಡೆಯಿತೆ ಎಂದು ವಿಚಾರಿಸಿಬೇಕೆಂದು ಆತನೂ ಅಂದುಕೊಂಡಿದ್ದ. ಶನಿವಾರ ಮನೆಗೆ ಹೋಗಿದ್ದ ಆಕೆ ಸೋಮವಾರ ನೇರವಾಗಿ ಅಫೀಸಿಗೇ ಬಂದಿದ್ದಳು. ಕೆಲಸದ ನಡುವಲ್ಲಿ ತೊಂದರೆ ಕೊಡುವುದು ಬೇಡ ಎಂದು ಆತ ಅವಳಿಗೆ ಫೋನು ಕೂಡಾ ಮಾಡಿರಲಿಲ್ಲ. ಈಗ ತಟ್ಟನೆ ತನ್ನೆದುರು ಹಾಜರಾದ ಸಕೀನಾಳನ್ನು ಕಂಡು ಆತನಿಗೆ ಅಚ್ಚರಿಯಾಯಿತು! ಅದರೊಂದಿಗೆ ಆಕೆಯ ಮೊಗ ಕಂದಿರುವುದನ್ನು ಗಮನಿಸಿ ಆತಂಕವೂ ಉಂಟಾಯಿತು. "ಸಕೀನಾ, ನಿಮ್ಮನ್ನು ಬಂದು ಕಾಣಲು ನಾನೇ ಹೊರಟಿದ್ದೆ. ವಾರದ ಮೊದಲ ದಿನದ ಗಡಿಬಿಡಿಯಲ್ಲಿ ಫೋನ್ ಕೂಡ ಮಾಡಲಾಗಲಿಲ್ಲ. ನಿಮ್ಮ ಮುಖ ಯಾಕಿಷ್ಟು ಬಾಡಿದೆ? ಮನೆಯಲ್ಲೆಲ್ಲ ಆರಾಮವಾಗಿದ್ದಾರೆ ತಾನೆ...?" ಎಂದು ಕಾತರದಿಂದ ಕೇಳಿದ. "ಎಲ್ಲಾ ಆರಾಮದಲ್ಲೇ ಇದ್ದಾರೆ ಹೇಮೂ. ನನಗೇ ಅದೇನೋ ಬೇಸರ ಅಷ್ಟೇ..." ಎಂದಳು ಸಕೀನಾ. "ಏನಾಯ್ತು ಸಕೀನಾ, ನೀವು ತುಂಬಾ ನೊಂದಂತೆ ಕಾಣುತ್ತದೆ ನನಗೆ...?" ಎಂದು ಹೇಮಂತ ಕಕ್ಕುಲತೆಯಿಂದ ಮತ್ತೆ ಪ್ರಶ್ನಿಸಿದ."

"ಎಲ್ಲಾ ವಿಚಾರ ಹೇಳುತ್ತೇನೆ. ನಾವೀಗ ಸೀದಾ ನಿಮ್ಮಲ್ಲಿಗೆ ಹೋಗೋಣ ಆಗದೆ?" ಎಂದಳು ಸಕೀನಾ.

ಹೇಮಂತ ಆಫೀಸಿನ ಕ್ಯಾಂಟಿನ್‌ನಲ್ಲಿ ಇಬ್ಬರಿಗಾಗುವಷ್ಟು ಸಂಜೆಯ ತಿಂಡಿಯನ್ನು ಕಟ್ಟಿಕೊಂಡವನು ಸಕೀನಾಳೊಂದಿಗೆ ನೇರವಾಗಿ ಬ್ಯಾಂಕಿನ ತನ್ನ ವಸತಿಗೆ ಬಂದು ತಲುಪಿದ.

ಒಳಗೆ ಬಂದು ಸೋಫಾದಲ್ಲಿ ಕುಕ್ಕರಿಸಿದ ಸಕೀನಾಳಿಗೆ ಒಮ್ಮೆಲೆ ದುಃಖ ಒತ್ತಿರಿಸಿಕೊಂಡು ಬಂದಂತಾಯಿತು. ಕಣ್ಣೀರು ತಡೆದುಕೊಳ್ಳಲು ಹೆಣಗುತ್ತಿದ್ದ ಅವಳ ಪಕ್ಕದಲ್ಲಿ ಬಂದು ಕುಳಿತ ಹೇಮಂತ, "ಏನಾಯ್ತು ಸಕೀನಾ...? ತುಂಬ ಅಪ್ಸೆಟ್ ಆಗಿದ್ದೀರಿ ನೀವು. ಕೂಲ್ ಡೌನ್" ಎಂದು ಸಮಾಧಾನ ಹೇಳಿದ. ಸಾವರಿಸಿಕೊಂಡ ಸಕೀನಾ ಮನೆಯಲ್ಲಿ ನಡೆದುದೆಲ್ಲವನ್ನು ಸವಿಸ್ತಾರವಾಗಿ ಹೇಮಂತನಿಗೆ ಹೇಳಿದಳು. ಕೊನೆಯಲ್ಲಿ ತನ್ನಲ್ಲಿ ಮೂಡಿದ ಬಲವಾದ ಸಂದೇಹವನ್ನೂ ಆತನಲ್ಲಿ ತೋಡಿಕೊಂಡಳು. "ಹೇಮು, ಖಂಡಿತವಾಗಿಯು ಮನೆಯಲ್ಲೀಗ ಹೇಗಾದರೂ ಮಾಡಿ ಮದುವೆಯ ಖೆಡ್ಡದಲ್ಲಿ ನನ್ನನ್ನು ಕೆಡವಲು ಸನ್ನಾಹ ನಡೆಯುತ್ತಿದೆ. "ನೌ, ಐ ಕಾಂಟ್ ಜಸ್ಟ್ ಥಿಂಕ್ ಎಬೌಟ್ ಲಿವಿಂಗ್ ವಿದೌಟ್ ಯು. ಕೊನೆಗೂ ನನಗೆ ಸಾವೇ ಗತಿಯೇನೋ..." ಎಂದು ಕಣ್ಣೀರುಮಿಡಿಯಲಾರಂಭಿಸಿದಳು. ಹೇಮಂತನೂ ಇದನ್ನೆಲ್ಲ ಕೇಳಿಸಿಕೊಂಡು ತುಸು ಚಿಂತಿತನಾದ. ಹಾಗೆಲ್ಲಾ ಯೋಚಿಸಬೇಡಿ ಸಕೀನಾ, ನಿಮ್ಮನ್ನು ಸಾಯಲು ಬಿಟ್ಟು ನಾನು ಹೇಗೆ ಬದುಕಿರಲಿ? ಒಟ್ಟಿಗೇ ಬದುಕುವ ಬಗ್ಗೆ ಮಾತ್ರ ನಾವೀಗ ಆಲೋಚಿಸೋಣ..." ಎಂದು ಸಂತೈಸಿದ. "ನೀವೊಮ್ಮೆ ಈಗ ಮುಖ ತೊಳೆದುಕೊಂಡು ಬನ್ನಿ ಸಕೀನಾ. ನಾವು ತಂದಿದ್ದ ತಿಂಡಿ ತಣ್ಣಗಾಗಿಹೋಗಿದೆ. ಬಿಸಿ ಮಾಡುತ್ತೇನೆ. ಸಂಜೆಯಿಂದ ಹೊಟ್ಟೆಗೇನು ತಿಂದಿಲ್ಲ ನಾವು?" ಎಂದು ಮೇಲೆದ್ದ. ಆಕೆಯೂ ಆತನನ್ನು ಹಿಂಬಾಲಿಸಿ ಮುಖ ತೊಳೆದುಕೊಳ್ಳಲು ನಡೆದಳು.

ತಿಂಡಿ ತಿಂದಾದ ನಂತರ, ಮುಂದೇನು ಮಾಡಬೇಕು? ಎನ್ನುವುದರ ಕುರಿತು ಬಹುಹೊತ್ತು ಅವರು ಗಹನವಾಗಿ ಚರ್ಚಿಸಿದರು. ಕೊನೆಯಲ್ಲಿ ಹೇಮಂತ, "ಸಕೀನಾ ನಿಮ್ಮ ಹೆತ್ತವರು ತೀರಾ ಮುಂದುವರಿಯದಂತೆ, ನಾವೊಂದು ಮುಂಜಾಗ್ರತೆಯ ಕೆಲಸ ಮಾಡೋಣ. ಸಾಧ್ಯಾತೀಶೀಘ್ರ ನಮ್ಮ ಮದುವೆಯ ರಿಜಿಸ್ಟ್ರೇಶನ್ ಮಾಡಿಸೋಣ, ನಾಳೆಯೇ ನಮ್ಮ ಕಚೇರಿಯ ಲಾ ಆಫೀಸ್‌ಲ್ಲಿ ಈ ಬಗ್ಗೆ ಸಲಹೆ ಕೇಳುತ್ತೇನೆ. ನೋಂದಣಿಯಾದ ಮೇಲೆ ಅವರಿಗೆ ಈ ಮದುವೆ ತಪ್ಪಿಸುವುದು ಕಷ್ಟ. ತದನಂತರ, ಅದನ್ನು ಸುಖಾಂತ್ಯವಾಗಿಸಲು ನಮ್ಮಿಂದಾಗುವ ಗರಿಷ್ಠ ಸಾಧ್ಯ ಪ್ರಯತ್ನ ಮಾಡೋಣ ಆಗದೆ...?" ಎಂದು ಕೇಳಿದ.

ಈ ಪ್ರಸ್ತಾಪ ಕೇಳಿದಾಗೊಮ್ಮೆ ಸಕೀನಾಳಿಗೆ ಎದೆ ಡವಗುಟ್ಟುವಂತಾಯಿತು...! ಈ ತನಕ ಬದುಕಿನ ಯಾವ ಮಹತ್ತರ ನಿರ್ಧಾರವನ್ನೂ ಹೆತ್ತವರನ್ನು ಹೊರಗಿಟ್ಟು

ಆಕೆ ಮಾಡಿದವಳಲ್ಲ. ಈಗ ಏಕಾಏಕಿ, ತಾನೇ ಮುಂದುವರಿಯುವುದು ನೆನೆದು ಎದೆಯಲ್ಲಿ ಅಳುಕು ಹೊಕ್ಕಿತು! ಆದರೆ ಹೇಮಂತನೊಂದಿಗೆ ಬದುಕು ಕಟ್ಟಿಕೊಳ್ಳಲು ಧೃಢ ನಿರ್ಧಾರ ಮಾಡಿಯಾಗಿತ್ತು. ಸಂಭಾವ್ಯ ಅಪಾಯದಿಂದ ಪಾರಾಗಲು ಬೇರಾವುದೇ ಸೂಕ್ತ ಮಾರ್ಗವೂ ಕಾಣುತ್ತಿರಲಿಲ್ಲ. ಎಂಥಹ ಕಠಿಣ ಪರಿಸ್ಥಿತಿಯಿಂದಲೂ ಹೇಮಂತ ತನ್ನನ್ನು ಪಾರುಮಾಡಬಲ್ಲ ಎನ್ನುವ ವಿಶ್ವಾಸವೂ ಅಕೆಗಿತ್ತು.

"ನನಗೇಕೋ ಭಯವಾಗ್ತಿದೆ ಹೇಮೂ! ಆದರೆ ಈ ಗಂಡಾಂತರದಿಂದ ಪಾರಾಗಬೇಕಾದರೆ ಬೇರೆ ದಾರಿಯೂ ಕಾಣುತ್ತಿಲ್ಲ. ನನಗೆ ನಿಮ್ಮ

ಸಲಹೆಯೇ ಸೂಕ್ತವೆಂದು ಅನಿಸುತ್ತದೆ. ದೇವರು ಎಲ್ಲವೂ ಸುಖಾಂತ್ಯ ಮಾಡಿದರೆ ಸಾಕಿತ್ತು..." ಎಂದಳು ನಿಧಾನಕ್ಕೆ. "ಲೆಟ್ ಅಸ್ ಪ್ರೇ ಟುಗೆದರ್ ಸಕೀನಾ. ಲೌ ವಿನ್ಸ್ ಆಲ್ವೇಸ್" ಎಂದ ಹೇಮಂತ್.

ಈ ಬಗ್ಗೆಯೇ ಚರ್ಚಿಸುತ್ತಾ ಹೊತ್ತು ಕಳೆದುದೇ ಅವರಿಗೆ ಗೊತ್ತಾಗಲಿಲ್ಲ!

ಸಕೀನಾ ಹಾಸ್ಟೆಲ್ಲಲ್ಲಿರಬೇಕಾದ ನಿಗದಿತ ಸಮಯ ಯಾವಾಗಲೋ ಮೀರಿ ಹೋಗಿತ್ತು! ಹಾಗಾಗಿ ಹೇಮಂತ್ ಸಕೀನಾಳನ್ನು ಆ ರಾತ್ರಿ ತನ್ನ ಮನೆಯಲ್ಲೇ ಉಳಿಸಿಕೊಳ್ಳುವಂತಾಯಿತು.

ಐದು

ಪ್ರೋ. ಶಕೀಲರು ಪ್ರಾರ್ಥನೆಗೆ ಹೋಗುವ ಗಂಗಾಪುರದ ಮಸೀದಿಯಲ್ಲಿ ಹಲವು ಮತಭಾಂದವರು ಅವರಿಗೆ ಸ್ನೇಹಿತರಾಗಿದ್ದರು. ಅವರಲ್ಲಿ ತಂಬಾಕು ಮತ್ತು ಜಿನಸಿಯ ಪ್ರಸಿದ್ಧ ವ್ಯಾಪಾರಿಗಳಾದ ರಫೀ ಸಾಹೇಬರೂ ಒಬ್ಬರು. ಅವರ ಪೂರ್ತಿ ಹೆಸರು ಮಹಮ್ಮದ್ ರಫೀ ಎಂದಿದ್ದರೂ 'ರಫೀ ಸಾಹೇಬರು' ಎಂದೇ ಅವರು ಊರಲ್ಲಿ ಚಿರಪರಿಚಿತರಾಗಿದ್ದರು.

ರಫೀ ಸಾಹೇಬರು ತಿಂಗಳಿಗೋ, ಎರಡು ತಿಂಗಳಿಗೋ ಒಮ್ಮೆ ಮಂಗಳೂರು ಹಳೇ ಬಂದರು ಪ್ರದೇಶದಲ್ಲಿರುವ ತಂಬಾಕಿನ ಸಗಟು ವ್ಯಾಪಾರಿಗಳಾದ 'ಮೆಸರ್ಸ್. ದೇವದಾಸ್ ಟೊಬ್ಯಾಕೋ ಕಂಪನಿ'ಯಿಂದ ತಂಬಾಕು ಖರೀದಿಸಲು ಹೋಗುತ್ತಿದ್ದರು. ಈ ಬಾರಿ ಅಲ್ಲಿಗೆ ತಂಬಾಕು ಖರೀದಿಗೆ ಹೋಗಿದ್ದ ರಫೀ ಸಾಹೇಬರು, ವ್ಯವಹಾರ ಮುಗಿಸಿ ಇನ್ನೇನು ಹೊರಡುವುದರಲ್ಲಿದ್ದರು. ಅದೇ ಹೊತ್ತಿಗೆ ಹೊರಗೆ ಹೊರಟಿದ್ದ ದೇವದಾಸ್ ಟೊಬ್ಯಾಕೋ ಕಂಪನಿಯ ಹಿರಿಯ ಪಾಲುದಾರ ಶಿವ ಪೈಗಳು, "ಸಾಹೇಬ್ರೇ ನಾನು ಮನೆಗೆ ಹೊರಟವ; ನಿಮಗೆ ಬೇರೆಲ್ಲೂ ಕೆಲಸವಿಲ್ಲದಿದ್ದರೆ ನನ್ನೊಂದಿಗೆ

ಬನ್ನಿ, ಹೋಗುತ್ತಾ ಬಸ್‌ಸ್ಟ್ಯಾಂಡ್‌ನಲ್ಲಿ ನಿಮ್ಮನ್ನು ಬಿಟ್ಟು ಹೋಗುತ್ತೇನೆ, ನಡುವಲ್ಲಿ ನನಗೆ ಆಫೀಸಿನಲ್ಲಿ ಎರಡೇ ಎರಡು ನಿಮಿಷದ ರಿಜಿಸ್ಟ್ರೀ ಕೆಲಸವಿದೆ ಅಷ್ಟೆ" ಎಂದರು. "ಬೇರೆಲ್ಲೂ ಕೆಲಸವಿಲ್ಲ ಸ್ವಾಮೀ. ಹೋಗುವಾ..." ಎಂದ ರಫೀ ಸಾಹೇಬರು ಶಿವ ಪೈಗಳೊಟ್ಟಿಗೆ ಹೊರಟರು.

ರಿಜಿಸ್ಟ್ರಿ ಆಫೀಸಿನಲ್ಲಿ 'ಎರಡೇ ಎರಡು ನಿಮಿಷ ಕೆಲಸ' ಎಂದು ಶಿವಪೈಗಳು ಹೇಳಿದ್ದರಾದರೂ ಅಲ್ಲಿ ಅವರ ಕೆಲಸ ಮುಗಿಯಲು ಅರ್ಧಗಂಟೆಯಾಯಿತು. ಕಚೇರಿಯೊಳಗೆ ಅವರು ಕಡತ ಹಿಡಿದುಕೊಂಡು ಕುರ್ಚಿಯಿಂದ ಕುರ್ಚಿಗೆ ಓಡಾಡುತ್ತಿದ್ದರೆ, ಹೊರಗೆ ವರಾಂಡದಲ್ಲಿ ರಫೀಯವರು ಅತ್ತಿಂದಿತ್ತ ಶತಪಥ ಹಾಕಲಾರಂಭಿಸಿದರು. ಅದಾಗಲೇ ಅವರಿಗೆ ವರಾಂಡದ ಗೋಡೆಯಲ್ಲಿದ್ದ ನೋಟೀಸು ಬೋರ್ಡಿಗೆ ಅಂಟಿಸಿದ್ದ ಒಂದು ಅರ್ಜಿಯಲ್ಲಿನ ಭಾವಚಿತ್ರದತ್ತ ಗಮನ ಹರಿಯಿತು! ಎಲ್ಲಿಯೋ ಆ ಮುಖವನ್ನು ಕಂಡಿರುವಂತೆನಿಸಿ, ತುಸು ಸನಿಹ ಸರಿದು ನೋಡಿದರು. "ಅರೇ ಇದು ನಮ್ಮ ಪ್ರೊಫೆಸರ್ ಸಾಹೇಬರ ಮಗಳ ಫೋಟೋ! 'ಸಕೀನಾ ಎಸ್.ಎ.' ಎಂದು ಹೆಸರು ಮತ್ತು ವಿಳಾಸವೂ ಬರೆದಿದೆ...! ಬಲ ತುದಿಯಲ್ಲಿ ನೀಲಿ ಶರ್ಟ್ ಧರಿಸಿದ ಸ್ಫುರದ್ರೂಪಿ ಯುವಕನೊಬ್ಬನ ಭಾವಚಿತ್ರವನ್ನೂ ಅಂಟಿಸಲಾಗಿದೆ! ಆತನ ಹೆಸರು, ವಿಳಾಸ ಬರೆಯುವ ಜಾಗದಲ್ಲಿ, 'ಹೇಮಂತ್ ಕುಮಾರ್ ಸನ್ ಆಫ್ ಲೇಟ್ ಪದ್ಮಪ್ರಸಾದ್' ಎಂದೆಲ್ಲ ವಿವರ ಕಾಣಿಸಿದೆ. 'ಈ ಅರ್ಜಿಯು ಮದುವೆಯ ಇಂಗಿತ ಪ್ರಕಟಣೆ'ಯೆಂಬುದೂ ರಫೀಕ್‌ರಿಗೆ ಗೊತ್ತಾಯಿತು! 'ಯಾ ಅಲ್ಲಾಹ್, ಅಂದರೆ ಪ್ರೊ. ಶಕೀಲರ ಮಗಳು ಅಂತರ್‌ಧರ್ಮೀಯ ಮದುವೆಗೆ ಅಣಿಯಾಗಿಬಿಟ್ಟಿದ್ದಾಳೆ! ಧರ್ಮಭೀರುವಾದ ಶಕೀಲರಿಗೆ ಇದು ಖಂಡಿತ ಗೊತ್ತಿರಲಾರದು! ಸಕೀನಾ ತಾಯಿತಂದೆಗೆ ತಿಳಿಸದೆ ಗುಟ್ಟಾಗಿ ಮುಂದುರಿಯಲು ನಿರ್ಧಾರಿಸಿದ್ದಾಳೆ!' ಎಂಬುದನ್ನು ಕರಾರುವಾಕ್ಕಾಗಿ ಅವರು ಗ್ರಹಿಸಿಬಿಟ್ಟರು! ತನಗೆ ನೇರವಾಗಿ ಸಂಬಂಧಿಸಿಲ್ಲವಾದರೂ, ಅಚಾನಕವಾಗಿ ತಿಳಿದ ಈ ಸಂಗತಿಯಿಂದ ರಫೀಯವರ ಮನಸ್ಸು ತೀವ್ರವಾಗಿ ಅಸ್ವಸ್ಥವಾಗಲಾರಂಭಿಸಿತು! ಮನಸ್ಸಿನ ಈ ಚಡಪಡಿಕೆಯನ್ನು ಅರಗಿಸಿಕೊಳ್ಳಲು ಅವರು ಯತ್ನಿಸುತ್ತಿರುವಂತೆಯೇ ಶಿವ ಪೈಗಳು ರಿಜಿಸ್ಟ್ರಿ ಕಚೇರಿಯೊಳಗಿಂದ ಹೊರ ಬಂದರು. "ಸಾರಿ ಸಾಹೇಬ್ರೇ, ನಿಮ್ಮನ್ನು ಹೊರಗೆ ಕಾಯುವಂತೆ ಮಾಡಿದೆ ನಾನು. 'ಎಲ್ಲಾ ರೆಡಿಯಾಗಿದೆ. ಇಲ್ಲಿ ಬಂದು ದಸ್ಕತ್ತು ಮಾಡಿದರೆ ಸಾಕು' ಎಂದಿದ್ದರು. ಬಂದ ನಂತರ ಫೈಲು ಹಿಡಿದು ನಾಲ್ಕು ಕಡೆ ಅಲೆದಾಡಿಸಿದರು. ಎಲ್ಲಾ ದುಡ್ಡು ಪೀಕುವ ಹಿಕ್ಮತ್ತು ಅಷ್ಟೆ. ಬನ್ನಿ ಹೋಗುವ. ನಿಮ್ಮನ್ನಿ ಬಸ್ಸಿನ ಸಮಿಪವೇ ಬಿಡುತ್ತೇನೆ" ಎಂದ ಪೈಗಳು, ರಫೀಯವರೊಂದಿಗೆ ಅಲ್ಲಿಂದ ಹೊರಟರು.

ಬಸ್‌ಸ್ಟ್ಯಾಂಡ್ ತಲುಪುವ ತನಕ ಶಿವ ಪೈಗಳು ರಿಜಿಸ್ಟ್ರಿ ಆಫೀಸಿನ ಅಧ್ವಾನದ ಬಗ್ಗೆ ಏನೇನೋ ಹೇಳುತ್ತಲೆ ಇದ್ದರು. ಆದರೆ ರಫೀ ಸಾಹೇಬರ ಕಿವಿಗೆ ಅದು ಬೀಳುತ್ತಿತ್ತೇ ಹೊರತು ಚಿತ್ತಕ್ಕೆ ಅದ್ಯಾವುದು ತಟ್ಟಲಿಲ್ಲ. ಅಲ್ಲಿ, ರಿಜಿಸ್ಟ್ರಿ ಆಫೀಸಿನ ನೋಟೀಸು ಬೋರ್ಡಿನಲ್ಲಿ ಕಂಡಿದ್ದ ಸಕೀನಾ ಹೇಮಂತರ ಚಿತ್ರವಷ್ಟೇ ಸುಳಿದಾಡುತ್ತಿತ್ತು...! ಗಂಗಾಪುರದ ಎಕ್ಸ್‌ಪ್ರೆಸ್ ಬಸ್ಸನ್ನೇರಿ ಕುಳಿತಾಗಲೂ ಇದೇ ಯೋಚನೆ ರಫೀಯವರ ಮನಸ್ಸನ್ನು ಕದಡುತ್ತಿತ್ತು. 'ಕಾಲೇಜಿಗೆ ಹಿಜಾಬ್ ಧರಿಸದೆ ಸಕೀನಾ ಹೋಗುತ್ತಿದ್ದಾಗಲೇ, ಅವಳ ಚೆಲುವಿಗೆ ಮಾರುಹೋಗಿ ಯಾರಾದರೂ ಆಕೆಯನ್ನು ಲಪಟಾಯಿಸದೆ ಬಿಡುವುದಿಲ್ಲ' ಎಂದು ತಾನಂದುಕೊಂಡದ್ದು ಈಗ ನಿಜವಾಗಿಬಿಟ್ಟಿತ್ತು! 'ತುಂಬಾ ಸಾಧು ಸ್ವಭಾವದ ಈ ಹುಡುಗಿಯನ್ನು ಮೊದಲಿನಿಂದಲೂ ಶಕೀಲರು ತುಸು ಬಿಗಿ ಹಿಡಿದಿದ್ದರೆ ಹೀಗಾಗುತ್ತಿರಲಿಲ್ಲ' ಎಂದು ತನ್ನಷ್ಟಕ್ಕೆ ಅಂದುಕೊಂಡರು. ರೂಪ, ಗುಣದೊಂದಿಗೆ ವಿದ್ಯಾಸಂಪನ್ನಳಾದ ಆಕೆ, ಅನ್ಯಧರ್ಮದವನೊಬನನ್ನು ಹೀಗೆ ವರಿಸುವ ವಿಚಾರ ಅರಗಿಸಿಕೊಳ್ಳುವುದು ಅವರಿಗೆ ತುಸು ಕಠಿಣವಾಗಿತ್ತು. ಅಂತೆಯೇ ತನ್ನ ಎರಡನೇ ಮಗನಿಗೆ ಸಕೀನಾಳನ್ನು ತಂದುಕೊಳ್ಳಲು ಪ್ರಯತ್ನಿಸಬೇಕು ಅಂದುಕೊಂಡಿದ್ದ ಸ್ವಾರ್ಥಾಭಿಲಾಷೆ ಕೈ ತಪ್ಪಿದ ನಿರಾಶೆಯೂ ಅವರ ಅಸಹನೆಯ ಹಿಂದಿತ್ತು. ಶೋಕಿಲಾಲನಾಗಿ ದಿನಗಳೆಯುತ್ತಿದ್ದ ತನ್ನ ಮಗನಿಗೆ, ಸಂಬಳ ತರುವ ಈ ಚೆಂದದ ಹುಡುಗಿ, ಹೆಂಡತಿಯಾಗಿ ಬಂದರೆ ಎಲ್ಲಾ ದೃಷ್ಟಿಯಿಂದಲೂ ಲಾಭದಾಯಕ ಎಂದವರ ದೂರದ ಆಸೆಯಾಗಿತ್ತು. ಆಸೆಗೀಗ ಕಲ್ಲುಬಿದ್ದಂತಾಗಿತ್ತು. ವಿಪರ್ಯಾಸವೆಂದರೆ 'ರಹೀಮಾನಣ್ಣ' ಎನ್ನುತ್ತಾ ಆಗಾಗ ತಮ್ಮ ಮನೆಗೆ ಬರುತ್ತಿದ್ದ ನೆರೆಮನೆಯ ಸುಜಾತ ಎನ್ನುವ ಸುಂದರ ಹುಡುಗಿಯನ್ನು ತಮ್ಮ ಮಗ ರಾತ್ರೋರಾತ್ರಿ ಹಾರಿಸಿಕೊಂಡು ಕಾಸರಗೋಡಿಗೋ, ಮತ್ತೆಲ್ಲಿಗೋ ಹೋಗಿ ನಿಖಾ ಮಾಡಿಕೊಂಡುದು ಅವರಿಗೆ ಸಹ್ಯವಾಗಿತ್ತು! ತನ್ನ ಮಗ ಅವಳನ್ನು ಮತಾಂತರಿಸಿ ಮದುವೆಯಾಗಿದ್ದಾನೆ; ಆಕೆಯೂ ಮುಸ್ಲಿಮ್ ಧರ್ಮ ಸಂಪ್ರದಾಯ ಪಾಲಿಸುತ್ತಿದ್ದಾಳೆ. ಆದ್ದರಿಂದ ಅದು 'ಧರ್ಮಸಮ್ಮತ ಮದುವೆ' ಎನ್ನುವುದು ಅವರ ಸಮಜಾಯಿಷಿಕೆಯಾಗಿತ್ತು!

ಅಂತೂ ಈ ಕಲುಕಿದ ಮನಸ್ಥಿತಿಯೊಂದಿಗೆ ಅವರು ಗಂಗಾಪುರಕ್ಕೆ ಬಂದು ತಲುಪಿದರು. ಆದರೆ ತಾನು ಮಂಗಳೂರಿನ ರಿಜಿಸ್ಟ್ರಿ ಕಛೇರಿಯಲ್ಲಿ ಕಂಡು ಬಂದಿದ್ದ ಕಳವಳಕಾರಿ ಸುದ್ದಿಯನ್ನು ಮಾತ್ರ ಮನೆಯಲ್ಲಷ್ಟೇ ಅಲ್ಲ ಬೇರೆ ಯಾರಲ್ಲೂ ಅವರು ಹೇಳಲು ಹೋಗಲಿಲ್ಲ. ಇದರಿಂದ ವಿನಾಕಾರಣ ಗುಲ್ಲೆಬ್ಬಿಸಿದಂತಾಗಿ ತಾವು ಗೌರವಿಸುವ ಪ್ರೊ. ಶಕೀಲ ಅಹ್ಮದ್‌ರ ಅಸಮಾಧಾನಕ್ಕೆ ಕಾರಣವಾದೀತು ಅದಕ್ಕೆ ಬದಲಾಗಿ ನೇರವಾಗಿ ಅವರ ಕಿವಿಗೆ ಇದನ್ನು

ಹಾಕುವುದು ಸೂಕ್ತ' ಎಂದವರು ತೀರ್ಮಾನಿಸಿಕೊಂಡರು. 'ನಾಳೆ ಹೇಗೂ ಶುಕ್ರವಾರ; ಶಕೀಲರು ಪ್ರಾರ್ಥನೆ ಪ್ರಾರಂಭವಾಗುವ ಹದಿನೈದು ನಿಮಿಷ ಮುನ್ನವೇ ಮಸೀದಿಗೆ ಬರುವುದು ರೂಢಿ. ತಾನು ತುಸು ಮುಂಚಿತವಾಗಿ ಹೋಗಿ ಏಕಾಂತದಲ್ಲಿ ಈ ವಿಚಾರವನ್ನು ಶಕೀಲರಿಗೆ ಮುಟ್ಟಿಸುವುದೇ ಸರಿ' ಎಂದುಕೊಂಡರು.

"ಶುಕ್ರವಾರವೂ ಬಂದಿತು. ಅಂದು ಸಂಜೆ ಮಸೀದಿಯಲ್ಲಿ 'ಸಲಾಂ ಆಲೈಕುಮ್ ಪ್ರೊಫೆಸರ್ ಸಾಬ್' ಎಂದು ತನ್ನತ್ತ ಧಾವಂತದಿಂದ ಬರುತ್ತಿರುವ ರಫೀಯವರನ್ನು ಕಾಣುತ್ತಲೇ ಅವರಿಗೆ ತನ್ನಲ್ಲೇನೊ ಹೇಳಲಿಕ್ಕಿದೆ ಎಂದು ಶಕೀಲರಿಗೆ ಮನದಟ್ಟಾಯಿತು. ಮುಂಬಾಗಿಲಿನಿಂದ ತುಸು ದೂರಕ್ಕೆ ಒಬ್ಬರೇ ನಿಂತಿದ್ದಲ್ಲಿಗೆ ಬಂದ ರಫೀಯವರು, ಪ್ರೊಫೆಸರ್ ಸಾಬ್. ಒಂದು ಮುಖ್ಯ ವಿಚಾರ ನಿಮಗೆ ತಿಳಿಸಲಿಕ್ಕಿದೆ. ಅಲ್ಲಾಹುವಿನ ಪ್ರೇರಣೆಯಿಂದಲೇ ಇರಬೇಕು. ಈ ಸಂಗತಿ ನನ್ನ ಗಮನಕ್ಕೆ ಬಂದಿತು" ಎಂದು ಆರಂಭಿಸಿ ಅನಿರೀಕ್ಷಿತವಾಗಿ ತಾನು ನಿನ್ನೆ ಮಂಗಳೂರಿನ ರಿಜಿಸ್ಟ್ರಿ ಆಫೀಸಿಗೆ ಹೋಗುವಂತಾದುದು; ಅಲ್ಲಿ ನೋಟೀಸು ಬೋರ್ಡಿನಲ್ಲಿ ತಾನು ಕಂಡ ಆಘಾತಕಾರಿ ಸಂಗತಿ; ಇದರಿಂದ ತನಗಾದ ಬೇಸರ, ಸಂಕಟ. ಎಲ್ಲವನ್ನೂ ಶಕೀಲರಲ್ಲಿ ತೋಡಿಕೊಂಡರು.

ರಫೀಕರ ಮಾತುಗಳನ್ನು ಮೌನದಿಂದ ಕೇಳಿಸಿಕೊಳ್ಳುತ್ತಾ ಹೋದಂತೆ, ಪ್ರೊ. ಶಕೀಲರ ಮೊಗ ಒಮ್ಮೆಲೆ ವಿವರ್ಣವಾಗಿ ಬಿಟ್ಟಿತು! ದಿಗ್ಭ್ರಾಂತಿಯಿಂದ, ಮರಗಟ್ಟಿದಂತೆ ನಿಂತಿದ್ದ ಅವರ ಬಾಯಿಂದ ಯಾವ ಶಬ್ದವೂ ಹೊರಡಲಿಲ್ಲ! ಕೊನೆಗೊಮ್ಮೆ ದೀರ್ಘವಾದ ನಿಟ್ಟುಸಿರೊಂದನ್ನು ಹೊರಬಿಟ್ಟು, "ರಫೀ, ಸಾಹೆಬ್, ದಯವಿಟ್ಟು ಈ ವಿಚಾರ ನಿಮ್ಮಲ್ಲೇ ಇರಲಿ, ಮನೆಯಲ್ಲೂ ಹೇಳುವುದು ಬೇಡ. ಪ್ಲೀಸ್. ಏನಾಗಿದೆ? ಮುಂದೇನು ಮಾಡಬೇಕು? ಎನ್ನುವುದನ್ನು ನಾನು ಶೀಘ್ರ ಪರಾಮರ್ಶಿಸಿ ಅಗತ್ಯ ಕ್ರಮ ಕೈಗೊಳ್ಳುತ್ತೇನೆ. ಖುದಾಫೀಸ್" ಎಂದವರೇ ಪ್ರಾರ್ಥನೆಗೆ ಅಣಿಯಾಗಲು ಮಸೀದಿಯೊಳಗೆ ನಡೆದುಬಿಟ್ಟರು!

ರಫೀಯರು, ತನ್ನ ಪತ್ತೆದಾರಿಕೆಯನ್ನು ಶಕೀಲರಲ್ಲಿ ಪ್ರಸ್ತಾಪಿಸಲು ನಮಾಜು ಮುಗಿಯುವ ತನಕ ಕಾದಿದ್ದರೆ, ಪ್ರೊ. ಶಕೀಲರು ಎಂದಿನಂತೆ ಶಾಂತ ಮತ್ತು ಏಕಾಗ್ರ ಚಿತ್ತದಿಂದ ಅಲ್ಲಾಹುಗೆ ಪ್ರಾರ್ಥನೆ ಸಲ್ಲಿಸುತ್ತಿದ್ದರೊ ಏನೋ? ಆದರೆ ಅದಕ್ಕೆ ಮೊದಲೆ ಮನಸ್ಸನ್ನು ಪ್ರಕ್ಷುಭಗೊಳಿಸುವ ಈ ಸುದ್ದಿಯನ್ನು ರಫಿಯವರು ಅವರಿಗೆ ಹೇಳಿ ಬಿಟ್ಟಿದ್ದರು! ಹಾಗಾಗಿ ಮಾನಸಿಕ ಕ್ಷೋಭೆಯೊಂದಿಗೇ ಅವರು ಪ್ರಾರ್ಥನೆಯಲ್ಲಿ ಪಾಲ್ಗೊಳ್ಳುವಂತಾಯಿತು. ಪ್ರಾರ್ಥನೆ ಮುಗಿಯುತ್ತಲೇ ಯಾರೊಂದಿಗೂ ಮಾತಿಗೆ ನಿಲ್ಲದೆ ನೇರವಾಗಿ ಅವರು ಮನೆಯತ್ತಾ ಹೊರಟು ಬಿಟ್ಟರು! ಇದನ್ನು ಗಮನಿಸಿದ ರಫೀಯವರಿಗೆ, ತಾನು ದುಡುಕಿದೆನೇನೋ ಅನಿಸಿ ಪೆಚ್ಚಾಗುವಂತಾಯಿತು.

ಮನೆಗೆ ಬಂದ ಪ್ರೊ. ಶಕೀಲರಿಗೆ ಮುಂದೇನು? ಎನ್ನುವ ಚಿಂತೆ ಒಂದೇ ಸಮನೆ ಮನಸ್ಸನ್ನು ಕೊರೆಯಲಾರಂಭಿಸಿತ್ತು... ಈ ವಿಚಾರವನ್ನು ಮಡದಿಯೊಂದಿಗೆ ಪ್ರಸ್ತಾಪಿಸೋಣವೆಂದುಕೊಂಡರಾದರು ಇದನ್ನು ಕೇಳಿಸಿಕೊಂಡು ಆಕೆ ಎಬ್ಬಿಸಬಹುದಾದ ರಂಪಾಟ ನೆನೆದು ಸುಮ್ಮನುಳಿದರು. ಆನಂತರ ಊಟ, ತಿಂಡಿ ಏನೂ ಅವರಿಗೆ ರುಚಿಸದಾಯಿತು... ಆ ರಾತ್ರಿ ನಿದ್ದೆಯೂ ಕಣ್ಣೆವೆ ಬಳಿ ಸುಳಿಯಲಿಲ್ಲ...

ಅಂತೂ ಮುಂಜಾನೆ ಕಾಫಿ ತಂದಿಟ್ಟ ಮಡದಿಯೊಂದಿಗೆ "ಮರಿಯಾ ಒಂದ್ನಿಮಿಷ ಇಲ್ಲಿ ಕುಳಿತುಕೊ, ನಿನ್ನಲ್ಲೊಂದು ಮುಖ್ಯ ಸುದ್ದಿ ಹೇಳಬೇಕಿದೆ... ನೀನದನ್ನು ಕೇಳಿಸಿಕೊಂಡು ರಗಳೆ ಮಾಡಬಾರದು" ಎಂದು ಆಕೆಯನ್ನು ಪಕ್ಕದಲ್ಲಿ ಕೂರಿಸಿಕೊಂಡರು. "ನೋಡು ನಾವೀ ಸಮಸ್ಯೆಯನ್ನು ಸಾವಧಾನದಿಂದ ಬಗೆ ಹರಿಸಬೇಕು. ಒಂದು ಲೆಕ್ಕದಲ್ಲಿ ತಪ್ಪು ನಮ್ಮದೆ. ಹಿಂದೊಮ್ಮೆ ನಮ್ಮ ಅವಸರದಿಂದ ತಪ್ಪಾಯಿತೆಂದು ನಾವು ಅವಳನ್ನು ಅವಳ ಪಾಡಿಗೆ ಬಿಡಬಾರದಿತ್ತು... ಅವಳು ಮನೆಗೆ ಬಂದಾಗೆಲ್ಲ ಮದುವೆಯ ಬಗ್ಗೆ ಪೀಡಿಸುವ ಬದಲು ನಾವೇ ಯಾವುದಾದರು ಉತ್ತಮ ಸಂಬಂಧ ಹುಡುಕಿ ಅವಳ ಮನವೊಲಿಸ ಬೇಕಿತ್ತು... ಅವಳಿಗೀಗ ಹೊರಗಿನ ಪ್ರಪಂಚದ ಅರಿವು ಚೆನ್ನಾಗಿ ಮೂಡಿದೆ. ಹಾಗಾಗಿ ಮತ್ತೆಲ್ಲಿ ತಾನು ಪುನಃ ಕಠೋರ ಧರ್ಮ ಸಂಪ್ರದಾಯದ ಸಂಕೋಲೆಯಲ್ಲಿ ಬಂಧಿಯಾಗುತ್ತೇನೊ ಎನ್ನುವ ಆತಂಕವಿದೆ. ನಾವದನ್ನು ದೂರ ಮಾಡಬೇಕಿತ್ತು" ಎಂದು ಸೂಕ್ಷ್ಮವಾಗಿ ವಿಷಯ ಪ್ರಸ್ತಾಪಿಸಲು ಮುಂದಾದರು. ಅಷ್ಟರಲ್ಲಿ, "ಅಂದರೆ? ಏನನ್ನು ಹೇಳ ಹೊರಟಿದ್ದೀರಿ ನೀವೀಗ? ಹಾಗೆಲ್ಲ ಒಗಟಿನಂತೆ ಅರ್ಥಂಬರ್ಥ ಹೇಳಿದರೆ ನನಗೊಂದು ಅರ್ಥವಾಗುವುದಿಲ್ಲ. ಸರಿಯಾಗಿ ಹೇಳಿ" ಎಂದು ಶಕೀಲರ ಪತ್ನಿ ಅಸಹನೆಯಿಂದಲೇ ಕೇಳಿದರು.

"ಮತ್ತೇನಿಲ್ಲ, ಸಕೀನಾ ಅವಳು ಕೆಲಸ ಮಾಡುವಲ್ಲೇ ಯಾರನ್ನೋ ಮದುವೆಯಾಗಲು ನಿರ್ಧರಿಸಿದ್ದಾಳೆನ್ನುವ ವರ್ತಮಾನ ಸಿಕ್ಕಿದೆ. ಹುಡುಗಾ. ಹುಡುಗ ಹಿಂದು ಅಂತೆ..." ಎಂದರು ಶಕೀಲರು ತುಸು ಹಿಂಜರಿಯುತ್ತಾ!

ಒಮ್ಮೆಲೆ ಹೌಹಾರಿದ ಶಕೀಲರ ಪತ್ನಿ, "ಯಾ, ಅಲ್ಲಾಹ್! ನಾನು ನಿಮ್ಮಲ್ಲಿ ಸಾರಿ ಸಾರಿ ಬಾಯಿ ಬಡಿದುಕೊಳ್ಳುತ್ತಾ ಹೇಳಿದ್ದೆ. ಕೇಳಿಸಿಕೊಳ್ಳಬೇಕಲ್ಲ ನೀವೂ. ಅಪ್ಪ ಮತ್ತು ಮಗ ಸೇರಿಕೊಂಡು ನನ್ನ ಮಾತು ಬದಿಗೆ ತಳ್ಳಿದಿರಿ; ಅವಳು ಹೇಳಿದಂತೆಲ್ಲ ಕುಣಿದಿರಿ. ಮೊನ್ನೆ ಅವಳು ಮನೆಗೆ ಬಂದಿದ್ದಾಗ ಮದುವೆ ಸುದ್ಧಿ ಮಾತಾನಾಡುತ್ತಿದ್ದಂತೆ, "ನನಗೆ ಬೇಕಾಗಿದ್ದವರನ್ನು ನಾನೇ ಆರಿಸಿಕೊಳ್ಳುತ್ತೇನೆ" ಎಂದಾಗಲೇ ನನಗೆ ಸಂಶಯ ಬಂದಿತ್ತು! ಇರಲಿ, ಈಗ ನೀವೇ ಏನು ಬೇಕೋ ಅದನ್ನು ಮಾಡಿ, ನನಗಂತೂ ಈ ಅವಮಾನ

ಸಹಿಸಲು ಸಾಧ್ಯವಿಲ್ಲ..." ಎಂದು ಗೋಳೋ ಎಂದು ಅಳಲಾರಂಭಿಸಿದರು. "ನೋಡು ಮರಿಯಾ. ಈಗ ರಾದ್ಧಾಂತವೆಬ್ಬಿಸಿ ಏನೂ ಪ್ರಯೋಜನವಿಲ್ಲ. ಸಕೀನಾಳೀಗ ಏನೂ ಅರಿಯಲಾಗದ ಮುಗ್ಧಳೇನಲ್ಲ. ಪ್ರಾಯ ಪ್ರಬುದ್ಧಳು. ನಾವೀಗ ಬಹಳ ಸೂಕ್ಷ್ಮವಾಗಿ ಮತ್ತು ನಾಜೂಕಿನಿಂದಲೇ ಈ ಸಮಸ್ಯೆ ಬಗೆಹರಿಸಬೇಕು. ರಾತ್ರಿಯೆಲ್ಲಾ ನಿದ್ದೆಯೂ ಮಾಡದೆ ನಾನು ಇದನ್ನೇ ಯೋಚಿಸುತ್ತಿದ್ದೆ. ನಾಳೆ ಶನಿವಾರ ಸಕೀನಾ ಮನೆಗೆ ಬರದಿದ್ದರೆ ಸೋಮವಾರ ಬೆಳಿಗ್ಗೆಯೇ ಅಬುಬಕರ್‌ರವರ ಕಾರು ಕಳುಹಿಸಿ, ನಿನಗೆ ಹುಶಾರಿಲ್ಲವೆಂದು ಅವಳನ್ನು ಮನೆಗೆ ಕರೆಸಿಕೊಳ್ಳುವಾ. ಅಷ್ಟರೊಳಗೆ ನಾವೇನಾದರೊಂದು ದಾರಿ ಹುಡುಕಬೇಕು. ಅದನ್ನೂ ಯೋಚಿಸಿದ್ದೇನೆ ನಾನು. ಪಾಂಡಳ್ಳಿಯ ನನ್ನ ಸ್ನೇಹಿತ ಆಯೂಬ್‌ರ ಮಗನೊಬ್ಬ ಬಳ್ಳಾರಿಯಲ್ಲಿ ಹೈದ್ರಾಬಾದ್ ಬ್ಯಾಂಕಿನ ಆಫೀಸರ್ ಆಗಿದ್ದಾನಂತೆ. ಈ ಸಂಬಂಧ ಕೂಡಿ ಬರುವಂತೆ ಪ್ರಯತ್ನಿಸುವ. ಹುಡುಗನೂ ಬ್ಯಾಂಕಿನಲ್ಲಿರುವುದರಿಂದ ಅವಳು ನಿರಾಕರಿಸಲಿಕ್ಕಿಲ್ಲ. ಹೇಗಾದರು ಮಾಡಿ ಅವಳ ಮನವೊಲಿಸಬೇಕು ಅಷ್ಟೆ. ಸುಮ್ಮನೆ ಕಂಗಾಲಾಗಿ ಗಲಾಟೆ ಮಾಡಬೇಡ. ರಗಳೆಯಾದೀತು..." ಎಂದು ಮಡದಿಯನ್ನು ತತ್ಕಾಲಕ್ಕೆ ಸಂತೈಸುವ ಯತ್ನ ಮಾಡಿದರು ಶಕೀಲ್. ರಿಜಿಸ್ಟ್ರಿ ಆಫೀಸಿನಲ್ಲಿ ರಫಿಯವರು ನೋಡಿ ಬಂದಿದ್ದ ನೋಟೀಸಿನ ಬಗ್ಗೆ ಅವರು ಮಡದಿಯಲ್ಲಿ ಚಕಾರ ಕೂಡಾ ಎತ್ತಲಿಲ್ಲ.

ಆರು

ಸೋಮವಾರದಂದು ಬೆಳಿಗ್ಗೆ ಆಫೀಸು ಆರಂಭವಾದ ಹತ್ತು ನಿಮಿಷಕ್ಕೆಲ್ಲ ಸಕೀನಾಳಿಂದ ಫೋನು ಬಂದಾಗ ಹೇಮಂತನಿಗೆ ಅಚ್ಚರಿಯಾಯಿತು. 'ಅರ್ಧ ಗಂಟೆ ಮೊದಲಷ್ಟೇ ಪರಸ್ಪರ ಬೀಳ್ಕೊಂಡು ಆಫೀಸು ತಲುಪಿದ್ದೇವೆ. ಏನು ತುರ್ತು ವಿಚಾರ ಇರಬಹುದು?' ಎಂದು ಸಂದೇಹಿಸುತ್ತಾ ಹೇಮಂತ ಫೋನು ಕೈಗೆತ್ತಿಕೊಂಡ.

"ಹೇಮೂ ನಾನೀಗಲೆ ಅರ್ಜೆಂಟ್ ಊರಿಗೆ ಹೋಗುತ್ತಿದ್ದೇನೆ. ಅಮ್ಮನಿಗೆ ಜೋರು ಹುಷಾರಿಲ್ಲವಂತೆ, ಕರೆದೊಯ್ಯಲು ಅಪ್ಪನೇ ಕಾರು ಕಳಿಸಿದ್ದಾರೆ. ನನ್ನ ಕಟು ಮಾತಿನಿಂದ ನೊಂದುಕೊಂಡು ಹೀಗೆಲ್ಲಾ ಆಯಿತೇನೋ ಎಂದು ದುಃಖವಾಗ್ತಿದೆ ನನಗೆ. ಎರಡು ದಿವಸ ರಜೆ ಹಾಕಿದ್ದೇನೆ. ಊರಿಗೆ ಹೋದವಳು ಅಲ್ಲಿನ ಪರಿಸ್ಥಿತಿಯ ಬಗ್ಗೆ ಸಂಜೆ ಫೋನು ಮಾಡುತ್ತೇನೆ. ಅಗತ್ಯ ಬಿದ್ದರೆ ಒಂದೆರಡು ದಿವಸ ರಜೆ ಮುಂದುವರಿಸಲೂ ಬಹುದು. ಸಿಚ್ಯುಯೇಶನ್ ಬಗ್ಗೆ

ನಿಮಗೆ ಅಪ್‌ಡೇಟ್ ಮಾಡುತ್ತಿರುತ್ತೇನೆ..." ಎಂದು ಸಕೀನಾ ತುಸು ಗಾಬರಿಯ ಧ್ವನಿಯಲ್ಲಿ ಆತನಲ್ಲಿ ಹೇಳಿಕೊಂಡಳು.

"ಗಾಬರಿಯಾಗಬೇಡಿ ಸಕೀನಾ. ಎವ್ವೆರಿಥಿಂಗ್ ವಿಲ್ ಬಿ ಫೈನ್. ಡೋಂಟ್ ವರಿ. ಹೋಗಿ ಬನ್ನಿ. ಸಂಜೆ ಫೋನ್ ಮಾಡಿ ಅಮ್ಮನ ಆರೋಗ್ಯದ ಬಗ್ಗೆ ತಿಳಿಸಲು ಮಾತ್ರ ಮರೆಯಬೇಡಿ. ಟೇಕ್ ಕೇರ್..." ಎಂದು ಹೇಮಂತ್ ಫೋನ್ ಕೆಳಗಿಟ್ಟ. ಕ್ಷಣ ಹೊತ್ತು ಏನೋ ದುಗುಡದ ಭಾವವೊಂದು ಆತನಲ್ಲೂ ಉಂಟಾಯಿತು! ಯಾಕೋ ಸಕೀನಾಳಲ್ಲಿ ಇನ್ನೊಮ್ಮೆ ಮಾತನಾಡಬೇಕೆನಿಸಲಾರಂಭಿಸಿತು. 'ಆದರೆ ಆಕೆ ಹೊರಟಾಯಿತೇನೋ? ಸಂಜೆ ಫೋನು ಬಂದಾಗ ವಿವರವಾಗಿ ಆಕೆಯಲ್ಲಿ ಮಾತನಾಡಿದರಾಯ್ತು' ಎಂದುಕೊಂಡವನೇ ತನ್ನೆದುರು ರಾಶಿ ಬಿದ್ದ ಆಫೀಸಿನ ಕೆಲಸದಲ್ಲಿ ತೊಡಗಿಸಿಕೊಂಡು ಆ ದುಗುಡ ಮರೆಯಲು ಯತ್ನಿಸಿದ.

ಆದರೆ ಆ ಸಂಜೆ ಸಕೀನಾಳಿಂದ ಫೋನು ಬರಲೇ ಇಲ್ಲ. 'ಆತಂಕದ ಪರಿಸ್ಥಿತಿಯಲ್ಲೇನಾದರೂ ಇದ್ದರೆ ನಡುವಲ್ಲಿ ತಾನೇ ಫೋನು ಮಾಡಿ ತೊಂದರೆ ಕೊಡುವುದು ತರವಲ್ಲ' ಎಂದು ತಡರಾತ್ರಿಯ ತನಕ ಸಕೀನಾಳ ಕರೆಗಾಗಿಯೇ ಹೇಮಂತ ಕಾದ. ಆದರೆ ಆತನ ಕಾಯುವಿಕೆ ನಿರರ್ಥಕವಾಯಿತು. ಮರು ಮುಂಜಾನೆಯೇ ಶಕೀಲರಲ್ಲಿಗೆ ಫೋನು ಮಾಡಿ ಸಕೀನಾಳನ್ನು ಸಂಪರ್ಕಿಸಲು ಆತ ಯತ್ನಿಸಿದ. ಆದರೆ ಹಲವು ಬಾರಿ ಯತ್ನಿಸಿದನಾದರೂ ಶಕೀಲರ ಮನೆಯ ದೂರವಾಣಿ ಮಾತ್ರ ನಿರುತ್ತರವಾಗಿತ್ತು...! ಸಕೀನಾಳಿಂದಲಾದರೂ ಕರೆ ಈಗ ಬಂದೀತು... ಇನ್ನೊಂದು ಗಳಿಗೆಯಲ್ಲಿ ಬಂದೀತು... ಎಂದು ಕಾತರದಿಂದ ಕಾದುದೂ ವ್ಯರ್ಥವಾಯ್ತು.

ಇದೇ ತರದ, ಅಶಂಕೆ, ಆತಂಕಗಳ ಕುಲುಮೆಯಲ್ಲಿ ಬೇಯುತ್ತಾ ಹೇಮಂತ, ಅದು ಹೇಗೋ ಎರಡು ದಿನಗಳನ್ನು ಕಳೆದ. ಆನಂತರ ಅನ್ಯ ಮಾರ್ಗ ಕಾಣದೆ, ಸಕೀನಾಳ ಬ್ರಾಂಚಿಗೇ ಫೋನು ಮಾಡಿ 'ಅವಳಿಂದ ಸುದ್ದಿ ಏನಾದರೂ ಇದೆಯಾ?' ಎಂದು ವಿಚಾರಿಸಿದ. "ಇನ್ನೂ ಮೂರು ವಾರಗಳ ಕಾಲ ಅವರು ಆಫೀಸಿಗೆ ಬರುವ ಹಾಗೆ ಕಾಣುತ್ತಿಲ್ಲ. ಅನಾರೋಗ್ಯದ ಕಾರಣ ನೀಡಿ ರಜೆ ಮುಂದುವರಿಸುವಂತೆ ಕೋರಿ ಅವರ ತಂದೆ ಫೋನು ಮಾಡಿದ್ದಾರೆ..." ಎನ್ನುವ ಉತ್ತರ ಅಲ್ಲಿಂದ ಸಿಕ್ಕಿತು!

ಇದನ್ನು ಕೇಳುತ್ತಲೇ ಹೇಮಂತನ ಜಂಘಾಬಲವೇ ಒಮ್ಮೆ ಉಡುಗಿದಂತಾಯಿತು! ನಾನಾ ತರದ ಸಂದೇಹಗಳು ಆತನ ಮನಸ್ಸಲ್ಲಿ ಮೂಡತೊಡಗಿದವು...! ಆಕೆ ಹೊರಟು ಹೋದ ನಂತರದ ಘಟನೆಗಳನ್ನೆಲ್ಲಾ ನೆನಪಿಸಿಕೊಂಡಾಗ 'ಏನೋ ಆಘಾತಕಾರಿ ಘಟನೆ ಅಲ್ಲಿ ಸಂಭವಿಸಿರುವುದು ಖಚಿತ' ಎಂದಾತನಿಗೆ ಅನಿಸಲಾರಂಭಿಸಿತು! ತಾನಿನ್ನು ಇಲ್ಲಿಯೇ ಹಲುಬುತ್ತಾ

ಕಾಲಕಳೆಯುವುದೂ ನಿಷ್ಫಲವೆನ್ನುವುದು ಮನವರಿಕೆಯಾಯಿತು! ಗಂಗಾಪುರಕ್ಕೆ ಹೋಗಿ, ಅಲ್ಲಿ 'ಏನಾಗಿದೆ?' ಎಂದು ತಿಳಿದುಕೊಳ್ಳುವುದಲ್ಲದೆ ಬೇರೆ ದಾರಿಯೂ ತೋಚದಾಯಿತು. ಅಂತೆಯೇ 'ಶನಿವಾರದಂದು ಅಲ್ಲಿಗೇ ಹೋಗುವುದೆಂಬ' ನಿರ್ಧಾರಕ್ಕಾತ ಬಂದುದೂ ಆಯಿತು...!

*

ಆಫೀಸು ಕೆಲಸ ಮುಗಿಸಿ ಗಂಗಾಪುರಕ್ಕೆ ಹೊರಟ ಹೇಮಂತ, ಅಲ್ಲಿಗೆ ತಲುಪುವಾಗ ಸಂಜೆಗತ್ತಲು ಕಾಲಿಡಲಾರಂಭಿಸಿತ್ತು. ಆತ ನೇರವಾಗಿ ಅಲ್ಲಿ ಕಾಲೇಜು ಪ್ರಾಧ್ಯಾಪಕರ ವಸತಿಗಳಿದ್ದ ರಸ್ತೆಗೇ ಪ್ರವೇಶಿಸಿದ. ಅಲ್ಲಿ ಮೊದಲಿಗೆ ಸಿಗುವುದೇ ಕನ್ನಡ ಪ್ರಾಧ್ಯಾಪಕರ ವಸತಿ ಎನ್ನುವುದಾತನಿಗೆ ನೆನಪಿತ್ತು. ಅದರೆದುರು ಬಿಳಿಗೂದಲಿನ ಹಿರಿಯರೊಬ್ಬರು ಕೈತೋಟದ ಹೂಗಿಡಗಳಿಗೆ ನೀರೆರೆಯುತ್ತ ನಿಂತಿದ್ದರು. 'ಓಹ್! ಅದು ತನ್ನ ನೆಚ್ಚಿನ ಕನ್ನಡ ಪ್ರಾಧ್ಯಾಪಕರಾದ ವಾಸುದೇವ ರಾಯರು!' ಅವರಿನ್ನೂ ಇಲ್ಲಿಯೇ ಇರುವುದನ್ನು ಕಂಡು ಹೇಮಂತನಿಗೆ ಖುಷಿಯಾಯಿತು! ಪ್ರೋ. ಶಕೀಲರೂ ಮೊದಲಿದ್ದ ಮನೆಯಲ್ಲೇ ವಾಸವಿದ್ದಿರಬೇಕು. ಎಂದುಕೊಂಡ ಆತ ಹಿಂದಿನ ನೆನಪಿನಿಂದ ರಸ್ತೆಯ ಕೊನೆಯ ತಿರುವಿನ ಅವರ ವಸತಿಯತ್ತ ಬೈಕು ಓಡಿಸಿದ.

ಹೇಮಂತನ ಊಹೆ ಸರಿಯಾಗಿತ್ತು. ಮನೆಯ ಎದುರು ಗೋಡೆಯಲ್ಲಿ 'ಪ್ರೊ. ಶಕೀಲ ಅಹಮ್ಮದ್. ಎಂ.ಎ., ಎಂ.ಎಡ್., ಎಚ್.ಓ.ಡಿ. ಡಿಪಾರ್ಟ್‌ಮೆಂಟ್ ಆಫ್ ಹಿಸ್ಟರಿ' ಎಂಬ ನಾಮಫಲಕವಿತ್ತು. ಗೇಟಿನ ಪಕ್ಕದಲ್ಲಿ ಬೈಕು ನಿಲ್ಲಿಸಿದ ಹೇಮಂತ. ಮನೆಯತ್ತ ಒಮ್ಮೆ ದೃಷ್ಟಿ ಹಾಯಿಸಿದ. ಅಲ್ಲಿ ಯಾರ ಸುಳಿವೂ ಕಾಣಲಿಲ್ಲ! ಯಾಕೋ ಅಲ್ಲಿ ನೆಲೆಯಾಗಿದ್ದ ನೀರವ ಮೌನ ಆತನನ್ನೊಮ್ಮೆ ಅಧೀರನನ್ನಾಗಿಸಿತು! ಅದರೊಂದಿಗೇ ಶಕೀಲರು ತನ್ನ ಗುರುತು ಹಿಡಿದು 'ಯಾಕೆ ಬಂದೆ' ಎಂದು ಕೇಳಿದರೆ ಏನುತ್ತರಿಸಲಿ? ಎನ್ನುವ ಸಮಸ್ಯೆಯೂ ಎದುರಾಯಿತು!

"ನಾನು ಕಾಲೇಜಿನಲ್ಲಿರುವಾಗ ನಡೆದ ಘಟನೆಗಳ ನೆನಪವರಿಗೀಗ ಇರಲಿಕ್ಕಿಲ್ಲ. ಹಾಗಾಗಿ, 'ಸಕೀನಾ ಕೆಲಸ ಮಾಡುವ ಬ್ರಾಂಚಿನ ಸಮೀಪವೇ ನಾನು ಇನ್ನೊಂದು ಬ್ಯಾಂಕಲ್ಲಿದ್ದೇನೆ. ತಾಯಿಗೆ ಹುಷಾರಿಲ್ಲವೆಂದು ಅವರು ರಜೆಯಲ್ಲಿ ಊರಿಗೆ ಬಂದ ವಿಚಾರ ತಿಳಿಯಿತು. ಇದೇ ದಾರಿಯಾಗಿ ನನ್ನ ಸ್ವಂತ ಊರಿಗೆ ಹೋಗುತ್ತಾ ಅವರ ಆರೋಗ್ಯ ವಿಚಾರಿಸಿಕೊಂಡು ಹೋಗೋಣ ಎಂದು ಬಂದೆ' ಎನ್ನುವ ಸಮಜಾಯಿಸಿ ನೀಡಿದರಾಯಿತು" ಅಂದುಕೊಂಡ. ಮನೆಯಲ್ಲಿ ಮೊದಲಿಗೇ ಸಕೀನಾಳ ಭೇಟಿಯಾದರೆ ಅವರೇ ಏನಾದರೂ ಸಬೂಬು ಹೇಳಿಯಾರು. ಅದೆಲ್ಲಾ ಸಾಂಗವಾಗಿ ಮುಗಿದ ನಂತರ

ಸಕೀನಾರನ್ನು ತುಸು ಹೊರಗೆ ಕರೆದು, 'ಏನಾಗಿದೆ? ಯಾಕೆ ಹೀಗೆ? ಯಾವ ಸಮಾಚಾರವನ್ನೂ ತಿಳಿಸದೆ ನಾನು ಚಡಪಡಿಸುವಂತೆ ಮಾಡಿದಿರಿ? ಎಂದು ವಿಚಾರಿಸಬೇಕು' ಎಂದುಕೊಂಡ.

ಆನಂತರ ತುಸು ನಿರಾಳವಾದರೂ ಅಳುಕುತ್ತಲೇ ಮನೆಯೆದುರಿನ ಅಂಗಳದ ಗೇಟು ತೆರೆದು ವರಾಂಡಕ್ಕೆ ಕಾಲಿರಿಸಿದ! ಯಾಕೋ ಅಲ್ಲಿಯೂ ಗಾಢ ಮೌನವೇ ನೆಲೆಯಾಗಿತ್ತು! ಒಳಗಿನ ಹಜಾರದಲ್ಲಿ ಲೈಟು ಉರಿಯುತ್ತಿರುವುದು ಬಾಗಿಲೆದುರು ತೂಗುಬಿಟ್ಟ ಪರದೆಯಿಂದ ಕಾಣುತ್ತಿತ್ತು. ಹಾಗಾಗಿ ತುಸು ಅಂಜಿಕೆಯಿಂದಲೇ ಆತ ಮೆತ್ತನೆ ನಾಲ್ಕು ಹೆಜ್ಜೆ ಮುಂದುವರಿದು, ಪರದೆ ಸರಿಸಿ ಹಜಾರದೊಳಗೆ ಕಣ್ಣು ಹಾಯಿಸಿದ...! ಮೂಲೆಯ, ಮೇಜೊಂದರ ಪಕ್ಕದಲ್ಲಿದ್ದ ಆರಾಮ ಕುರ್ಚಿಯಲ್ಲಿ ಪ್ರೊ. ಶಕೀಲ್ ಅಹಮದ್‌ರವರು ಏನೋ ಗಾಢ ಯೋಚನೆಯಲ್ಲಿರುವಂತೆ ಕಣ್ಮುಚ್ಚಿಕೊಂಡು ಒರಗಿ ಕೂತಿದ್ದರು. ಹಜಾರದ ಹೊಸ್ತಿಲಲ್ಲಿ ನಿಂತವನಿಗೆ ತಟ್ಟನೆ ಅವರನ್ನು ಕರೆದು ಎಚ್ಚರಿಸಲೇಕೋ ಮನಸ್ಸು ಅಳುಕಿತು! 'ಸಕೀನಾ ಎಲ್ಲಿ? ತಾಯಿಯೊಂದಿಗೆ ಆಸ್ಪತ್ರೆಯಲ್ಲೇನಾದರೂ ಇದ್ದಿರಬಹುದೆ...?' ಎನ್ನುವ ಸಂದೇಹವೂ ಮನಸ್ಸಲ್ಲಿ ಮೂಡಿತು!... ಇದೆಲ್ಲ ಚಿಂತಿಸುತ್ತಾ ತುಸುಹೊತ್ತು ಬಾಗಿಲಲ್ಲೇ ನಿಂತಿದ್ದರೂ ಶಕೀಲರ ಗಮನ ಆತನತ್ತ ಹರಿಯಲಿಲ್ಲ...! ಕೊನೆಗೆ ಅನಿವಾರ್ಯವಾಗಿ ಹೇಮಂತನೇ ಬಾಗಿಲಿಂದ ಒಳಗಿಣುಕುತ್ತ "ಗುಡ್ ಈವ್ನಿಂಗ್ ಸರ್..." ಎಂದ.

ಇದನ್ನು ಕೇಳಿಸಿಕೊಂಡು ಫಕ್ಕನೆ ಕಣ್ತೆರೆದ ಶಕೀಲರು, ನೆಟ್ಟಗೆ ಕುಳಿತು ಕನ್ನಡಕ ಸರಿಪಡಿಸಿಕೊಂಡರು... ಹಜಾರದ ಮಬ್ಬು ಬೆಳಕಿಗೆ ಕಣ್ಣು ಹೊಂದಿಕೊಳ್ಳುತ್ತಲೇ ಬಾಗಿಲಲ್ಲಿ ನಿಂತು ತನಗೆ ವಂದಿಸಿದಾತನನ್ನೊಮ್ಮೆ ಆಪಾದಮಸ್ತಕ ದಿಟ್ಟಿಸಿದರು...! ಅವರ ಕಣ್ಣು ಮುಖ ಕ್ರಮೇಣ ಬಿರುಸಾಗುತ್ತಿರುವುದು ಹೇಮಂತನಿಗೆ ಅರಿವಾಗತೊಡಗಿತು! ಇದನ್ನು ಗಮನಿಸಿದ ಆತ "ಸರ್ ನಾನು ಸಕೀನಾರವರ ಬ್ರಾಂಚಿನ ಸನಿಹದಲ್ಲಿ..." ಎಂದು ಮಾತಿಗಾರಂಭಿಸುವುದರಲ್ಲಿದ್ದ. ಅಷ್ಟರಲ್ಲಾಗಲೆ ಆರಾಮ ಖುರ್ಚಿಯಿಂದ ದಢಕ್ಕನೆ ಎದ್ದು ನಿಂತ ಶಕೀಲರು, ತಮ್ಮ ಕನ್ನಡಕ ತೆಗೆದು ಮೇಜಿನ ಮೇಲೆಸೆಯುತ್ತ "ಹೌ ಡೇರ್ ಯೂ?" ಎಂದು ಅಬ್ಬರಿಸಿ ಮತ್ತೇನೋ ಹೇಳಲು ಹೊರಟವರು ಸಿಟ್ಟಲ್ಲಿ ಕಂಪಿಸುತ್ತಾ ನಿಂತರು...! ತುಟಿಗಳು ಅದುರುತ್ತಿದ್ದವು... ಅವರನ್ನು ಸಮಾಧಾನ ಪಡಿಸಲೆಂಬಂತೆ ಮತ್ತೊಮ್ಮೆ ವಿನಮ್ರನಾಗಿ ಎರಡೂ ಕೈ ಮುಗಿಯುತ್ತಾ "ಸರ್ ನಾನು..." ಎಂದು ತಾನು ಹೇಳಬೇಕೆಂದಕೊಂಡಿದ್ದ ಮಾತುಗಳನ್ನಾಡಲು ಹೇಮಂತ ಉದ್ಯುಕ್ತನಾದ. ಆದರೆ ಅಷ್ಟರಲ್ಲಿ ಆತನನ್ನು ತಡೆದ ಶಕೀಲರು, "ಫಸ್ಟ್ ಗೆಟ್ ಔಟ್ ಆಫ್ ಮೈ ಸೈಟ್... ಇಲ್ಲಿಗೇಕೆ ಬಂದೆ ನೀನು...? ಯೂ, ಯೂ ಅನ್‌ಸ್ಕ್ರುಪ್‌ಲೆಸ್

ಫೆಲೋ..." ಎನ್ನುತ್ತ ಆತನಿಗೆ ತದಕಲು ಮುಂದಾಗುವವರಂತೆ ಎರಡು ಹೆಜ್ಜೆ ಮುಂದೆ ಸರಿದರು...!

ಅವರ ಈ ಹಠಾತ್ ಆಕ್ರಮಣಕಾರಿ ವರ್ತನೆಯಿಂದ ಹೇಮಂತನೊಮ್ಮೆ ತತ್ತರಿಸಿದ...! ಅವರ ರೌದ್ರಾವತಾರ ಕಂಡ ಅತನಿಗೆ ತಾನಿನ್ನು ಇಲ್ಲಿರುವುದು ಸೂಕ್ತವಲ್ಲ ಅನಿಸಿತು. ಅದಾಗಲೇ ಒಳಗಿನ ಕೋಣೆಯ ಪರದೆ ಸರಿಸಿದ ಮುಸುಕು ಧರಿಸಿದ ಪ್ರಾಯದ ಮಹಿಳೆಯೊಬ್ಬರು 'ಹೊರಟು ಹೋಗುವಂತೆ' ಆತನಿಗೆ ಸಂಜ್ಞೆ ಮಾಡಿದರು...! ತಕ್ಷಣವೇ ಹಿಂದಡಿಯಿಟ್ಟ ಹೇಮಂತ ಬೈಕು ನಿಲ್ಲಿಸಿದತ್ತ ಬಂದು ನಿಂತ. ಶಕೀಲರು ಈ ರೀತಿ ವರ್ತಿಸಿಯಾರೆಂದು ಆತ ಕನಸಲ್ಲೂ ಎಣಿಸಿರಲಿಲ್ಲ...!

ಹತಾಶೆಯಿಂದ ಹೊರಬಂದು ರಸ್ತೆಯಲ್ಲಿ ನಿಂತವನು ಸಕೀನಾಳ ಸುಳಿವೇನಾದರೂ ಸಿಗಬಹುದೇನೋ ಎಂದು ಮನೆಯತ್ತ ಮತ್ತೊಮ್ಮೆ ದೃಷ್ಟಿ ಹರಿಸಿದ. ಅದಾಗಲೇ ಶಕೀಲರ ಮನೆಬಾಗಿಲು 'ದಢಾರ್' ಎನ್ನುವ ಶಬ್ದದೊಂದಿಗೆ ಮುಚ್ಚಿಕೊಂಡಿತು...!

ಇಲ್ಲಿನ ಈ ಎಲ್ಲಾ ವಿದ್ಯಮಾನಗಳನ್ನು ಗಮನಿಸಿದ ಹೇಮಂತನಿಗೆ ಸಕೀನಾಳಾವುದೋ ಸಂಕಷ್ಟದಲ್ಲಿ ಸಿಲುಕಿರುವುದು ನಿಚ್ಚಳವಾಗಿ ಬಿಟ್ಟಿತು! 'ಏನಾಗಿದೆ?' ಎನ್ನುವುದು ಮಾತ್ರ ಬಗೆಹರಿಯದ ಪ್ರಶ್ನೆಯಾಗಿ ಉಳಿದಿತ್ತು! ಕತ್ತಲೀಗ ಆ ಬೀದಿಯನ್ನು ನಿಧಾನಕ್ಕೆ ಆಕ್ರಮಿಸಿಕೊಳ್ಳಲು ಆರಂಭಿಸಿತ್ತು...! ಅಲ್ಲಲ್ಲಿ ಒಂದೊಂದೇ ಬೀದಿ ದೀಪಗಳೀಗ ಹೊತ್ತಿಕೊಳ್ಳಲಾರಂಭಿಸಿದ್ದವು. 'ಇನ್ನೀಗ ತಾನು ಇಲ್ಲಿ ಯೋಚಿಸುತ್ತಾ ನಿಂತು ಯಾವ ಉಪಯೋಗವೂ ಆಗಲಾರದು. ಸಕೀನಾಳ ಕುರಿತಾದ ಸುಳಿವನ್ನು ಅನ್ಯಮೂಲಗಳಿಂದಲೇ ಪತ್ತೆ ಮಾಡಲು ಪ್ರಯತ್ನಿಸಬೇಕು' ಎನ್ನುವುದಾತನಿಗೀಗ ಮನವರಿಕೆಯಾಯಿತು. ಆಗ ತಕ್ಷಣವೇ ನೆನಪಾದವರು ತನ್ನ ನೆಚ್ಚಿನ ಕನ್ನಡ ಪ್ರಾಧ್ಯಾಪಕರಾದ ವಾಸುದೇವರಾಯರು...! ಶಕೀಲರಲ್ಲಿಗೆ ಬರುವಾಗ ಅವರು ಮನೆಯೆದುರು ಹೂಗಿಡಗಳಿಗೆ ನೀರು ಹನಿಸುತ್ತಾ ನಿಂತಿದ್ದುದೂ ನೆನಪಾಗಿ ಅವರ ಮನೆಯತ್ತ ಹೊರಟು ಬಂದ.

ಹೇಮಂತ ಅವರ ಮನೆಯ ಕರೆಗಂಟೆಯ ಸ್ವಿಚ್ಚನ್ನು ಅದುಮುತ್ತಲೇ ಒಳಗಿನಿಂದ ಬಂದು ಬಾಗಿಲು ತೆರೆದವರು ವಾಸುದೇವರಾಯರ ಪತ್ನಿ ಸಾವಿತ್ರಮ್ಮ! ಪತ್ನಿಯ ಬೆನ್ನಿಗಂಟಿಕೊಂಡೇ ಎಂಬಂತೆ ವಾಸುದೇವರಾಯರೂ ಅಲ್ಲಿ ಬಂದರು. ಬಾಗಿಲಲ್ಲಿ ನಿಂತಿದ್ದ ಆತನನ್ನೊಮ್ಮೆ ದಿಟ್ಟಿಸಿ ನೋಡಿದರು. ಅಚ್ಚರಿಯಿಂದೆಂಬಂತೆ "ಅರೇ...! ಹೇಮಂತನಲ್ಲವೇನಯ್ಯಾ...? ಇದೇನಯ್ಯಾ ವಿಸ್ಮಯ? ಹೊತ್ತಲ್ಲದ ಈ ಸಂಜೆಯ ಸಂಧಿಪ್ರಕಾಶ ನಂದುವ ಹೊತ್ತಲ್ಲಿ ನಿನ್ನ ಆಗಮನ? ಬಾ, ಬಾ, ಒಳಗೆ ಬಾ. ತುಂಬಾ ಖುಷಿಯಾಯಿತು ನಿನ್ನನ್ನು ಕಂಡು. ಹೆಚ್ಚೇನು ಬದಲಾಗಿಲ್ಲ ನೀನು. ಸ್ವಲ್ಪ ದಪ್ಪಗಾಗಿದ್ದಿ ಅಷ್ಟೇ" ಎಂದು

ಆತ್ಮೀಯವಾಗಿ ಸ್ವಾಗತಿಸಿದರು. ಹೇಮಂತ ಒಳಗಡಿ ಇಡುತ್ತಲೇ ಎದುರಿನ ಸೋಫಾದತ್ತ ಕೈ ತೋರಿ ಕುಳಿತುಕೊಳ್ಳಲು ಹೇಳಿದವರು, "ಸಾವಿತ್ರಿ, ಇವ ನನ್ನ ಮಾಜಿ ಪಟ್ಟ ಶಿಷ್ಯ ಹೇಮಂತ. ಕಾಣದೇ ಏಳೆಂಟು ವರುಷಗಳೇ ಆಯಿತು. ಎರಡು ಕಪ್ ಬಿಸಿಬಿಸಿ ಬಾದಾಮಿ ಹಾಲು ತಾ" ಎಂದು ಮಡದಿಗೆ ಹೇಳಿದರು. "ಏಕವಚನದಲ್ಲಿ ಮಾತಾಡಿಸಿದನೆಂದು ಬೇಸರವಿಲ್ಲ ತಾನೆ? ನೀನೀಗ ಬ್ಯಾಂಕ್ ಆಫೀಸರ್ ಅಲ್ವೆ?" ಎಂದು ಹೇಮಂತನಲ್ಲಿ ನಗುತ್ತಾ ಕೇಳಿದರು. "ಸರ್ ನಾನೀಗ ಏನೇ ಆಗಿದ್ದರೂ ಮೊದಲಿಗೆ ನಿಮ್ಮ ವಿದ್ಯಾರ್ಥಿ ಮತ್ತು ಶಿಷ್ಯ. ನೀವು ಹಾಗೇ ಕರೆದರೆ ನನಗೆ ಸಂತಸ" ಎಂದ ಹೇಮಂತ.

ಪದವಿಯ ಮೊದಲೆರಡು ವರ್ಷ ಆತನಿಗೆ ಕನ್ನಡ ಬೋಧಿಸಿದ್ದ ವಾಸುದೇವರಿಗೆ ಆತನ ಗುರುಭಕ್ತಿ, ಕಲಿಯುವುದರಲ್ಲಿ ಇದ್ದ ಆಸಕ್ತಿ, ಸಾಹಿತ್ಯಾಭಿಮಾನವೆಲ್ಲ ಕಂಡು ತುಂಬಾ ಮೆಚ್ಚುಗೆಯಾಗಿತ್ತು. ಅವನ ಹಿನ್ನೆಲೆ ತಿಳಿದ ಮೇಲಂತೂ ಮೆಚ್ಚುಗೆಯೊಂದಿಗೆ ವಿಶೇಷ ಮಮಕಾರವೂ ಬೆಳೆದಿತ್ತು. ತಮ್ಮ ಸಂಪಾದಕತ್ವದ ಕಾಲೇಜಿನ ವಿಶೇಷ ಸಂಚಿಕೆ ರೂಪಿಸುವ ತಂಡದಲ್ಲೂ ಒತ್ತಾಯದಿಂದ ಆತನನ್ನು ಅವರು ಸೇರಿಸಿಕೊಂಡಿದ್ದರು...

ಅಷ್ಟರಲ್ಲಾಗಲೇ ಸಾವಿತ್ರಮ್ಮ ಹೇಮಂತನಿಗೂ, ವಾಸುದೇವರಾಯರಿಗೂ ಬಾದಾಮಿ ಹಾಲು ತಂದುಕೊಟ್ಟರು. ಹಾಲಿನ ಲೋಟವನ್ನು ಹೇಮಂತ ತುಟಿಗಿರಿಸುತ್ತಿದ್ದಂತೆ, "ಮತ್ತೇನು ವಿಶೇಷ ಸಮಾಚಾರ ಹೇಮಂತ್? ಮಂಗ್ಳೂರಿಗೆ ವರ್ಗಾವಣೆಯಾಗಿ ಬಂದಿದ್ದೀಯಂತೆ. ಮೊನ್ನೆ ಅಮೆರಿಕಾದಿಂದ ನಿನ್ನ ಚಡ್ಡಿ ಗೆಳೆಯ; ನನ್ನ ಮತ್ತೊಬ್ಬ ಪ್ರಿಯ ಶಿಷ್ಯ ನಾಗರಾಜ ಅಪರೂಪಕ್ಕೆ ಫೋನು ಮಾಡಿದ್ದ. ಎರಡು ತಿಂಗಳ ಹಿಂದೊಮ್ಮೆ ಆತ ಊರಿಗೆ ಬಂದಿದ್ದಾಗ ನಿನ್ನ ಮಾವನ ಮಗ ಸಿಕ್ಕಿದವನು ನಿನ್ನ ವರ್ಗಾವಣೆಯಾದ ವಿಚಾರ ತಿಳಿಸಿದನಂತೆ. ನೀನಿನ್ನೂ ಒಂಟಿಯಾಗಿಯೇ ಇರುವುದನ್ನು ಹೇಳಿದನಂತೆ. ಏನು? ಈಗ ಮದುವೆಯೇನಾದರೂ ನಿಶ್ಚಯವಾಗಿ ಕರೆಯಲು ಬಂದೆಯಾ ಹೇಗೆ...?" ವಾಸುದೇವರು ಒಂದೇ ಉಸಿರಲ್ಲಿ ಇಷ್ಟೆಲ್ಲ ಹೇಳಿ ಕೊನೆಯಲ್ಲಿ ಆತನೆದುರು ಪ್ರಶ್ನೆಯೊಂದನ್ನೂ ಇಟ್ಟರು. ಹೇಮಂತನಿಗೆ ಏನೆಂದು ಉತ್ತರಿಸಬೇಕೋ ತಕ್ಷಣಕ್ಕೆ ತೋಚದಾಯಿತು! ಆತ ಸುಮ್ಮನೆ ಕುಳಿತಿದುದನ್ನು ಕಂಡ ವಾಸದೇವರೇ ಮುಂದುವರಿದು, "ಇತ್ತೀಚೆಗೆ ಪತ್ರಿಕೆಗಳಲ್ಲಿ ನಿನ್ನ ಕಥೆಗಳನ್ನು ಕಂಡಂತಿಲ್ಲ. ಬರವಣಿಗೆ ನಿಲ್ಲಿಸಿಬಿಟ್ಟೆಯಾ ಹೇಗೆ?" ಎಂದು ಆತನ ಮೊಗ ದಿಟ್ಟಿಸಿದರು!

"ಇತ್ತೀಚಿಗೇನನ್ನೂ ಬರೆದಿಲ್ಲ ಸರ್. ಮಂಗಳೂರಿಗೆ ಬಂದು ಸೆಟ್ಲ್ ಆಗುವ ಗಡಿಬಿಡಿಯಲ್ಲಿ ಬರೆಯಲು ಪುರುಸೊತ್ತಾಗಲಿಲ್ಲ. ಅನಂತರ ಮನಸ್ಥಿತಿಯೂ ಬದಲಾಯಿತು. ಕಾಲೇಜು ಜೀವನದಲ್ಲಿ ಕಳೆದುಕೊಂಡಿದ್ದ

ಪ್ರೀತಿಯ ಒಂದು ಸಂಬಂಧ ಅದು ಹೇಗೋ ಮತ್ತೆ ನನ್ನ ಜೀವನದಲ್ಲಿ ಚಿಗುರೊಡೆಯುವಂತಾಯಿತು! ಅದಕ್ಕೂ ಈಗ ಏನೇನೋ ವಿಘ್ನಗಳು ಎದುರಾಗುತ್ತಿವೆ ಸರ್. ನನ್ನ ಬದುಕಿನ ಪಯಣವೇ ಹೀಗೇನೋ ಎನಿಸುತ್ತಿದೆ..." ಎಂದು ಹೇಮಂತ್ ಸುಮ್ಮನಾದ!

"ಏನಾಯ್ತು ಹೇಮಂತ್? ಯಾಕೆ ಸುಮ್ಮನಾಗಿಬಿಟ್ಟೆ? ಈಗ ಸರಿಯಾಗಿ ಗಮನಿಸಿದೆ ನಾನು; ನಿನ್ನ ಕಣ್ಣು, ಮುಖ ಕಂದಿದೆ. ದೂರದಿಂದ ಬಂದ ದಣಿವಿಗೆ ಹಾಗಾಗಿದೆ ಅಂದುಕೊಂಡಿದ್ದೆ. ಆದರೀಗ ನೀನೇನೋ ತುಂಬಾ ನೊಂದಿರುವಂತೆ ಕಾಣ್ತಿದೆ ನನಗೆ! ಏನಾದರೂ ಸಮಸ್ಯೆಯಲ್ಲಿರುವೆಯೇನು...? ನನ್ನಲ್ಲಿ ಹೇಳುವಂತಿದ್ದರೆ ಹೇಳು..." ಎಂದು ವಾಸುದೇವರು ಕಳಕಳಿಯಿಂದಲೇ ಕೇಳಿದರು.

ಅವರ ಸಾಂತ್ವನದ ಮಾತು ಕೇಳಿ, ಹೇಮಂತನ ಕಣ್ಣಾಲಿಗಳು ಪಕ್ಕನೆ ತೇವವಾಗಿಬಿಟ್ಟವು. ತನ್ನೆಲ್ಲ ಅಳಲನ್ನು, ನಡೆದುಹೋದ ಘಟನೆಗಳನ್ನು ಹೇಳಿಕೊಳ್ಳಲು ಅವರಷ್ಟು ಆಪ್ತರು ತನಗೆ ಇನ್ಯಾರು ಸಿಗಲಾರರು ಎಂದಾತನಿಗೆ ಅನಿಸಿತು.

"ಸರ್. ನನಗೆ ನೀವು ಗುರುಗಳಷ್ಟೇ ಆಗಿರಲಿಲ್ಲ. ಹುಟ್ಟುತ್ತಲೇ ತಾಯ್ತಂದೆ ಕಳೆದುಕೊಂಡಿದ್ದ ನಾನು ನಿಮ್ಮಲ್ಲಿ ನನ್ನ ತಂದೆಯನ್ನು ಕಾಣುತ್ತಿದ್ದೆ. ನೀವೂ ಅಷ್ಟೆ ಸರ್. ನನ್ನನ್ನು ಕೇವಲ ಇನ್ನೊಬ್ಬ ವಿದ್ಯಾರ್ಥಿ ಎಂದು ಭಾವಿಸಿರಲಿಲ್ಲ. ನಿಮ್ಮಲ್ಲೇನೂ ಮುಚ್ಚುಮರೆ ಮಾಡದೆ ಎಲ್ಲವನ್ನೂ ಹೇಳುತ್ತಿದ್ದೇನೆ ಸರ್. ನಾನು ಮಂಗಳೂರಿಗೆ ವರ್ಗವಾಗಿ ಬಂದ ಎರಡು ತಿಂಗಳಲ್ಲೇ ನನಗೊಮ್ಮೆ ಅನಿರೀಕ್ಷಿತವಾಗಿ ಅಲ್ಲಿ ಪ್ರೊ. ಶಕೀಲರ ಮಗಳು ಸಕೀನಾ ಭೇಟಿಯಾದಳು. ಈಗವಳು ಮಂಗಳೂರಿನಲ್ಲಿ ಬ್ಯಾಂಕ್ ಉದ್ಯೋಗಿಯಾಗಿರುವುದು ನಿಮಗೂ ಗೊತ್ತಿರಬಹುದು. ನಾನು ಫೈನಲ್ ಈಯರ್‌ನಲ್ಲಿದ್ದ ವರುಷವೇ ಅವಳು ಕಾಲೇಜಿಗೆ ಸೇರಿದ್ದಳಲ್ಲ ಸರ್. ಆಗ ನನ್ನದೊಂದು ಕವನ ವಾಲ್ ಮ್ಯಾಗ್‌ಝಿನ್‌ನಲ್ಲಿ ಪ್ರಕಟವಾಗಿ ರಗಳೆಯಾದದ್ದು ನಿಮಗೆ ತಿಳಿದಿದೆಯೋ ಇಲ್ಲವೋ ಗೊತ್ತಿಲ್ಲ ನನಗೆ..." ಎಂದು ವಾಸುದೇವರ ಮುಖ ದಿಟ್ಟಿಸಿದ!

"ಹೌದಯ್ಯಾ. ಎಲ್ಲಾ ಗೊತ್ತಿದೆ ನನಗೆ. ನೀನು ಬರೆದ ಆ ಕವನ ವಾಲ್ ಮ್ಯಾಗ್‌ಝಿನ್‌ನಿಂದ ತೆಗೆದು ಹಾಕುವ ಬಗ್ಗೆ ನನಗೂ, ರೀಡರ್ ಚಂದ್ರಶೇಖರಯ್ಯನಿಗೂ ಆಗ ಜೋರಾದ ಮಾತುಗಳು ವಿನಿಮಯವಾಗ್ತಿದ್ದವು. 'ನೀವು, ಲೈಬ್ರೇರಿಯನ್ ಶಾನುಭಾಗರು ಎಲ್ಲಾ ಒಂದೇ ಥರದವರು' ಎಂದೇನೋ ಆಗ ಅವರು ಒದರಿದ್ದರು. ಇರಲಿ ಬಿಡು ಆ ವಿಚಾರ. ಸಕೀನಾಳನ್ನು ಭೇಟಿಯಾದ ನಂತರ ಏನಾಯ್ತು ಹೇಳು ಈಗ" ಎಂದರು ವಾಸುದೇವರಾಯರು ಕಾತರದಿಂದ.

"ಕಾಲೇಜಿನಲ್ಲಿ ಅವಳನ್ನು ಕಂಡ ಗಳಿಗೆಯಿಂದಲೇ ಅವಳ ಮೇಲೆ ನನಗೆ ತೀವ್ರವಾದ ಒಂದು ಸೆಳೆತ ಉಂಟಾಗಿತ್ತು ಸರ್. ಆಕೆಯನ್ನು ತುಂಬಾ ಇಷ್ಟಪಟ್ಟಿದ್ದೆ. ಪ್ರೀತಿಸಿದ್ದೂ ನಿಜ. ಅದೊಂದು ರೀತಿಯ ಏಕಮುಖ ಮೌನ ಪ್ರೀತಿಯಾಗಿತ್ತು. ಅದನ್ನು ವ್ಯಕ್ತಪಡಿಸಲು ಅನ್ಯ ಮಾರ್ಗ ಕಾಣದೆ ಆ ಕವನ ಬರೆದಿದ್ದೆ. ಅದನ್ನು ಓದಿದ ಲೈಬ್ರೇರಿಯನ್ ಶಾನುಭಾಗರು 'ಅಭಿಶಪ್ತ ದೇವತೆ' ಎನ್ನುವ ಹೆಸರು ಕೊಟ್ಟು ಪ್ರಕಟಿಸಿದ್ದರು. ಮತ್ತೆ ಅದೊಂದು ರಾದ್ಧಾಂತವೇ ಆಗಿ ಹೋಯಿತು! ಅದರಿಂದಾಗಿ ಪ್ರೀತಿಯ ಹುಚ್ಚು, ಕವನ ಬರೆಯುವ ಆಸಕ್ತಿ ಅಲ್ಲಿಗೇ ಕಮರಿ ಹೋಗುವಂತಾಯಿತು. ನಡೆದು ಹೋದುದನ್ನೆಲ್ಲ ಮರೆತು ಮುಂದೆ ಬರುವ ಫೈನಲ್ ಈಯರ್ ಪರೀಕ್ಷೆ ಮತ್ತು ಭವಿಷ್ಯದತ್ತ ಗಮನ ಹರಿಸುವಂತೆ, ಶಾನುಭಾಗರು ಆಗ ನನಗೆ ಬುದ್ಧಿ ಹೇಳಿದರು. ನಾಗ್ರಾಜನೂ ನನ್ನ ಬೆಂಬಲಕ್ಕೆ ನಿಂತ... ಶಾನುಭಾಗರ ಹಿತವಚನವನ್ನು ಚಾಚೂ ತಪ್ಪದೆ ಪಾಲಿಸಿದೆ. ಡಿಗ್ರಿಯಲ್ಲಿ ಪ್ರಥಮ ಶ್ರೇಣಿಯಲ್ಲಿ ಪಾಸಾದೆ. ಅದೃಷ್ಟದಿಂದ ದೂರದ ಉತ್ತರಭಾರತವಾದರೂ ಒಳ್ಳೆಯ ಉದ್ಯೋಗವೂ ಸಿಕ್ಕಿತು. ಹುಟ್ಟಿನಲ್ಲೇ ಕಟ್ಟಿಕೊಂಡು ಬಂದ ತಬ್ಬಲಿತನ ಮತ್ತು ವಿಫಲ ಅನಾಥ ಪ್ರೀತಿಯ ವಿಷಾದ ಹೊತ್ತುಕೊಂಡು ಊರನ್ನೂ ತೊರೆದೆ. ಅದೇನು ಋಣಾನುಬಂಧವೋ, ಕಾಕತಾಳೀಯವೋ ಗೊತ್ತಿಲ್ಲ ಸರ್, ಮಂಗಳೂರಿಗೆ ವರ್ಗವಾಗಿ ಬಂದ ಎರಡು ತಿಂಗಳಲ್ಲೇ ಸಕೀನಾಳನ್ನು ಮತ್ತೆ ಸಂಧಿಸುವಂತಾಯಿತು. ಹಳೆಯ ಪ್ರೀತಿಗೆ ಅದು ಮತ್ತೆ ಮರುಜೀವ ಕೊಟ್ಟಿತು. ಈ ಸಲ ನಮ್ಮ ಬಾಂಧವ್ಯಕ್ಕೆ ಯಾವ ತೊಡಕೂ ಉಂಟಾಗಲಿಲ್ಲ. ಒಬ್ಬರನ್ನೊಬ್ಬರು ಬಿಟ್ಟಿರಲಾಗದಂತೆ ತುಂಬಾ ಆಪ್ತವಾಗಿಬಿಟ್ಟೆವು. ಹಾಗಾಗಿ ಮದುವೆಯಾಗಲು ನಿರ್ಧರಿಸಿದೆವು ಸರ್... ಆದರೆ ಅವಳ ಮನೆಯಲ್ಲಿ ಅಷ್ಟು ಸುಲಭಕ್ಕೆ ಈ ಮದುವೆಗೆ ಒಪ್ಪಿಗೆ ಸಿಗಲಾರದು ಎಂಬುದು ನಮಗೆ ಗೊತ್ತಿತ್ತು! ಈ ನಡುವೆ ಹೆತ್ತವರು ಆಕೆಯ ಮದುವೆ ಮಾಡಿಸಲು ಇನ್ನಿಲ್ಲದ ಪ್ರಯತ್ನದಲ್ಲಿ ತೊಡಗಿದ್ದರಿಂದ ಆಕೆ ಆತಂಕದಿಂದ ಕಂಗಾಲಾಗಿದ್ದಳು. ಅದಕ್ಕಾಗಿ ನಾವು ತಕ್ಷಣ ರಿಜಿಸ್ಟರ್ ಮದುವೆಯಾಗಲು ನಿರ್ಧರಿಸಿದ್ದೆವು. ಅದೇನು ದುರದೃಷ್ಟವೆಂದೇ ಗೊತ್ತಾಗುತ್ತಿಲ್ಲ ಸರ್, ಈಗೊಂದು ಅನಿರೀಕ್ಷಿತ ವಿಘ್ನ ಎದುರಾಗಿ ಬಿಟ್ಟಿತು...! ವಾರದ ಹಿಂದೆ ಸಕೀನಾಳ ತಾಯಿಗೆ ತೀರಾ ಅಸೌಖ್ಯವಾಗಿದೆಯೆಂದು ಕಾರು ಕಳುಹಿಸಿ ಆಕೆಯನ್ನು ಮನೆಗೆ ಕರೆಸಿಕೊಂಡಿದ್ದರು. ಅಂದಿನಿಂದ ಸಕೀನಾಳ ಯಾವುದೇ ಸಂಪರ್ಕ ನನಗೆ ಸಿಗುತ್ತಿಲ್ಲ. ಎರಡು ದಿವಸಗಳ ರಜೆ ಪಡೆದು ಬಂದಿದ್ದ ಆಕೆಯ ರಜೆಯನ್ನು ಅಸೌಖ್ಯದ ಕಾರಣ ಹೇಳಿ ಇನ್ನೂ ಮೂರು ವಾರ ವಿಸ್ತರಿಸುವಂತೆ ಪ್ರೊ. ಶಕೀಲರು ಬ್ಯಾಂಕಿಗೆ ಫೋನು ಮಾಡಿದ್ದಾರಂತೆ. ಈ ಎಲ್ಲಾ ವಿದ್ಯಮಾನಗಳಿಂದ ವಿಚಲಿತನಾಗಿ ಬೇರೆ ದಾರಿ ಕಾಣದೆ ಇಲ್ಲಿಗೆ ಹೊರಟು ಬಂದೆ. ಸ್ವಲ್ಪ ಹೊತ್ತಿನ

ಮುಂಚೆ ಸೀದಾ ಶಕೀಲರ ಮನೆಗೆ ಹೋಗಿದ್ದೆ ಸರ್!" ಎಂದ. ಅಷ್ಟರಲ್ಲೇ ವಾಸುದೇವರು, "ಓಹ್! ಶಕೀಲರು ನಿನಗಲ್ಲಿ ಸಿಕ್ಕರಾ...? ಏನಾಯ್ತು ಅವರ ಮನೆಯಲ್ಲಿ...!?" ಎಂದರು ತುಸು ದಿಗಿಲಿನ ಧ್ವನಿಯಲ್ಲಿ.

"ಸರ್ ಶಕೀಲರೇನೋ ಸಿಕ್ಕಿದರು. ಆದರೆ ನನ್ನದು ವ್ಯರ್ಥ ಪ್ರಯತ್ನವಾಯಿತು. ಅಷ್ಟು ದೂರದಿಂದ ಧಾವಿಸಿ ಬಂದಿದ್ದ ನನಗೆ, ಒಂದು ಶಬ್ದವನ್ನು ಉಸುರಲೂ ಸಹ ಶಕೀಲರು ಆಸ್ಪದ ನೀಡಲಿಲ್ಲ! ಸಕೀನಾಳ ಕುರಿತು ವಿಚಾರಿಸುವುದಿರಲಿ, ಇನ್ನೊಂದು ಕ್ಷಣ ನಾನಲ್ಲಿ ನಿಂತಿದ್ದರೆ ನನ್ನ ಮೇಲವರು ಕೈ ಮಾಡುತ್ತಿದ್ದರು. ಅಷ್ಟು ಕೋಪಾವಿಷ್ಟರಾಗಿದ್ದರು ಸರ್. ನಿರುಪಾಯನಾಗಿ ನಾನು ಕೂಡಲೇ ಅಲ್ಲಿಂದ ಹೊರಟು ಬಂದೆ. ಮನಸ್ಸಿಗೆ ನೋವು, ಹತಾಶೆ ಅಪಮಾನವೆಲ್ಲ ಮುತ್ತಿಕೊಂಡಿತು. ಶಕೀಲರಲ್ಲಿಗೆ ಹೋಗುತ್ತಾ ನೀವು ಇಲ್ಲಿ ಹೂ ಗಿಡಗಳಿಗೆ ನೀರು ಹನಿಸುತ್ತಾ ನಿಂತಿರುವುದನ್ನು ಕಂಡಿದ್ದೆ. ನಿಮ್ಮಲ್ಲಿಗೆ ಬರಲು ಮನಸ್ಸು ಪ್ರೇರೇಪಿಸಿತು. ಸೀದಾ ಬಂದುಬಿಟ್ಟೆ ಸರ್..." ಎಂದು ತನ್ನ ಪ್ರವರವನ್ನು ಮುಗಿಸಿದ.

"ಸಕೀನಾಳನ್ನು ಮದುವೆಯಾಗಲು ಮುಂದಾದ 'ಹಿಂದೂ ಹುಡುಗ' ನೀನೇ ಎಂಬುದು ನನಗೆ ಗೊತ್ತಾದುದೆ ಈಗ ಮಾರಾಯ! 'ಶಕೀಲರ ಮಗಳು ಮಂಗಳೂರಿನಲ್ಲಿ ಯಾರೋ ಅನ್ಯಧರ್ಮದವನೊಬ್ಬನನ್ನು ಮದುವೆಯಾಗಲು ಹೊರಟಿದ್ದಳಂತೆ' ಎನ್ನುವ ಗುಸುಗುಸು ಪ್ರಾಧ್ಯಾಪಕ ವಲಯದಲ್ಲಿ ವಾರದಿಂದೀಚೆಗೆ ಸುಳಿದಾಡುತ್ತಿತ್ತು...! ಶಕೀಲರಿಗೆ ಆ ಸಮಾಚಾರ ತಲುಪಿದ ನಂತರವೇ ಅದು ಸ್ಟಾಫ್ ರೂಮಿನಲ್ಲಿ ಸೋರಿಕೆಯಾಗಿರಬೇಕು. ಒಟ್ಟಾರೆ ಇದೆಲ್ಲ ಈಗ ತುಂಬಾ ಗೊಂದಲಮಯವಾದಂತೆ ಕಾಣ್ತದೆ ನನಗೆ. ಇರಲಿ, ಸಕೀನಾಳನ್ನು ನೀನು ಮದುವೆಯಾಗಲು ಹೊರಟಿರುವ ವಿಚಾರವಾಗಿ ನಾನೇನೂ ಹೇಳಲಾರೆ. ನಿಜ ಹೇಳಬೇಕೆಂದರೆ ನಿನಗವಳು ಹೇಳಿಸಿದ ಸಂಗಾತಿ. ಆಕೆ ಚೆಲುವೆಯಷ್ಟೇ ಅಲ್ಲ. ತುಂಬಾ ಒಳ್ಳೆಯ ಗುಣದವಳು. ನನ್ನ ವಿದ್ಯಾರ್ಥಿನಿಯಾಗಿದ್ದಾಗ ಎರಡು ವರ್ಷ ನಾನವಳನ್ನು ಬಹಳ ಹತ್ತಿರದಿಂದ ಗಮನಿಸಿದ್ದೇನೆ. ಇರಲಿ, ಇಷ್ಟು ವರುಷಗಳ ನಂತರ ನಿನಗವಳು ಮತ್ತೆ ಸಿಕ್ಕಿದ್ದುದು, ಪ್ರೀತಿಯ ಸಖ್ಯಭಾವ ಹಂಚಿಕೊಂಡಿದ್ದು, ನಿಜಕ್ಕೂ ಸೋಜಿಗವೇ ನನಗೆ! ಸದ್ಯ ನನಗೆ ತಿಳಿದು ಬಂದ ಇನ್ನೊಂದು ವಿಚಾರವೆಂದರೆ, ಕಳೆದ ಐದು ದಿನಗಳಿಂದ ಶಕೀಲರು ಈ ಕಾರಣಕ್ಕಾಗಿಯೇ ರಜೆಯಲ್ಲಿದ್ದಾರೆ. ಈ ಅವಧಿಯಲ್ಲಿ 'ಅನ್ಯಧರ್ಮದ ಆ ಹುಡುಗ' ಯಾರು ಎನ್ನುವುದನ್ನು ಅವರು ಪತ್ತೆ ಹಚ್ಚಿರಬೇಕು. ಹಾಗಾಗಿ ನಿನ್ನನ್ನು ನೋಡಿದವರೇ ಸಿಟ್ಟಲ್ಲಿ ತಾಳ್ಮೆ ಕಳೆದುಕೊಂಡು ಎಗರಾಡಿರಬೇಕು. ಹಾಗೆ ನೋಡಿದರೆ, ನಾನು ಬಲ್ಲಂತೆ ಶಕೀಲರು ಉದಾತ್ತ ಮನೋಭಾವದವರೇ. ಆದರೆ ಸಮಾಜದ ಕೆಲವು ಕಳಚಿಕೊಳ್ಳಲಾಗದ

ಕಟ್ಟುಪಾಡುಗಳಿರುತ್ತವಲ್ಲವೆ? 'ಜೀವನ ತಿಳಿಯಬೇಕಾದರೆ ನಮ್ಮ ಹೆಣ್ಮಕ್ಕಳು ಎಲ್ಲರೊಂದಿಗೆ ಬೆರೆಯಬೇಕು. ನನ್ನ ಮನೆಯವಳಿಗೆ ಇದು ಎಷ್ಟು ಹೇಳಿದರೂ ಅರ್ಥವಾಗುವುದಿಲ್ಲ' ಎಂದು ಸಕೀನಾ ನೌಕರಿಗೆ ಸೇರುವಾಗ ನನ್ನಲ್ಲಿ ಅವರೇ ಒಮ್ಮೆ ಹೇಳಿದ್ದರು. ಈಗವರ ಮೇಲೆ ಯಾವೆಲ್ಲಾ ಒತ್ತಡಗಳಿವೆಯೋ ಏನೋ? ಪ್ರೀತಿಯ ಮಗಳನ್ನು ದಾರಿ ತಪ್ಪಿಸಿದಿಯೆಂದು ನಿನ್ನ ಮೇಲೆ ಅವರು ಸಿಟ್ಟಾದುದು ಸ್ವಾಭಾವಿಕವೇ. ಅದನ್ನೆಲ್ಲ ಸರಿಪಡಿಸುವುದು ಸದ್ಯಕ್ಕಂತೂ ಕಷ್ಟ. "ಅದೆಲ್ಲ ಹಾಗಿರಲಿ, ನೀನು ನನ್ನ ಮೇಲಿರಿಸಿದ ಪ್ರೀತಿ ಗೌರವಾದರಗಳಿಂದಾಗಿ ನನಗೆ ತಿಳಿದು ಬಂದ ಕೆಲವು ಸಂಗತಿಗಳನ್ನು ನಿನಗೆ ಹೇಳಬೇಕಾಗಿದೆ. ಇದು ನಿನಗೆ ಸಂಬಂಧಿಸಿದ ವಿಚಾರವಾದ್ದರಿಂದ ಹೇಳುತ್ತಿದ್ದೇನೆ. ಅದಲ್ಲವಾದರೆ 'ಈ ಎಲ್ಲಾ ಉಸಾಬರಿಯೇ ಬೇಡ' ಎಂದು ಸುಮ್ಮನಿದ್ದು ಬಿಡುತ್ತಿದ್ದೆ. ನೋಡು, ವಾರದ ಹಿಂದೆ ಸಕೀನಾಳನ್ನು ಮನೆಗೆ ಕರೆಸಿಕೊಂಡಿದ್ದು ನಿನಗೇ ಗೊತ್ತುಂಟು. ಆದರೆ ಅದು ತಾಯಿಯ ಅಸೌಖ್ಯಕ್ಕಾಗಿ ಅಲ್ಲ! ಶಕೀಲರ ಯಾರೋ ದೂರದ ಸಂಬಂಧಿಕ ಹುಡುಗನೊಂದಿಗೆ ಸಕೀನಾಳ ಮದುವೆ ನೆರವೇರಿಸಲೆಂದು ಕರೆ ತಂದಿದ್ದರಂತೆ. ಆಕೆ, ಮನೆಗೆ ಬಂದಂದು ರಾತ್ರಿ; ಬಹು ಹೊತ್ತಿನವರೆಗೆ ಈ ಕುರಿತಾಗಿ ಏನೋ ದೊಡ್ಡ ರಂಪಾಟವಾಗಿತ್ತಂತೆ. ಶಕೀಲರ ಮನೆಯ ಕಾಂಪೌಂಡಿನ ಹಿಂಬದಿಯಲ್ಲೇ ಲೈಬ್ರರಿಯ ಅಸಿಸ್ಟೆಂಟ್ ಕಸ್ತೂರಿಯ ಕ್ವಾಟ್ರಸ್ ಉಂಟಲ್ಲ? ಗಲಾಟೆ ಅಲ್ಲಿಗೂ ಕೇಳಿಸುತ್ತಿತ್ತಂತೆ! ಅವಳು ಹೇಳುವ ಪ್ರಕಾರ, ಯಾವುದೋ ಉದ್ವೇಗದ ಕ್ಷಣದಲ್ಲಿ ಸಕೀನಾ ಮನೆಯ ಹಿಂಬದಿಯಿದ್ದ ಬಾವಿಗೆ ಹಾರುವ ಯತ್ನ ಮಾಡಿದ್ದಾಳೆ! ಗಾಬರಿಯಾಗಬೇಕಿಲ್ಲ ನೀನು. ಜೀವಕ್ಕೇನೂ ಅಪಾಯವಾಗಿಲ್ಲವಂತೆ. ಮರುದಿವಸ ನಸುಕಿನಲ್ಲೇ ಸಕೀನಾಳನ್ನು ಮಣಿಪಾಲ ಆಸ್ಪತ್ರೆಗೆ ಕರೆದೊಯ್ದು ಚಿಕಿತ್ಸೆ ಕೊಡಿಸಿದ್ದಾರಂತೆ. ಅಲ್ಲಿಂದಲೇ ಆರೋಗ್ಯ ಸುಧಾರಿಸಿಕೊಳ್ಳಲೆಂದು ಅವಳನ್ನು ಬೇರೆಲ್ಲಿಗೋ ಕಳುಹಿಸಿರಬೇಕು. ಅದರಲ್ಲಿ ಬೇರೇನಾದರೂ ಉದ್ದೇಶವಿದ್ದರೂ ಇರಬಹುದು. ನನಗೆ ಗೊತ್ತಿಲ್ಲ" ಎಂದು ಮಾತು ನಿಲ್ಲಿಸಿದರು.

"ಓ ದೇವಾ! ಇದೇನಾಗಿ ಹೋಯಿತು ಸರ್?! 'ಬೇರೆಲ್ಲಿಗೋ' ಎಂದರೆ ಎಲ್ಲಿಗೆ ಸರ್? ನಿಮಗೇನಾದರೂ ಗೊತ್ತಿದೆಯಾ?" ವಿಹ್ವಲನಾದ ಹೇಮಂತ, ವಾಸುದೇವರಲ್ಲಿ ತಕ್ಷಣ ಕೇಳಿದ.

"ಸಮಾಧಾನ ತಂದುಕೋ ಹೇಮಂತ. ಬೇರೆಲ್ಲಿಗೋ ಎಂದರೆ ವಿದೇಶಕ್ಕೇನಲ್ಲ, ಮೂಡಿಗೆರೆ ಸಮೀಪ ಶಕೀಲರ ಹೆಂಡತಿಯ ಸಂಬಂಧಿಕರಾರದೋ ಒಂದು ದೊಡ್ಡ ಕಾಫಿ ಎಸ್ಟೇಟ್ ಇದೆಯಂತೆ. ಕೊಟ್ಟಿಗೆಹಾರದಿಂದ ಒಳಗೆಲ್ಲೋ ಕಾಡಿನ ನಡುವೆ 'ಗ್ರೀನ್ ಪ್ಯಾರಾಡೈಸ್' ಎನ್ನುವ ಆ ಎಸ್ಟೇಟ್ ಇದೆ ಎಂದು ಅವಳನ್ನು ಅಲ್ಲಿಗೆ ತಲುಪಿಸಿ ಬಂದ ಕಾರಿನ ಡ್ರೈವರ್

ರಿಯಾಜ್ ಅವನ ದೋಸ್ತಿ ನಮ್ಮ ಅಟೆಂಡರ್ ಅನಂತಕೃಷ್ಣನಲ್ಲಿ ಹೇಳಿದನಂತೆ. ಅನಂತ ನನ್ನ ಕಿವಿಗೆ ಇದೆಲ್ಲ ಸುದ್ದಿ ತಲುಪಿಸಿದ್ದ... ಅವರಿಬ್ಬರಿಗೂ ಇದರ ಹಿನ್ನೆಲೆಯೆಲ್ಲ ಗೊತ್ತಿರಲಿಕ್ಕಿಲ್ಲ. ಇರಲಿ, ನೀನೀಗ ಯಾವುದಕ್ಕೂ ದುಡುಕಬೇಡ. ಬ್ಯಾಂಕ್ ಅಧಿಕಾರಿಯಾಗಿರುವ ನಿನಗದನ್ನು ನಾನು ಹೇಳಬೇಕೆಂದೆನಿಲ್ಲ. ಪ್ರವಾಹದ ಎದುರು ಈಜಲು ಹೊರಟಾಗ ಇಂಥಹ ವಿಘ್ನಗಳು ಎದುರಾಗಿಯೇ ಆಗುತ್ತವೆ. ಎಲ್ಲವೂ ಒಳ್ಳೆಯದಕ್ಕೆ ಆಗುತ್ತಿದೆ ಎಂದಕೋ. ನನ್ನ ಶುಭಹಾರೈಕೆ, ಆಶೀರ್ವಾದ ಎಂದಿಗೂ ನಿಮ್ಮೊಂದಿಗಿರುತ್ತದೆ..." ಎಂದು ಹತ್ತಿರ ಬಂದು ಬೆನ್ನು ತಟ್ಟಿ ಆತ್ಮವಿಶ್ವಾಸ ಕುಂದಿದವನಂತೆ ಕುಳಿತಿದ್ದ ಹೇಮಂತನನ್ನು ಸಮಾಧಾನಿಸಿದರು.

ಹೇಮಂತನಿಗಾದರೋ ವಾರದಿಂದ ನಡೆದ ಘಟನೆಗಳೆಲ್ಲ ನೆನಪಾಗಿ ಸಕೀನಾಳ ಸ್ಥಿತಿ ನೆನೆದು ಮನಸ್ಸು ಖಿನ್ನವಾಗಿತ್ತು. ಸದ್ಯಕ್ಕೆ ಮುಂದಿನ ದಾರಿಯೂ ತೋಚದಂತಾಗಿತ್ತು. ಇದನ್ನು ಗ್ರಹಿಸಿದ ವಾಸುದೇವರೇ ಮುಂದುವರಿದು, "ಹೇಮಂತ್, ನಿನ್ನ ಸಂಕಟ, ಸಮಸ್ಯೆ ನನಗೆ ಅರ್ಥವಾಗ್ತಿದೆ. ಸಕೀನಾ ಒಮ್ಮೆ ಹುಶಾರಾಗಿ ಬರಲಿ. ಒತ್ತಡಕ್ಕೆಲ್ಲಾ ಮಣಿದು ಪ್ರೀತಿಗೆ ದ್ರೋಹ ಬಗೆಯುವ ಹುಡುಗಿಯಲ್ಲ ಅವಳು ಎಂದು ಸ್ಪಷ್ಟವಾಗಿದೆ. ಮನೆಯವರಿಗೆ ತುಸುವಾದರೂ ವಿವೇಕವಿದ್ದರೆ ಅವಳನ್ನು ಮತ್ತೆ ಒತ್ತಾಯಿಸಲಿಕ್ಕಿಲ್ಲ. 'ಪ್ರೀತಿಯೇ ಗೆಲ್ಲುತ್ತದೆ' ಎಂದು ನನ್ನ ಅಂತರಾತ್ಮಕ್ಕೆ ಅನಿಸುತ್ತಿದೆ. ತಾಳ್ಮೆ ಮಾತ್ರ ಇರಲಿ..." ಎಂದು ಆತನಲ್ಲಿ ಭರವಸೆ ತುಂಬಿದರು.

"ಆಯ್ತು ಸರ್ ನಿಮ್ಮ ಸಲಹೆಯಂತೆ ನಡೆದುಕೊಳ್ಳುತ್ತೇನೆ. ಹಿಂದೊಮ್ಮೆ ಲೈಬ್ರೇರಿಯನ್ ಶಾನುಭಾಗರು ನಾನು ತಪ್ಪಿ ಬೀಳದಂತೆ ತಡೆದಿದ್ದರು. ಅದರಿಂದಾಗಿಯೇ ನಾನಾಗ ಚೇತರಿಸಿಕೊಂಡಿದ್ದೆ. ಈಗ ನೀವು ನನ್ನ ಪಾಲಿಗೆ ಆಪ್ತ ಬಂಧು. ನಿಮ್ಮ ಆಶೀರ್ವಾದವೊಂದು ಯಾವತ್ತೂ ನನ್ನ ಪಾಲಿಗಿರಲಿ, ನಾನೀಗ ವಾಪಾಸ್ಸು ಮಂಗಳೂರಿಗೆ ಹೊರಡುತ್ತೇನೆ ಸರ್. ತಣ್ಣನೆಯ ಮನಸ್ಥಿತಿಯಲ್ಲಿ ಮುಂದಿನ ಹೆಜ್ಜೆ ಬಗ್ಗೆ ಯೋಚಿಸುತ್ತೇನೆ..." ಎಂದ. ಸಹಾನುಭೂತಿಯಿಂದ ಆತನನ್ನೇ ದಿಟ್ಟಿಸುತ್ತಾ ಕುಳಿತಿದ್ದ ಸಾವಿತ್ರಮ್ಮ ಮತ್ತು ವಾಸುದೇವರತ್ತ ತೆರಳಿ ಅವರ ಕಾಲಿಗೆರಗಿ ನಮಸ್ಕರಿಸಿದವನೇ ಹೊರಟು ನಿಂತ! ಕಣ್ಣಂಚಲ್ಲಿ ನೀರು ತುಂಬಿಕೊಂಡು ಹೊರಟು ನಿಂತ ಆತನ ತಲೆಗೆ ಕೈಯಿರಿಸಿದ ವಾಸುದೇವರು, "ತುಂಬಾ ಕಠಿಣ ಹಾದಿ ತುಳಿದು ಮೇಲೆ ಬಂದವ ನೀನು. ಒಳ್ಳೆಯದೇ ಆಗುತ್ತದೆ ನಿನಗೆ. ಮುಂದಿನ ಬೆಳವಣಿಗೆಯನ್ನು ನನಗೆ ಆಗಾಗ ತಿಳಿಸುತ್ತಿರು. ಇಲ್ಲವಾದರೆ ಚಿಂತೆಯಾಗುತ್ತದೆ ನನಗೆ. ಹೋಗಿ ಬಾ" ಎಂದು ಬೀಳ್ಕೊಟ್ಟರು.

*

ಹತಾಶ ಮನಸ್ಥಿತಿ ಮತ್ತು ದಣಿದ ದೇಹದೊಂದಿಗೆ ಹೇಮಂತ ಮಂಗಳೂರಿನ ತನ್ನ ಮನೆ ಸೇರುವಾಗ ರಾತ್ರಿ ಹನ್ನೊಂದಕ್ಕೆ ಸಮೀಪಿಸುತ್ತಿತ್ತು. ಹಸಿವಿನಿಂದ ಹೊಟ್ಟೆಯಲ್ಲಿ ಸಂಕಟವೂ ಆಗತೊಡಗಿತ್ತು. ವಾಸುದೇವರ ಪತ್ನಿ ಕೊಟ್ಟಿದ್ದ ಒಂದು ಗ್ಲಾಸ್ ಬಾದಾಮಿ ಹಾಲನ್ನುಳಿದು ಮತ್ತೇನನ್ನೂ ಆತ ಹೊಟ್ಟೆಗೆ ಹಾಕಿರಲಿಲ್ಲ. ಮನೆಯೊಳಗೆ ಹೊಕ್ಕವನೇ ತಣ್ಣೀರಲ್ಲಿ ಮಿಂದು ಬಂದು, ಫ್ರಿಜ್‌ನಲ್ಲಿದ್ದ ತಂಪು ಹಾಲು ಮತ್ತು ಬ್ರೆಡ್ಡನ್ನು ತಿಂದಾಗ ಹೊಟ್ಟೆಯ ಸಂಕಟ ಒಂದಿಷ್ಟು ಶಮನವಾದಂತಾಯಿತು. ಅನಂತರ 'ಮುಂದೇನು ಮಾಡುವುದು' ಎಂದು ಆತ ಯೋಚಿಸುತ್ತಾ ಕುಳಿತ. ಕೊನೆಗೂ ಮುಂದಿನ ಹೆಜ್ಜೆಯ ಬಗ್ಗೆ ಆತನೊಂದು ನಿರ್ಧಾರಕ್ಕೆ ಬರುವಾಗ ಸರಿರಾತ್ರಿ ಸಂದು ಹೋಗಿತ್ತು...! ಅನಂತರ ದೇಹವೇನೋ ಹಾಸಿಗೆಯತ್ತ ಹೊರಳಿತು. ಆದರೆ ಸ್ವಸ್ಥವಾದ ನಿದ್ದೆ ಮಾತ್ರ ಹತ್ತಿರ ಸುಳಿಯಲಿಲ್ಲ. ಮುಂದಿನ ದಾರಿಯ ಕನವರಿಕೆಯಲ್ಲೇ ರಾತ್ರಿ ಕಳೆಯಿತು.

ಮರು ಮುಂಜಾನೆ, ಹಿಂದಿನ ರಾತ್ರಿ ನಿರ್ಧಾರಕ್ಕೆ ಬಂದಿದ್ದಂತೆ, ಹೇಮಂತ ಮುಂದಿನ ತನ್ನ ಪಯಣಕ್ಕೆ ಸಜ್ಜಾದ. ಬೈಕಿನ ಟ್ಯಾಂಕ್ ತುಂಬಾ ಪೆಟ್ರೋಲ್ ತುಂಬಿಸಿ, ಬೆಳಗಿನ ಸೂರ್ಯ ಕಿರಣಗಳು ಬೆಳಗುವ ವೇಳೆಗೆ ಬೈಕನ್ನೇರಿ ಚಾರ್ಮಾಡಿಗೆ ಸಾಗುವ ಹೆದ್ದಾರಿಯಲ್ಲಿ ಹೊರಟುಬಿಟ್ಟ...!

ಹೊತ್ತು ನೆತ್ತಿಗೇರುತ್ತಿದ್ದಂತೆಯೇ ಆತನ ಬೈಕು ಚಾರ್ಮಾಡಿ ಘಾಟಿಗೇರುವ ಮಾರ್ಗದ ದಟ್ಟ ಕಾಡಿನ ನಡುವೆ ಓಡುತ್ತಿತ್ತು. ರಸ್ತೆಯಲ್ಲಿ ಹರವಿಕೊಂಡಿದ್ದ ದಟ್ಟ ಕಾವಳದ ಮುಸುಕು ಕರಗಿ ಅದು ನಿಧಾನಕ್ಕೆ ಪಕ್ಕದ ಕಣಿವೆಯಲ್ಲಿದ್ದ ಕಾಡಿನ ಮೇಲೆ ಹರಡಿಕೊಳ್ಳತೊಡಗಿತ್ತು...! ಅಲ್ಲಲ್ಲಿ ಸಿಗುವ ಪುಟ್ಟ ಊರುಗಳು. ಗದ್ದೆ, ತೋಟ, ಬಯಲುಗಳು, ದಾರಿ ಸಾಗಿದಂತೆಲ್ಲ ಹಿಂದೆ ಸರಿದು ಹೋಗುತ್ತಿದ್ದವು. ಘಾಟಿಯ ತಿರುವುಗಳಲ್ಲಿ ಎಡ ಪಾರ್ಶ್ವದ ಗುಡ್ಡಗಳಿಂದ ಅಸಂಖ್ಯ ನೀರ ಝರಿಗಳು ನರ್ತಿಸುತ್ತಾ ಕೆಳಗೆ ಧುಮುಕುತ್ತಿದ್ದವು. ಹಿತವಾದ ತಂಪುಗಾಳಿ ಬೀಸತೊಡಗಿತ್ತು. ಬಲಗಡೆಯಲ್ಲಿ ಕಾಣುವ ಮಹಾಕಂದರ ಮತ್ತು ಅಲ್ಲಿನ ಅರಣ್ಯ ಸಮೂಹದ ಮೇಲೆ ತುಂಡು ಮೋಡಗಳು ಅರಳೆ ರಾಶಿಯಂತೆ ಸೋಮಾರಿತನದಲ್ಲಿ ಅಲೆದಾಡುತಲಿದ್ದವು. ಆದರೆ ರೋಮಾಂಚನಗೊಳಿಸುವಂತಹ ಪ್ರಕೃತಿಯ ಈ ವಿಹಂಗಮ ದೃಶ್ಯಗಳೊಂದೂ ಹೇಮಂತನ ಭಾವಪ್ರಪಂಚವನ್ನಿಂದು ಪ್ರವೇಶಿಸುತ್ತಿರಲಿಲ್ಲ! ಆತನ ಪೂರ್ತಿ ಚೇತನ, ಗಮನ ಎಲ್ಲವೂ ಸಕೀನಾಳನ್ನು ಹುಡುಕಿ, ಅವಳನ್ನು ಭೇಟಿಯಾಗುವ ಚಿಂತೆಯಲ್ಲೇ ಮಗ್ನವಾಗಿತ್ತು...!

ಅಂತೂ ನಡು ಮಧ್ಯಾಹ್ನದ ಹೊತ್ತಿಗೆ ಹೇಮಂತ ಚಾರ್ಮಾಡಿಗೆ ಬಂದು ತಲುಪಿದ. ಅಲ್ಲಿ ರಸ್ತೆ ಪಕ್ಕದ ಹೋಟೆಲೊಂದರಲ್ಲಿ ಹೊಟ್ಟೆಗೊಂದಿಷ್ಟು ಹಾಕಿಕೊಂಡವನು ವಾಸುದೇವರಾಯರು ತಿಳಿಸಿದ 'ಗ್ರೀನ್ ಪ್ಯಾರಡೈಸ್

ಎಸ್ಟೇಟ್' ಇರುವ ಪ್ರದೇಶದ ಬಗ್ಗೆ ಅಲ್ಲಿದ್ದ ಕೆಲವರಲ್ಲಿ ವಿಚಾರಿಸಿದ! ಅದರಲ್ಲೊಬ್ಬ 'ಸ್ವಾಮೀ ನೀವು ಕೊಟ್ಟಿಗೆ ಹಾರದ ಸಮೀಪ ಎನ್ನುತ್ತೀರಲ್ಲ. ಅಲ್ಲಿ ಹೋಗಿ ವಿಚಾರಿಸಿದರೆ ಕರೆಕ್ಟಾಗಿ ನಿಮಗೆ ತಿಳಿಯಬಹುದು' ಎನ್ನುವ ಸಮಂಜಸ ಸಲಹೆ ನೀಡಿದ.

ಆತನ ಸಲಹೆಯಂತೆಯೇ ಅಲ್ಲಿಂದ ಹೇಮಂತ ಇಪ್ಪತ್ತೈದು ಕಿಲೋಮೀಟರ್ ದೂರದಲ್ಲಿರುವ ಕೊಟ್ಟಿಗೆಹಾರಕ್ಕೆ ಬಂದು ತಲುಪಿದ್ದೂ ಆಯಿತು. ಅಲ್ಲಿ ಪುನಃ ಎಸ್ಟೇಟಿನ ವಿಳಾಸ ಹುಡುಕಲು ಆರಂಭಿಸಿದ. ಆತನಿಗೆ ಒಬ್ಬೊಬ್ಬರು ಒಂದೊಂದು ಬಗೆಯಾಗಿ ಉತ್ತರಿಸಿದರು. ಕೆಲವರು 'ಗ್ರೀನ್ ಪ್ಯಾರಡೈಸ್ ಇರುವುದು ಮೂಡಿಗೆರೆಯಲ್ಲಿ' ಎಂದರೆ ಇನ್ನು ಕೆಲವರು 'ಬಣಕಲ್‌ಗೆ ಹೋಗಿ ವಿಚಾರಿಸಿ' ಎಂದರು. ಕೊನೆಗೂ ಹೇಮಂತ ವಿಚಾರಿಸಿದ ಫಾರೆಸ್ಟ್ ಗಾರ್ಡ್ ಒಬ್ಬರು, "ಸರ್ ನೀವು ಇಲ್ಲೀ ತನಕ ಬರುವುದೇ ಬೇಡವಾಗಿತ್ತು. ಚಾರ್ಮಾಡಿಯಿಂದ ಇತ್ತ ಬರುತ್ತಾ ರಸ್ತೆಯ ಬದಿಯಲ್ಲಿ ನಿಮಗೆ 'ಗ್ರೀನ್‌ವ್ಯೂ' ಹೋಟೆಲ್ ಸಿಕ್ತದೆ. ಇಡೀ ಗೋಡೆಗೆ ಪೇಂಟ್ ಬಳಿದು ದೊಡ್ಡ ಅಕ್ಷರದಲ್ಲಿ ಹೋಟೇಲಿನ ಹೆಸರು ಬರೆದಿದ್ದಾರೆ. ರಸ್ತೆಯಲ್ಲಿ ದೂರದಿಂದಲೇ ನಿಮಗದು ಕಾಣ್ತದೆ. ಅದರ ಪಕ್ಕದಲ್ಲೇ ಒಂದು ಮಣ್ಣಿನ ಕಚ್ಚಾ ರಸ್ತೆ ಇದೆ. ಅದರಲ್ಲಿ ಒಂದು ನಾಲ್ಕೈದು ಕಿಲೋಮೀಟರ್ ಹೋದರೆ 'ಗ್ರೀನ್ ಪ್ಯಾರಾಡೈಸ್' ಎಸ್ಟೇಟಿನ ಗೇಟಿನೆದುರೇ ಹೋಗಿ ತಲುಪುತ್ತದೆ. ಬೇರೆಲ್ಲೂ ಅಕ್ಕಪಕ್ಕದ ರಸ್ತೆಗೆ ತಿರುಗಬೇಡಿ. ನೇರವಾಗಿ ಹೋದರಾಯ್ತು. ಗೇಟಿಗೆ ಮಾತ್ರ ಯಾವಾಗಲೂ ಬೀಗ ಹಾಕಿರುತ್ತಾರೆ. ಆದರೆ ಅಲ್ಲೇ ಯಾರಾದ್ರೂ ಎಸ್ಟೇಟ್ ಕಾವಲುಗಾರರು ಅಥವಾ ಕೆಲಸದವರು ಇರ್ತಾರೆ. ಅವರಲ್ಲಿ ಹೇಳಿದರೆ ಬೀಗ ತೆಗೆದು ಒಳಗೆ ಬಿಡುತ್ತಾರೆ. ಅಲ್ಲಿಂದ ಒಂದರ್ಧ ಕಿಲೋಮೀಟರ್ ದೂರದಲ್ಲಿ ಆಫೀಸು, ಧಣಿಗಳ ಬಂಗಲೆ, ಕೆಲಸದವರ ಬಿಡಾರ ಎಲ್ಲಾ ಇವೆ" ಎಂದು ಸಮಗ್ರ ವಿವರ ನೀಡಿದರು. ಪುಣ್ಯಾತ್ಮ ಫಾರೆಸ್ಟ್ ಗಾರ್ಡರಿಗೆ ಧನ್ಯವಾದ ಹೇಳಿದ ಹೇಮಂತ, ಪುನಃ ಬೈಕನ್ನು ಚಾರ್ಮಾಡಿಯತ್ತ ಹೊರಡಿಸಿದ. ಕೆಲವು ದೂರ ಕ್ರಮಿಸುತ್ತಲೇ ಫಾರೆಸ್ಟ್ ಗಾರ್ಡ್ ಹೇಳಿದ್ದ 'ಗ್ರೀನ್‌ವ್ಯೂ ನಾನವೆಜ್ ರೆಸ್ಟೋರೆಂಟ್' ಎಂದು ಬೋರ್ಡು ಬರೆದಿರುವ ಅ ಹೋಟೆಲು ಮತ್ತು ಪಕ್ಕದಲ್ಲೇ ಇದ್ದ ಕಚ್ಚಾ ರಸ್ತೆ ಸಿಕ್ಕಿತು.

ಹೇಮಂತ ಆ ರಸ್ತೆಗೆ ಬೈಕು ಹೊರಳಿಸಿ ಮುಂದೆ ಓಡಿಸಲಾರಂಭಿಸಿದ. ದಾರಿ ಸಾಗಿದಂತೆ ಇಕ್ಕೆಲದಲ್ಲೂ ದಟ್ಟ ಕಾಡು ಪ್ರಾರಂಭವಾಯಿತು. ಅದರ ನೆರಳಲ್ಲೇ ಸಾಗಿದ ರಸ್ತೆಯಲ್ಲಿ ಬೇರಾವ ವಾಹನದ ಸುಳಿವೂ ಇರಲಿಲ್ಲ. ಆ ವನಪ್ರದೇಶವನ್ನೆಲ್ಲಾ ಆವರಿಸಿದ ನೀರವ ಮೌನವನ್ನು ಹೇಮಂತನ ಬೈಕಿನ ಸದ್ದು ಮಾತ್ರ ಕದಡುತ್ತಿತ್ತು. ನಡುವಲ್ಲೆಲ್ಲೋ ಒಂದು ಕಡೆ ಸಣ್ಣದೊಂದು

ಬಯಲುಪ್ರದೇಶ ಕಾಣ ಸಿಕ್ಕಿತು. ಅಲ್ಲಿ ನಾಲ್ಕಾರು ಮುರುಕು ಗುಡಿಸಲುಗಳಿದ್ದರೂ ಜನರು ವಾಸವಿರುವ ಕುರುಹುಗಳೇನೂ ಕಂಡು ಬರಲಿಲ್ಲ. ಹೋಗಿ ಹೋಗಿ ಇಂಥಹ ದುರ್ಗಮ ಜಾಗಕ್ಕೇ ಸಕೀನಾಳನ್ನು ಯಾಕೆ ಕರೆತಂದು ಬಿಟ್ಟರೆಂಬ ಅಚ್ಚರಿ ಆತನನ್ನೀಗ ಕಾಡಲಾರಂಭಿಸಿತು.

ಅಂತೂ, ಅರ್ಧ ತಾಸಿಗೂ ಮಿಕ್ಕಿದ ಕಚ್ಚಾರಸ್ತೆಯ ಹೊಂಡ, ಗುಂಡಿಗಳ 'ಸರ್ಕಸ್ಸು ಪಯಣದ' ನಂತರ ಹೇಮಂತನ ಬೈಕು ದೊಡ್ಡ ಗೇಟೊಂದರ ಎದುರು ಬಂದು ತಲುಪಿತು. ಗೇಟಿನೆದುರು ಬೈಕು ನಿಲ್ಲಿಸಿ ಸನಿಹ ಹೋಗಿ ನೋಡಿದಾಗ, ಅದರ ಬಲಬದಿಯ ಪಾಚಿಗಟ್ಟಿದ ಸ್ತಂಭದಲ್ಲಿ 'ಗ್ರೀನ್ ಪ್ಯಾರಡೈಸ್' ಎಂದು ಬರೆದಿರುವುದೂ ಕಂಡಿತು. ಹುಡುಕಿ ಬಂದ ಜಾಗ ಸಿಕ್ಕಿದುದರಿಂದ ಹೇಮಂತನಿಗೆ ತುಸು ಸಮಾಧಾನವೂ ಆಯಿತು. ಆದರೆ ದುರದೃಷ್ಟಕ್ಕೆ ದಾರಿ ತಿಳಿಸಿದ ಆ ಫಾರೆಸ್ಟ್‌ಗಾರ್ಡ್ ಹೇಳಿದಂತೆ ಗೇಟಿಗೆ ಒಳಗಡೆಯಿಂದ ಹಾಕಿದ ಬೀಗ ತೆಗೆದು ಆತನನ್ನು ಒಳಗೆ ಬಿಡಲು ಮಾತ್ರ ಅಲ್ಲಿ ಕಾವಲುಗಾರರಾಗಲೀ, ಯಾರೊಬ್ಬ ಕೆಲಸದವರಾಗಲೀ ಇರಲಿಲ್ಲ! ಹೇಮಂತ ಒಂದೆರಡು ಸಾರಿ 'ಹೋಯ್... ಹೋಯ್...' ಎಂದು ಹತ್ತಿರದಲ್ಲೆಲ್ಲಾದರೂ ಇರಬಹುದಾದ ಅವರಿಗಾಗಿ ಸದ್ದು ಹೊರಡಿಸಿದ್ದೂ ವ್ಯರ್ಥವಾಯಿತು. ಆಗೇಕೋ ಸುತ್ತಲಿನ ನಿಬಿಡ ಅರಣ್ಯ ಪ್ರದೇಶದ ಈ ಅಜ್ಞಾತ ಜಾಗದಲ್ಲಿ ಆವರಿಸಿರುವ ವಿಚಿತ್ರ ಮೌನ ಆತನಲ್ಲಿ ಸಣ್ಣ ಭಯ ಹುಟ್ಟಿಸಲಾರಂಭಿಸಿತು! ಹೊತ್ತು ಸಂಜೆಯತ್ತ ಸರಿಯುತ್ತಿರುವುದರಿಂದ ಹೃದಯದಲ್ಲಿ ಸಣ್ಣದೊಂದು ದುಗುಡಕ್ಕೂ ಅದು ಎಡೆಮಾಡಿಕೊಡತೊಡಗಿತು...!

ಗೇಟು ತೆರೆದು ಒಳಹೋಗುವ ಅನ್ಯಮಾರ್ಗವೊಂದು ಆತನಿಗೆ ಹೊಳೆಯದಾಗಿತ್ತು. ಕೊನೆಗೂ ಆತ ಉಳಿದಿರುವುದು ಒಂದೇ ದಾರಿ ಎನ್ನುವಂತೆ ಬೈಕು ಸ್ಟಾರ್ಟ್ ಮಾಡಿ ಇಂಜಿನ್ನಿನ ರಭಸ ಹೆಚ್ಚಿಸಿದ. ಆ ಕರ್ಕಶ ಸದ್ದೊಮ್ಮೆ ಸುತ್ತೆಲ್ಲಾ ಕೇಳಿಸುವಂತಾಯಿತು. ಅದರೊಂದಿಗೇ ಬೈಕಿನ ಹಾರ್ನ್‌ನ್ನು ಪದೇ ಪದೇ ಒತ್ತಿದ! ಪುಣ್ಯಕ್ಕೆ ಆತನ ಈ ಪ್ರಯತ್ನ ಸಫಲವಾದಂತೆ ಕಂಡಿತು...! ಸ್ವಲ್ಪ ಹೊತ್ತಿನಲ್ಲಿಯೇ ಎಸ್ಟೇಟಿನೊಳಗಿನ ದಿಬ್ಬದ ದಾರಿಯಲ್ಲಿ ಗಡಿಬಿಡಿಯಿಂದ ಕಾಫಿ ಗಿಡಗಳನ್ನು ಅತ್ತಿತ್ತ ಸರಿಸುತ್ತಾ ಯಾರೋ ಗೇಟಿನತ್ತ ಬರುತ್ತಿರುವುದು ತೋರಿತು! ಆತ ನೇರವಾಗಿ ಪೊದೆ ಬೀಳುಗಳು ಹಬ್ಬಿದ ಗೇಟಿನೆದುರು ಬಂದು ನಿಂತದ್ದೂ ಆಯಿತು! ಅಜಾನುಬಾಹುವಾಗಿದ್ದ ಆತನ ಪೊದೆ ಮೀಸೆ, ಕ್ರೌರ್ಯ ಸೂಸುವ ಕಣ್ಣುಗಳನ್ನು ಕಂಡು ಹೇಮಂತನೊಮ್ಮೆ ಅಧೀರನಾಗಿಬಿಟ್ಟ! ಗೇಟಿನ ಹೊರಗೆ ನಿಂತಿದ್ದ ಹೇಮಂತನನ್ನು ದಿಟ್ಟಿಸುತ್ತಾ, "ಆರ್ ಬೇಣ್..." (ಯಾರು ಬೇಕಾಗಿದೆ?) ಎಂದು ಗಡುಸಾಗಿಯೇ ಮಲೆಯಾಳಿ ಭಾಷೆಯಲ್ಲಿ ಅತ ಪ್ರಶ್ನಿಸಿದ...! ತಟ್ಟನೆ, ಹೇಮಂತ ಹಿಂದು ಮುಂದು ಯೋಚಿಸದೆ, "ಸಕೀನಾರನ್ನು

ಅರ್ಜೆಂಟಾಗಿ ನೋಡಬೇಕಾಗಿತ್ತು ನನಗೆ. ಅವರಿಲ್ಲಿಗೆ ಬಂದಿದ್ದಾರಲ್ಲ?" ಎಂದು ಬಡಬಡಿಸಿಯೇ ಬಿಟ್ಟ! ಪ್ರಾಯಶಃ "ಸಾಹೇಬ್ರನ್ನು ಭೇಟಿಯಾಗಬೇಕಾಗಿತ್ತು ಅಥವಾ ಸಾಹುಕಾರರನ್ನು ಕಾಣಲು ಬಂದಿದ್ದೇನೆ" ಎಂದು ಉತ್ತರಿಸಿದ್ದರೆ ಆತ ಗೇಟು ತೆಗೆಯುತ್ತಿದ್ದನೋ, ಏನೋ? ಆದರೆ ಕಳವಳದಲ್ಲಿದ್ದ ಹೇಮಂತ, ಪ್ರದೇಶ, ಪರಿಸ್ಥಿತಿಗಳ ಪರಾಮರ್ಶೆ ಮಾಡದೆ ಎಡವಟ್ಟು ಮಾಡಿಕೊಂಡಿದ್ದ. (ಒಳಗೆ ಹೋಗಿದ್ದರೂ ಅಲ್ಲಿ ಹೇಮಂತ ಹೆಚ್ಚಿನ ಅಪಾಯ ಎದುರಿಸ ಬೇಕಾಗಿತ್ತೋ ಏನೋ!) ಹೇಮಂತನ ಈ ಉತ್ತರವನ್ನು ಕೇಳಿದ್ದೇ ಆ 'ವೀರಬಾಹು'ವಿನ ದೃಷ್ಟಿ ಮತ್ತಷ್ಟು ತೀಕ್ಷ್ಣವಾಗಿಬಿಟ್ಟಿತು! "ನೀ ಪೋಡಾ..." (ನೀ ನಡೆ ಇಲ್ಲಿಂದ) ಎಂದವನೇ ಗೇಟಿನ ಹೊರಗೆ ನಿಂತಿದ್ದ ಹೇಮಂತನಿಗೆ ತಕ್ಷಣ ಹೊರಟು ಹೋಗುವಂತೆ ತಿರಸ್ಕಾರದಿಂದ ಕೈ ತೋರಿಸಿದ! ಗೇಟು ತೆರೆಯುವಂತೆ ಹೇಮಂತ ಮತ್ತೆ ಮತ್ತೆ ಮಾಡಿದ ವಿನಂತಿಗಾತ ಕಿವಿಗೊಡಲೇ ಇಲ್ಲ. ಲುಂಗಿಯನ್ನೆತ್ತಿ ಗಟ್ಟಿಯಾಗಿ ಬಿಗಿದುಕೊಂಡವನೇ ವಾಪಾಸ್ಸು ನಡೆದುಬಿಟ್ಟ! 'ಸಕೀನಾ ಇಲ್ಲೇ ಇದ್ದಾರಾ...?' ಎನ್ನುವ ಪ್ರಶ್ನೆಗೂ ಆತ ಉತ್ತರಿಸಲಿಲ್ಲ!

ಹೇಮಂತನಿಗೀಗ ಇಲ್ಲಿಯೂ ಸಕೀನಾಳನ್ನು ತನ್ನಿಂದ ದೂರ ಮಾಡುವ ಕಾರ್ಯತಂತ್ರ ಹೆಣೆದಿರುವುದು ಸ್ಪಷ್ಟವಾಗಿ ಬಿಟ್ಟಿತು! 'ತಾನು ಇಲ್ಲಿಗೂ ಹುಡುಕಿ ಬರಬಹುದೆಂಬ ಸಂದೇಹದಿಂದ ಅವರು ಇಲ್ಲಿಯೂ ಮುಂಜಾಗ್ರತೆ ವಹಿಸಿದ್ದಾರೆ! ಅದಕ್ಕೆ ತಕ್ಕುದಾಗಿ ತಾನೂ ಕೂಡ ಈಗ ಗಡಿಬಿಡಿಯಲ್ಲಿ ಸಕೀನಾಳಿಗಾಗಿ ಬಂದವನು ಎಂದು ತಿಳಿಸಿ ತಪ್ಪುಮಾಡಿಬಿಟ್ಟೆ' ಅಂದುಕೊಂಡ! ಆದರೆ ಕಾಲ ಮಿಂಚಿತ್ತು. ಇನ್ನೇನು ಆಕೆ ಸಿಕ್ಕಂತೆಯೇ ಅಂದುಕೊಂಡಾಗ ಎಲ್ಲವೂ ವ್ಯರ್ಥ ಪ್ರಯತ್ನವಾಗಿ ಹೋಗಿತ್ತು...! ತಮ್ಮಿಬ್ಬರ ಪ್ರೀತಿ, ಬಾಂದವ್ಯವನ್ನು ಬೇರು ಸಹಿತ ಕಿತ್ತೆಸೆಯುವ ಪ್ರಯತ್ನಕ್ಕೆ ಸಕೀನಾಳ ಮನೆಮಂದಿ ಮುಂದಾಗಿರುವುದು ಹೇಮಂತನಿಗೀಗ ಖಚಿತವಾಯಿತು. ಯಾಕೋ ಮನಸ್ಸಿಗೊಮ್ಮೆ ಮಬ್ಬು ಕವಿದಂತಾಯಿತು! ಮುಸ್ಸಂಜೆಯ ಮಬ್ಬೂ, ಈಗ ಅ ಅರಣ್ಯಮಯ ಪ್ರದೇಶದತ್ತ ಪ್ರವೇಶ ಮಾಡಲಾರಂಭಿಸಿ ಆತಂಕವನ್ನೂ ಮತ್ತಷ್ಟು ಹೆಚ್ಚಿಸುತ್ತಿತ್ತು...!

ದಣಿವು ಮತ್ತು ಹತಾಶೆಯಿಂದ ಅತನೀಗ ಬಸವಳಿದಿದ್ದ. 'ಈಗಿಲ್ಲಿಂದ ಮರಳುವುದೇ ಸೂಕ್ತ; ಕೊಟ್ಟಿಗೆಹಾರಕ್ಕೋ, ಮೂಡಿಗೆರೆಗೋ ಹೋಗಿ, ಈ ರಾತ್ರಿ ಅಲ್ಲಿ ಕಳೆದು ನಾಳೆ ಮುಂಜಾನೆಯೇ ಇಲ್ಲಿಗೆ ಬಂದು ಮತ್ತೆ ಪ್ರಯತ್ನಿಸುವುದು ಸೂಕ್ತ' ಎಂದಾತ ಅಂದುಕೊಂಡ. ಸೋತ ಮನಸ್ಥಿತಿಯಲ್ಲೇ ಬೈಕನ್ನು ಸ್ಟಾರ್ಟ್ ಮಾಡಿ ಹೊರಡಲನುವಾದ. ಇನ್ನೇನು ಅಲ್ಲಿಂದ ಹೊರಡಬೇಕೆನ್ನುವಷ್ಟರಲ್ಲಿ ಆತನ ದೃಷ್ಟಿ ಯಾಕೋ ಅಯಾಚಿತವಾಗಿ ಎಸ್ಟೇಟಿನೊಳಗೆ ಬೈತಲೆಯಂತೆ ಕಾಣುತ್ತಿದ್ದ ಅದೊಂದು ಸಪೂರ ಕಾಲ್ದಾರಿಯತ್ತ ಹೊರಳಿತು! ದಿಬ್ಬವಿಳಿದು ಬರುವ, ಗಿಡಗಳ ನಡುವಿನ ಆ ದಾರಿಯಲ್ಲಿ, ಯಾರೋ ಗೇಟಿನತ್ತಲೇ